देव? छे!

परग्रहावरील अंतराळवीर!

बाळ भागवत

मेहता पब्लिशिंग हाऊस

Please contact us at **Mehta Publishing House,** Pune 411030.
✆ +91 020-24476924 / 24460313 / Mob. No. 9545000513
Email : production@mehtapublishinghouse.com
Website : www.mehtapublishinghouse.com

- *या पुस्तकातील लेखकाची मते, घटना, वर्णने ही त्या लेखकाची असून त्याच्याशी प्रकाशक सहमत असतीलच असे नाही.*

DEV? CHHE! PARAGRAHAVARIL ANTARALVEER!

by BAL BHAGWAT

देव? छे! परग्रहावरील अंतराळवीर! : बाळ भागवत / विज्ञानविषयक

Email : author@mehtapublishinghouse.com

प्रकाशक : सुनील अनिल मेहता, मेहता पब्लिशिंग हाऊस,
१९४१, सदाशिव पेठ, माडीवाले कॉलनी, पुणे - ४११०३०.

अक्षरजुळणी : पीसी-नेट, नारायण पेठ, पुणे - ४११०३०.

मुद्रक : ट्रिनिटी ॲकॅडमी फॉर कॉर्पोरेट ट्रेनिंग लिमिटेड

मुखपृष्ठ : बाबू उडुपी

प्रकाशनकाल : १९८४ / मार्च, २००१ / एप्रिल, २००२ / मार्च, २००५ / जुलै, २००७ / मार्च, २००९ / नोव्हेंबर, २०१० / ऑगस्ट, २०१२ / जून, २०१५ / पुनर्मुद्रण : फेब्रुवारी, २०२०

किंमत : ₹ २००

P Book ISBN 9788177663013
E Book ISBN 9788184987621
E Books available on : amazonkindle Apple Books Google Play Books

---

आज...

आकाशात स्वच्छंदपणे विहार करणाऱ्या पक्ष्यांकडे बघत मानवाने हजारो वर्षे हृदयाशी एक स्वप्न बाळगले होते; त्यांच्याप्रमाणेच स्वैरपणे आकाशात संचार करण्याचे! विसावे शतक उजाडले, तेच मुळी हे स्वप्न प्रत्यक्षात उतरवत! राईट बंधूंनी पहिल्या विमानातून आकाशात उड्डाण केले आणि मानवाला पंख फुटले. आता काय करू आणि नको, अशी त्याची परिस्थिती झाली. प्रखर बुद्धिमत्तेच्या बळावर पुढल्या केवळ ७० वर्षांत ३८४००० किलोमीटर अंतरावर असलेल्या चंद्रावर निर्भयपणे पाऊल ठेवून तो सुखरूप परतही आला.

स्पुतनिक, व्होस्तोक, जेमिनी, सॅटर्न टेलस्टार, सर्व्हेअर, मरीनर, व्हॉयेजर ही नावे गाजत होती. युरी गागारीन, वालेन्तिना तेरेश्कोव्हा, एडवर्ड व्हाईट, नील आर्मस्ट्रॉंग यांची नावे तर मानवाच्या इतिहासात सुवर्णाक्षरांनी लिहिली गेली. हा इतिहास आपण डोळ्यांनी पाहिला, अनुभवला. अग्निबाण, अंतराळयाने, अंतराळवीर, त्यांचे ते पोशाख या गोष्टी आज अगदी छोटी छोटी मुलेसुद्धा ओळखतात.

विसाव्या शतकात मानवाने केलेल्या प्रगतीचा झपाटा विलक्षण खराच. या झपाट्यानेच त्याला कुठल्याही गोष्टीची मातब्बरी वाटेनाशी झाली. प्रत्येक गोष्टीकडे तो चिकित्सक नजरेने पाहायला लागला. 'मानवाला थोडी 'ग'ची बाधाही झाली. आजच्याइतकी प्रगती मानवाने त्याच्या संपूर्ण इतिहासात कधीच केली नव्हती, असे इतिहासकार, पुराणवस्तुसंशोधक आणि इतर सर्वजण म्हणू लागले.

हे सर्व आपण सर्वप्रथम केले, या विजयाच्या धुंदीत त्याची नजर इतरत्र पाहत असताना चुकून त्याच्या भूतकाळाकडेच वळली आणि त्या क्षणी मानवाला

जो धक्का बसला, तो जबरदस्त हाता. आमच्याइतकी प्रगती मानवाच्या इतिहासात पूर्वी कोणीच कधी केली नव्हती, हे शब्द पुन्हा उमटेनात. असे काय त्याच्या नजरेला पडत होते?

मेक्सिकोमधील पालेन्क येथील माया लोकांच्या पौराणिक पिरॅमिडमध्ये त्याला शिलाखंडावर कोरलेला अग्निबाणातील अंतराळवीर दिसत होता.

जगाच्या कोनाकोपऱ्यांतील प्राचीन चित्रांत त्याला चक्क अंतराळवीरच आढळत होते आणि आजपर्यंत ती देवांचीच चित्रे आहेत, असे त्याला सांगण्यात येत होते.

पेरु देशातील अतिप्राचीन दगडांवर हृदय बदलण्याच्या शस्त्रक्रियेचा एक एक टप्पा दाखवला होता.

सुमेरियन लोकांनी अशी एक पंधरा आकडी संख्या लिहून ठेवली होती, की जी आजच्या कॉम्प्यूटरवरसुद्धा येत नाही.

चीनमध्ये एका भूकंपात सरोवरातून वर आलेल्या पिरॅमिडवर अग्निबाणांची चित्रे दिसत होती.

या सर्व गोष्टी आज आपल्याला कळत असताना, पुराणकाळात आजच्याइतके ज्ञान कुणाला तरी होते, या वस्तुस्थितीने तो हादरूनच गेला. आजच्याइतके ज्ञान मानव जातीच्या इतिहासात मानवाने जर कधी मिळवले नसेल, तर हे ज्ञान आपल्या पूर्वजांना कुणी दिले होते? आपला इतिहास, आपले पुराणवस्तुसंशोधन यांचा पायाच या सर्व गोष्टी ढासळून टाकीत आहेत.

काही म्हणा, आपल्या हजारो वर्षांपूर्वीच्या इतिहासात निश्चित काहीतरी गडबड आहे. अंतराळातून आलेल्या अनेक अज्ञात 'देवांनी' अतिप्राचीन काळात पृथ्वीला भेटी दिल्या होत्या. अत्याधुनिक तंत्रज्ञान आणि विज्ञान यांचे दान केले होते. आज आपले वैज्ञानिक त्याच गोष्टी पुन्हा शोधून काढत आहेत.

तीच परिस्थिती पुराणवस्तुसंशोधनाबाबत! हजारो वर्षांपूर्वीच्या इलेक्ट्रिक ड्राय बॅटरीज् आपल्याला सापडल्या आहेत. त्यांच्यांतून आजही विद्युत् प्रवाह निर्माण करता येतो. आजच्या अंतराळवीरांसारखा पोशाख घातलेल्या 'देवांची' चित्रे आढळतात, शिल्पे सापडतात. पंधरा आकडी संख्या लिहिलेली आढळते. आदिमानवांनी या थक्क करून टाकणाऱ्या गोष्टींचे ज्ञान कसे मिळवले असेल?

जगातील जवळजवळ प्रत्येक धर्मात मानवजातीचा उद्धार करण्याची आणि मोक्ष मिळवून देण्याची आश्वासने आहेत. हजारो वर्षांपूर्वीच्या 'देवांनीही' अशीच आश्वासने दिली होती. पण त्यांनी ती का पाळली नाहीत? उलट, भयानक विनाशकारी अशा अस्त्रांचा उपयोग करून त्या काळी मागासलेल्या अवस्थेत असणाऱ्या मानवजातीच्या संहाराचा प्रयत्न का केला?

भूतकाळाच्या इतिहासाचा जो डोलारा वर्षानुवर्ष आपल्यासमोर उभा आहे, तो निश्चितच डगमगायला लागला आहे आणि काही काळातच तो कोसळून पडणार आहे. या सत्याला मन घट्ट करून तोंड द्यावे लागणार आहे. गेल्या काही वर्षांतल्या अचूक संशोधनाने या भूतकाळाला आताच किती खिंडारे पडली आहेत. जुन्या गुप्त वाचनालयांतून दडवून ठेवलेले ज्ञान उघडकीला येत आहे. अंतराळ- प्रवासाबद्दल आज काहीच गुप्तता नाही. अज्ञात सूर्य-ताऱ्यांच्या दिशेने झेप घेऊ पाहणाऱ्या आपल्या अंतराळयोजना भूतकाळाच्या आपल्या अज्ञानाची दरीही बुजवून टाकीत आहेत. त्या अंधकारमय काळ्या कालखंडातून आपल्यापुढे येत आहेत नवे नायक, धर्मगुरू आणि 'देव'! त्यांना त्यांचे दडविलेले ज्ञानभांडार खुले करण्यास आपण भाग पाडले पाहिजे.

आपल्या भूतकाळामध्ये कुठेही काळे कालखंड शिल्लक न ठेवता जाणून घेण्याची कुवत आपल्यांत निश्चित आहे. अर्थात आपली इच्छा असेल, तरच! त्यासाठी...

अत्याधुनिक प्रयोगशाळांनी पुराणवस्तुसंशोधनाचे काम हाती घेतले पाहिजे.

कोणत्या गोष्टींचे अस्तित्व जुन्या भग्नावस्थेत सापडलेल्या शहरात आहे, हे शोधण्यासाठी पुराणवस्तुसंशोधकांनी अचूक नोंद ठेवणारी यंत्रे वापरली पाहिजेत.

सर्व धर्मांतल्या धर्मगुरूंनी सत्याचा शोध पुन्हा आरंभापासून घेण्याचा प्रयत्न केला पाहिजे. सत्य सत्य म्हणून मनावर 'बिंबवल्या' गेलेल्या प्रत्येक गोष्टीचे पहिल्यापासून संशोधन केले पाहिजे.

अंधूक अंधूक दर्शन देणाऱ्या आपल्या भूतकाळातील 'देवांनी' त्यांच्या अस्तित्वाच्या असंख्य खुणा सोडल्या आहेत. त्या आजच आपल्याला वाचता येत आहेत, उमजत आहेत, कारण अंतराळ-प्रवास ही आजच सत्यतेत उतरलेली गोष्ट आहे. पण प्राचीन काळात या गोष्टी लोकांना अनुभवानेच माहिती होत्या.

'मला खात्री आहे, की आपल्या पूर्वजांना निश्चितपणे या अनंत विश्वातील अंतराळवीरांनी भेटी दिल्या होत्या. हे अंतराळवीर कोण होते, ते कोणत्या ग्रहावरून आले होते, ते कळत नाही. कोणत्या तरी कारणांनी त्यांनी आपल्या मोठ्या लोकसंख्येचा नाश केला आणि या पृथ्वीवर तरी बहुधा प्रथमच मानवसदृश प्राणी निर्माण केला. याच अंतराळवीरांना आपण 'देव' मानायला लागलो. हा क्रांतिकारक सिद्धांत सर्व पुराव्यांचा अभ्यास केला, तर मान्य करावाच लागेल.

अनुक्रमणिका

अनंत विश्वात दुसऱ्या बुद्धिमान जमाती आहेत का?

या अनंत विश्वात विसाव्या शतकात पृथ्वीवर राहणारी मानवजात ही एकच बुद्धिमान जमात अस्तित्वात आहे का?

रात्रीच्या स्वच्छ आणि निरभ्र आकाशात नुसत्या डोळ्यांनी आपल्याला किमान ४५०० तारे दिसतात असे निदान खगोलशास्त्रज्ञ तरी सांगतात. छोट्याशा वेधशाळेतील दुर्बिणीतून वीस लाख तारे दिसू शकतात. आधुनिक वेधशाळेतील रिफ्लेक्टिंग टेलिस्कोपच्या (आरशाच्या दुर्बिणीच्या) सहाय्याने आणखी कोट्यावधी तारे आपल्या नजरेच्या टप्प्यात येतात.

पण अनंत विश्वाचा विचार करता आपली ग्रहमाला हा अगदी नगण्य भाग आहे. आकाशात तारे सारख्याच दाटीवाटीने पसरलेले नाहीत. आकाशाच्या विशिष्ट भागात त्यांनी बरीच गर्दी केलेली आढळते. या ताऱ्यांच्या दाटीवाटीमुळे आकाशाच्या मध्यभागी एक लांबचलांब व थोडा रूंद असा पांढुरका पट्टा तयार झाला आहे. त्याचा आकार लंबवर्तुळाकार चकतीसारखा आहे. यालाच

म्हणतात आकाशगंगा! आपली ग्रहमाला अशा आकाशगंगेच्या कडेला जे तुरळक तारे दिसतात त्यातल्या एका ताऱ्याभोवती म्हणजे सूर्याभोवती आहे. या ताऱ्यांमधील अंतर मोजायला मैल हे परिमाण अगदीच तोकडे पडते. त्यासाठी प्रकाशवर्ष, म्हणजे एका वर्षात प्रकाश जेवढे अंतर कापील तितके मैल (प्रकाशवर्ष = १८६००० x ६० x ६० x २४ x ३६५ मैल) हेच परिमाण वापरावे लागते. रिफ्लेक्टिंग टेलिस्कोपच्या सहाय्याने ज्या काही आकाशगंगा दिसतात, त्यांची त्रिज्याच १५ लाख प्रकाशवर्ष असेल आणि इलेक्ट्रॉनिक टेलिस्कोपने आपण जितके तारे पाहू शकतो तो आकडा इतका प्रचंड आहे की आपल्या कल्पनाशक्तीच्या आवाक्यातही तो येऊ शकत नाही. अर्थातच हे सर्व आकडे फक्त आजतागायतच्या झालेल्या संशोधनाला अनुलक्षून आहेत हे लक्षात घेतले पाहिजे.

खगोलशास्त्रज्ञ हार्लो शेपली यांच्या मते आपल्या दुर्बिणीच्या टप्प्यात साधारण $१०^{२०}$ (एक वर वीस शून्ये) इतके तारे येतात. समजा की हजारात एखाद्याच ताऱ्याभोवती आपल्यासारखी ग्रहमाला आहे आणि अशा ताऱ्यांपैकी पुन्हा हजारात एकाच ताऱ्यावर जीवन निर्मितीस आवश्यक अशी परिस्थिती आहे. तरी अशा ताऱ्यांची संख्या येईल $१०^{१४}$. अशा ताऱ्यांपैकी पुन्हा हजारात एखाद्याच ताऱ्यावर जीवनास आवश्यक अशी परिस्थिती खरोखरच निर्माण झाली असेल असे समजले तरी अशा ताऱ्यांची संख्या असेल $१०^{११}$ आणि यापैकी हजारात एका ताऱ्यावर जीवसृष्टीचे अस्तित्व गृहीत धरले तरी १० कोटी इतक्या ताऱ्यांवर जीवसृष्टी असण्याची शक्यता निर्माण होते. हा आकडा थक्क करणारा नाही ?

प्रोफेसर डॉ. विली ली दुसऱ्या तऱ्हेने विचार करतात. त्यांच्या मते आपल्या आकाशगंगेतच साधारणत: ३० अब्ज तारे आहेत आणि खगोलशास्त्रज्ञांच्या मते त्यापैकी १८ अब्ज ताऱ्यांना तरी आपल्यासारख्या ग्रहमाला आहेत. समजा शंभरात एखाद्या ग्रहमालेतील एकाच ग्रहावर जीवन निर्माण होण्यासारखी परिस्थिती अस्तित्वात आहे असे समजले आणि पुन्हा त्यापैकी शंभरात एकाच ग्रहावर जीवसृष्टी खरोखरच निर्माण झाली असेल तरी अशा ग्रहांची संख्या होईल १८ लाख. हा आकडा कमी करण्याचा प्रयत्न म्हणून मानवसदृश प्राणी पुन्हा शंभरात एकाच ग्रहावर निर्माण झाला असेल असे गृहीत धरले तरी फक्त आपल्याच आकाशगंगेत १८००० ग्रहांवर जीवसृष्टी अस्तित्वात असण्याची शक्यता निर्माण होते.

पण शेवटी ही सर्व आकडेवारी तशी फसवीच ठरते. दुर्बिणीच्या तंत्रात जसजशी सुधारणा होते आहे तसतसा जो मूळ आकडा धरून आपण गणिते करीत आहोत तो आकडाच बदलतो आहे. आता खगोलशास्त्रज्ञ म्हणायला लागलेत की आकाशगंगेत ३० अब्ज नव्हे तर १०० अब्ज तारे आहेत म्हणून!

तेव्हा या आकड्यांच्या जंजाळात फसण्यापेक्षा अमेरिकेच्या अणुशक्ती कमिशनच्या एम्स संशोधन केंद्रातील बायोटेक्निकल विभागाचे प्रमुख डॉ. जॉन बिलिंगहॅम म्हणतात ते खरे समजायला हरकत नाही. ते म्हणतात, 'पृथ्वीपेक्षा अब्जावधी वर्षे प्रथम निर्माण झालेले किती तरी ग्रह आहेत. त्यांच्यापैकी ज्या ग्रहांवर बुद्धिमान जीव निर्माण झाले असतील, त्यांच्या संस्कृतीही त्याच प्रमाणात आपल्यापेक्षा प्रगत असेल ही शक्यता मुळीच नाकारता येत नाही. पाषाण युगातील मानवापेक्षा आपण जितके पुढारलेले आहोत तेवढ्याच त्या संस्कृती आज आपल्यापुढे असतील.'

जीवन अस्तित्वात असण्यासाठी आपण कोणत्या गोष्टी आवश्यक मानतो? त्यासाठी पृथ्वीसदृश वातावरण तसेच वनस्पती जीवन, प्राणी जीवन आवश्यक आहे असे गृहीत धरूनच आपण सर्व विचार करतो. पण पृथ्वीसारख्या ग्रहांवरच जीवन शक्य आहे असे ठामपणे म्हणायला कुठे काही आधार कधी तरी आपल्याला सापडला आहे का? मुळीच नाही. इतकेच काय तर प्राणवायू आणि पाणी यांच्याशिवाय जीवन अशक्य आहे हे म्हणणे सुद्धा चूक आहे. प्राणवायूची आवश्यकता नसलेले, एवढेच नव्हे तर थोडा फार प्राणवायू असलाच तर ज्यांना तो विषवत वाटेल असे जीवजंतू आपल्या पृथ्वीवरच अस्तित्वात आहेत.

खूप उष्ण नाही, खूप थंड नाही, भरपूर पाणी आणि प्राणवायू यांनी समृद्ध अशी पृथ्वी म्हणजे जीवन निर्मितीसाठी आदर्श असा ग्रह आपण मानतो. याला तसा काही पुरावा आहे काय? आणि तुलना कोणत्या ग्रहांशी करणार? निरनिराळ्या तऱ्हेचे वीस लाख जीवजंतू पृथ्वीवर अस्तित्वात आहेत असा अंदाज असला तरी साधारण बारा लाखांहून अधिक तर आपल्या वैज्ञानिकांना ठाऊकच नाहीत. त्यापैकी हजारो जीवजंतू पृथ्वीवर अस्तित्वात असायलाच नको होते, जगायलाच नको होते. खरोखर जीवनासाठी आवश्यक अशा नक्की गोष्टी कोणत्या आहेत याबाबतचे प्रचलित सिद्धान्त पुन्हा तपासून बघणेच आवश्यक आहे.

रेडिओ ॲक्टिव्ह पाण्यात सूक्ष्म जंतूसुद्धा जिवंत राहणे शक्य नाही असे कोणालाही वाटेल. पण अणुभट्ट्यांच्या आसपासच्या अशा प्राणघातक पाण्यात फोफावणारे जीवजंतूही आहेत.

डॉ. सिगेल या शास्त्रज्ञाने 'गुरू' या ग्रहासारखे वातावरण प्रयोगशाळेत तयार करून त्यात जंतू व छोटे कीडे वाढवले. अमोनिया, मिथेन, हायड्रोजनसुद्धा त्यांना मारू शकले नाहीत.

हिन्टन आणि ब्लूम या कीटक शास्त्रज्ञांनी चिलटासारख्या प्राण्यांना १००° सेंटिग्रेड तपमानावर कित्येक तास ठेवून वाळवले व नंतर द्रवरूप हेलियममध्ये बुडवले. अति गरम वातावरणातून अति शीत हेलियममध्ये बुडवल्यावर व नंतर

पुन्हा नेहमीच्या वातावरणात सोडल्यावरसुद्धा त्यांच्यावर काहीच परिणाम झाला नाही. ज्वालामुखीत राहणारे, दगड खाणारे, लोखंड निर्माण करणारे जीवजंतूही आपल्याला माहीत आहेत.

आपण पृथ्वीवरचे वातावरण जीवन निर्मितीसाठी योग्य म्हणत असतानाच दुसऱ्या कुठल्या तरी ग्रहावर अगदी वेगळे वातावरण असेल आणि तरीही जीवसृष्टी अस्तित्वात असेल तर तेथील बुद्धिमान प्राण्यांनाही असेच वाटत असेल की त्यांच्या ग्रहावरचे हवामानच जीवनिर्मितीसाठी आवश्यक आहे म्हणून!

तेव्हा या अथांग विश्वात आपणच तेवढे बुद्धिमान प्राणी अस्तित्वात आहोत हे म्हणणे अगदीच निरर्थक आहे.

अशीही शक्यता आहे की भविष्यकाळात अंतराळात अनेक तऱ्हेचे जीवन अस्तित्वात आहे हे आपल्या भावी पिढ्या बघतील. आपण ते बघायला नसलो तरीही त्या पिढ्यांना मात्र आपली मानव-जमात हीच सर्वांत जुनी व बुद्धिमान अशी जमात आहे ही कल्पना बाजूला ठेवावीच लागेल.

जुने जीवजंतू आणि प्राणी नष्ट होणे व त्यांची जागा नवीन तऱ्हेच्या जीवजंतू आणि प्राण्यांनी घेणे ही क्रिया अखंडपणे कोट्यावधी वर्षे चालू आहे व पुढेही चालू राहणार आहे. जगात सापडणाऱ्या निरनिराळ्या तऱ्हेच्या दगडांचे वेगवेगळ्या तऱ्हांनी संशोधन केल्यावर पृथ्वीचा पृष्ठभाग सुमारे ४ अब्ज वर्षांपूर्वी तयार झाला असे शास्त्रज्ञ म्हणतात. पण शास्त्र एवढेच जाणते की २० लाख वर्षांपूर्वी प्रथम मानवसदृश प्राणी अस्तित्वात आला. त्यापैकी आपल्याला साधारणत: सात एक हजार वर्षांचा इतिहास थोडा फार कळला आहे. त्यासाठी सुद्धा किती श्रम आणि कष्ट घ्यावे लागले आहेत. तरीही मधली कित्येक शतके अशी आहेत की त्या काळात खरोखर काय घडले ते आपल्याला माहीत नाही. अज्ञात विश्वाच्या अब्जावधी वर्षांच्या इतिहासाशी तुलना करता मानवाच्या सात हजार वर्षांच्या इतिहासाला खरोखर किती किंमत आहे?

विसाव्या शतकात प्रगतीच्या ज्या पल्ल्यापर्यंत आपण पोहोचलो आहोत तिथे पोहोचायला चार लाख वर्षे घेऊन पुन्हा या विश्वात आमच्यासारखे बुद्धिमान आम्हीच, असा गर्व आपण किती करावा?

कशावरून दुसऱ्या कुठल्या तरी ग्रहांवर आपल्याला स्पर्धक नसतील? कशावरून काही ग्रहांवर प्रगतीला जास्त पोषक परिस्थिती निर्माण झाली नसेल की ज्यामुळे तेथील जमाती इतक्या प्रगत अवस्थेला पोहोचल्या असतील की आजसुद्धा आपणच त्यांच्यापुढे मागासलेले ठरू?

शेकडो पिढ्या म्हणत होत्या की पृथ्वी सपाट आहे म्हणून. सूर्य पृथ्वीभोवती फिरतो हे हजारो वर्षे विद्वान लोक आपल्याला सांगत होते. हा अनुभव असूनही

आपण म्हणावे की आपल्या आकाशगंगेच्या मध्यापासून तीस हजार प्रकाशवर्षे लांब कडेला असलेला आपला पृथ्वी हा नगण्य ग्रहच सर्व गोष्टींचा केंद्रबिंदू आहे म्हणून?

विश्वाचा विचार करता पृथ्वी अगदीच क:पदार्थ आहे हे लक्षात घेऊन अज्ञात अंतराळाचे संशोधन करण्याची वेळ आज आली आहे. आपल्या उज्ज्वल भविष्यकाळातील संधी अंतराळ संशोधनातच मिळतील असे आपल्या 'देवांनी' नाहीतरी सांगून ठेवले आहेच. या भविष्यकाळात नजर टाकेपर्यंत प्रामाणिकपणे आणि नि:पक्षपातीपणे आपला भूतकाळ तपासण्याचे धैर्य आपल्याला मिळणार नाही.

आपले अंतराळयान अज्ञात ग्रहावर उतरते, तेव्हा...

ज्यूल्स व्हर्न याने काल्पनिक विज्ञानकथा लिहिल्या असे पूर्वी वाटत असले तरी आता तसे म्हणण्याचे धाडस कोणी करील असे वाटत नाही. विज्ञानाच्या काटेकोर चौकटीत आपल्या सर्व गोष्टी बसवून ज्यूल्स व्हर्न याने कथा वाङ्मयाची नवीन प्रथा पाडली. त्याच्या प्रतिभेने भूमंडळ, आकाश, सागर या सर्व ठिकाणी संचार केला होता आणि तो असा विलक्षण द्रष्टा होता की एकोणिसाव्या शतकात जन्म घालवूनही त्याने विसाव्या शतकातील रेडिओ, सिनेमा, विमान यासारखे शोध कल्पनेने हेरून ठेवले होते.

पण त्याच्या काल्पनिक भराऱ्या कधीच सत्यसृष्टीत उतरलेल्या आहेत. ८० दिवसात कशाला? आता आपण ८६ मिनिटातच पृथ्वी प्रदक्षिणा करू शकतो! या गोष्टीला जितका काळ जावा लागला त्याहूनही कमी काळ आता आपण करीत असलेल्या अंतराळ प्रवासाला लागणार आहे.

समजा की १५० वर्षांनी एका अज्ञात सूर्याच्या दिशेने पृथ्वीवरील अंतराळयानाने झेप घ्यायचे ठरविले. आज प्रवाशांना घेऊन जगपर्यटन करणाऱ्या प्रचंड बोटीएवढे ते अंतराळयान असेल. जवळ जवळ एक लाख टन वजनाचे. त्यापैकी ९९८०० टन वजन इंधनाचेच असेल. अंतराळात पुढे प्रवास करीत राहणाऱ्या यानाचे वजन राहील २०० टन.

अशक्य वाटते?

आज आपण पृथ्वीभोवती फिरत असतानाच एकेक भाग जोडून जोडून प्रचंड अंतराळयान बांधू शकतो. पण २५-३० वर्षांतच याचीही आवश्यकता राहणार नाही. त्यावेळी आपण चंद्रावरसुद्धा एखादे प्रचंड अंतराळयान बांधून ते तिथून सोडायची व्यवस्था करू शकू.

आजच्या इंधनाचा मोठा भाग पृथ्वीच्या गुरुत्वाकर्षणाच्या कक्षेच्या बाहेर पडण्यासाठी फुकट जातो आहे. फोटॉन रॉकेटसचा शोध म्हणूनच जोरात चालू आहे. ती वापरून उडवलेली अंतराळयाने जवळ जवळ प्रकाशवेगाने जातील. फोटॉन रॉकेटसच्या इंधनावर उडणाऱ्या यानांचा उपयोग आपल्या सूर्यमालेच्याही कक्षा भेदून अंतराळ स्वारीसाठी आपण करू शकू.

नुसती कल्पनाही मनाला धक्कादायक वाटते ना?

पण आज आपण अंतराळ युगाच्या उंबरठ्यावर उभे असलो तरी काही वर्षांपूर्वी हीच परिस्थिती होती हे लक्षात घ्यायला काहीच हरकत नाही. ज्यावेळी आपल्या पूर्वजांनी पहिली आगगाडी, पहिली मोटार, पहिले विमान पाहिले, आपल्या मागच्या पिढीने प्रथमच हवेतून आलेले संगीत ऐकले किंवा रंगीत टीव्ही पाहिला, त्या त्या काळात या अभूतपूर्व अशाच घटना होत्या. आपण पहिले अंतराळ उड्डाण पाहिले, उपग्रहाद्वारे प्रक्षेपित केलेली चित्रे पाहिली, बातम्या ऐकल्या. मग आपले नातू, पणतू वेगवेगळ्या सूर्यमालांवर प्रवास करतील आणि मोठमोठ्या तंत्रज्ञान महाविद्यालयात अज्ञात विश्वाचे संशोधन करतील यात अशक्य वाटण्याजोगे काय आहे?

ज्या अज्ञात ताऱ्याच्या दिशेने आपले अंतराळयान जात असेल त्याची ग्रहमाला, त्या ग्रहांचे ग्रहमार्ग, त्यांच्या जागा, त्यांची गुरुत्वाकर्षणे यांचा अभ्यास अंतराळ यात्रिक करीत असतीलच. अर्थातच ज्या ग्रहावरील परिस्थिती सर्व दृष्टींनी जास्तीत जास्त पृथ्वीसारखी असेल त्याच ग्रहावर उतरण्याचा निर्णय अंतराळयानाचा प्रमुख घेईल.

आपण असेही समजू की ८००० वर्षांपूर्वी पृथ्वीवरील संस्कृती जितपत सुधारलेली होती, तितपतच सुधारलेल्या अवस्थेत त्या ग्रहावरील जमाती असतील. अर्थात उतरण्याआधीच या सर्व गोष्टींची निश्चिती अंतराळयानावरील यंत्रे केल्याशिवाय

राहणार नाहीत.

तिथे पोहोचेपर्यंत आपले इंधन संपत आले असेल तर उतरण्यासाठीही अशीच जागा निवडावी लागेल की जिथे युरेनियमसारख्या द्रव्याचा भरपूर साठा असेल. कुठल्या पर्वतराजींवर युरेनियमचा साठा असेल त्याची नोंदही यंत्रे करतीलच.

आणि शेवटी आपले अंतराळयान त्या ग्रहावर उतरेल.

आपले अंतराळवीर पाहतील त्या ग्रहावरील दगडी आयुधे बनविणाऱ्या, भाले फेकून शिकार करणाऱ्या, शेळ्या-मेंढ्यांचे कळप बाळगणाऱ्या व घरगुती वापरासाठी ओबडधोबड मातीची भांडी बनविणाऱ्या जमाती! आपण अशा संस्कृतींबद्दल इतिहासात फक्त वाचलेलेच असते.

पण आपले प्रचंड अंतराळयान उतरल्यावर आणि त्यातून उतरलेले अंतराळवीर पाहिल्यावर त्या मागासलेल्या जमातीतील लोकांवर किती जबर परिणाम होईल, त्यांना किती दहशत बसेल याची काही कल्पना ?

धूर व ज्वाळा सोडत आपले प्रचंड अंतराळयान उतरलेले पाहिल्यावर ते भीतीने जमिनीत तोंडे खुपसतील. डोळे वर करून बघण्याचे धैर्यही त्यांना होणार नाही. आपले अंतराळयान उतरल्यावर त्यातून मुखवटे घातलेले अंतराळवीर उतरतील. त्यांच्या डोक्यांवर शिरस्त्राणे (हेलमेट्स्) व शिंगे (सन्देशासाठी ॲन्टिना) असतील. ते उड्या मारल्यासारखे चालतील. (कंबरेला बांधलेल्या छोट्या अग्निबाणांच्या सहाय्याने) रात्रीसुद्धा दिवसासारखा स्वच्छ प्रकाश पाडतील. (सर्चलाईटसच्या सहाय्याने) मधेच आपण करीत असलेल्या स्फोटांच्या दणक्यांनी तिथल्या लोकांची पाचावर धारण बसेल. (निरनिराळ्या खनिजांच्या शोधासाठी आपण करीत असलेले चाचणी स्फोट) आणखी विचित्र प्राणी आणि कीटक घरघर करीत, निरनिराळे आवाज करीत उडताना पाहून ते भीतीने थरथरा कापतील. (हेलिकॉप्टर्स व इतर अनेक कामांना उपयोगी पडणारी छोटी छोटी वाहने.)

लपून छपून आपल्या अंतराळवीरांवर त्या जमातीतले लोक लक्ष ठेवून राहतील. त्यांच्याकडे दुर्लक्ष करून आपले अंतराळवीर त्यांची नेमून दिलेली कामे कष्ट घेऊन चोख करीत राहतील. या 'देवां'पासून काही धोका तरी दिसत नाही एवढे लक्षात आल्यावर ते काही तरी भेटवस्तू घेऊन आपल्या अंतराळवीरांना भेटायला येतील. कॉम्प्युटरच्या सहाय्याने आपले अंतराळवीर झपाट्याने त्यांची भाषा शिकतील आणि त्यांना समजावतील की ते देव वगैरे नाहीत. त्यांच्यासारखीच माणसे आहेत पण दुसऱ्या ग्रहावरून आलेली! पण या सत्य बोलण्याचा परिणाम त्यांच्यावर होणेच शक्य नाही. हे सत्य त्यांच्या आकलनाबाहेरचे असेल.

त्यावर ते विश्वासच ठेवणार नाहीत. त्यांना एकच गोष्ट पटलेली असेल की हे अंतराळवीर दुसऱ्या ताऱ्यांवरून आले, आकाशमार्गाने आले. हे निरनिराळे चमत्कार करीत आहेत, सर्व शक्तिमान आहेत, तेव्हा ते देवच असले पाहिजेत. देव नाहीत तर कोण असतील? अंतराळवीरांनी मदतीचा पुढे केलेला हात हातात घेण्याचे भानही त्यांना राहणार नाही आणि त्यांच्यावर झालेल्या आक्रमणाची उमजही त्यांना होऊ शकणार नाही.

यानंतर काय काय घडेल याची कल्पना करणे तसे अवघडच असले तरी काही गोष्टी निश्चितच घडतील. तिथल्या जमातीतल्या काही लोकांचा तरी विश्वास हे अंतराळवीर संपादन करतील. युरेनियमसारख्या द्रव्यांनी झालेल्या स्फोटांनी कुठे एखादा प्रचंड खड्डा वगैरे पडला असेल तर तो शोधायची कामगिरी त्यांना सांगितली जाईल. कारण परतीच्या प्रवासासाठी त्यांना त्याचीच आवश्यकता असेल.

त्या जमातीतल्या एखाद्या बुद्धिमान माणसाला हे अंतराळवीर 'राजा' म्हणून घोषित करतील आणि आपल्याशी कधीही संपर्क जोडण्यासाठी त्याला एक रेडिओ सेटही देतील. राजाच्या शक्ती प्रदर्शनाचा तो एक तऱ्हेचा राजदंडच असेल. समाजसुधारणा, संस्कृती, नीति यांच्या साध्या साध्या कल्पना, साधे साधे नियम आपले अंतराळवीर त्यांना शिकवतील की ज्यामुळे त्यांची सुधारणा झपाट्याने होण्यास मदत होईल. काही निवडक स्त्रियांशी समागम करून आपले अंतराळवीर अशा जमातीचा पाया घालतील की तिची नैसर्गिकपणे प्रगती होण्यासाठी जितका काळ जाणार असेल त्यातला बराचसा काळही वाचेल. नैसर्गिक उत्क्रांतीतील एक पायरी गाळूनच ही छोटी नवी जमात प्रगती करून घेईल.

आपल्या स्वत:च्या अनुभवावरून ही जमात अंतराळ प्रवास करण्याइतकी प्रगत होईपर्यंत किती काळ जाईल हे आपल्याला माहीत आहेच!

मग आपले अंतराळवीर पृथ्वीवर परत यायची तयारी करायला लागतील. त्यांच्या तेथील अस्तित्वाच्या स्वच्छ खुणा ते मागे ठेवतील पण शास्त्रे, तंत्रविज्ञान, गणित या विषयात प्रगत झाल्यावरच तेथील जमातींना उलगडतील अशा त्या खुणा असतील.

आपण परत निघाल्यावर 'देवांनी' परत जाऊ नये असा हट्ट त्या ग्रहावरील लोकांनी करणे आणि तो हट्ट पाहून त्यांचे समाधान करण्यासाठी, 'आम्ही पुन्हा परत येऊ' असे वचन आपल्या अंतराळवीरांनी त्यांना देणे या गोष्टी अगदी स्वाभाविकपणे घडतील आणि मग आपली अंतराळयाने पुन्हा एकदा आकाशात झेप घेतील व त्यांच्या नजरेआड होतील.

मग ती जमात आनंदाने बेहोष होईल, कारण त्यांचे 'देव' त्यांच्यात राहून

गेलेले असतील. त्यांच्या या अनुभवांवरून ते काव्ये रचतील, महाकाव्ये रचतील. पिढ्यान्‌पिढ्या त्यांच्या आधारे देवांच्या भेटीची स्मृती नष्ट होऊ दिली जाणार नाही. अंतराळवीरांची प्रत्येक गोष्ट पवित्र म्हणून जतन केली जाईल.

तोपर्यंत लिहिण्याची कला त्यांनी आत्मसात केलेली असेल तर देवांच्या विलक्षण चमत्कारिक, गूढ आणि पारलौकिक भेटीचा संपूर्ण वृत्तांत लिहिला जाईल. देव 'आम्ही नक्की परत येऊ' असे सांगून गेले आहेत हे लिहायला कोणीच विसरणार नाही. त्यात जी चित्रे काढली जातील ती सुवर्णाची झळाळी असणारे कपडे घातलेल्या व उडत्या रथातून आलेल्या देवांची असतील. त्यातल्या गोष्टी सागर आणि जमिनीवर प्रवास करणाऱ्या देवांच्या रथांबद्दलच्या आणि त्यांच्याकडे असणाऱ्या विजेसारखा गडगडाट करणाऱ्या अस्त्रांबद्दल असतील.

त्यांच्यामधले शिल्पकार हातोडा आणि छिन्नी घेऊन खडकांवर चित्रे खोदायला सुरुवात करतील. ते खडकांवर चितारतील ती अंतराळवीरांसारखा पोषाख घातलेल्या, डोक्यावर शिरस्त्राणे व अँन्टिना असलेल्या, छातीवर पेट्या बांधलेल्या देवांची चित्रे! चेंडूसारख्या गोल यानांवर बसून उडणाऱ्या देवांची चित्रे! प्रकाशकिरण सोडणाऱ्या छोट्या काठ्या (लेसर गन्स) आणि विविध आकारातील जंतू आणि कीटक की ज्यांचा संबंध होता देवांच्या निरनिराळ्या वाहनांशी!

आपल्या कल्पनाशक्तीला काही अंतच नाही. तेव्हा त्यानंतर त्या ग्रहावर काय काय घडेल, याचीसुद्धा आपल्याला कल्पना करता येईल. ज्या जागेवर आपले अंतराळयान उतरले असेल ती जागा पवित्र म्हणून घोषित केली जाईल. नंतर तर ते यात्रेचे ठिकाणच बनेल. त्या जागांवर मंदिरे, पिरॅमिडस् बांधले जातील. ही बांधकामे अर्थातच आपल्या अंतराळवीरांनी घालून दिलेल्या कोणत्या तरी खगोलशास्त्राच्या नियमानुसारच होतील.

जमाती जमातीमधली युद्धे कधीच थांबणारी नसतात. तेव्हा कदाचित अशा युद्धात या सर्व जागा हळुहळू उदध्वस्तही होतील, लोक देशाधडीला लागतील आणि या पवित्र वास्तूंवर जंगलांचे आक्रमण होईल. नाहीतर भूकंप, महापूर यासारख्या नैसर्गिक आपत्तींनी ही बांधकामे जमिनीखाली गाडली जातील.

अनेक पिढ्यांनंतरचे संशोधक पुन्हा या सर्व गोष्टी शोधून काढतील आणि त्यांचा अर्थ लावायचा प्रयत्न करतील.

अमेरिकेची प्रचंड आरमारी जहाजे प्रथमच दक्षिण समुद्रात शिरल्यावर किंवा कोर्टेससारखा रानटी स्पॅनिश सैन्याधिकारी दक्षिण अमेरिकेत उतरल्यावर काय हाहा:कार माजला होता, हा इतिहास आपल्याला तसा ताजा आहे. त्यामुळेच आपले अंतराळवीर जेव्हा एखाद्या अज्ञात ग्रहावर आक्रमण करतील तेव्हा तिथल्या संस्कृतीवर, तिथल्या मागासलेल्या जमातींवर किती जबरदस्त परिणाम

होईल याची, अंधुकशी का होईना, पण आपण कल्पना करू शकतो.

भविष्यकाळात नजर टाकेपर्यंत आपल्याला आपला भूतकाळ नीट समजू शकत नाही हे जे म्हटले आहे त्याचे कारण असे की आज आपण अशाच कुठल्या तरी पल्ल्यावर उभे आहोत. ज्यांचा अर्थ आजपर्यंत लागत नव्हता अशा गूढ आणि रहस्यमय गोष्टी आज आपल्याला पृथ्वीवर सापडत आहेत. हजारो वर्षांपूर्वी जे अंतराळवीर असेच आपल्या पृथ्वीवर उतरले होते त्यांनीच मागे ठेवलेल्या या अंधुकशा खुणा आहेत का? या प्रश्नाचे उत्तर आता शोधलेच पाहिजे.

हे मान्य आहे की या सर्व प्रश्नांची उत्तरे आपल्याला आपल्या भूतकाळातच घेऊन जात आहेत; पण आपल्या भविष्यकालीन योजनांशी ही उत्तरे अगदी निगडित आहेत. या प्रश्नांची उत्तरे शोधेपर्यंत आपले भविष्यकाळातील यश आपल्यापासून दूर पळणार आहे. म्हणूनच या महत्त्वाच्या कोड्यांची उकल करणे अत्यंत महत्त्वाचे आहे.

असंभाव्य आणि अशक्य कोटीतील विस्मयकारक सत्यकथा

इतिहास तरी कसा लिहितात? उत्खनन करून सापडलेले अवशेष, सर्व भाषातील जुनी महाकाव्ये, गुहातल्या भिंतींवर, खडकांवर चितारलेली-कोरलेली चित्रे, आख्यायिका, दंतकथा इत्यादी अनेक गोष्टींचा उपयोग करून मानवाचा इतिहास लिहिला आहे. पण हा प्रयत्न होत असताना मधल्या मोठमोठ्या कालखंडात काय घडले आहे याचा इतिहासकारांना पत्ता लागला नसावा. अंदाजाने काही काही घटना अशाच तऱ्हेने घडल्या असाव्यात असा कयास करून त्यांनी तो तो कालखंडही भरून टाकला आणि पुनः पुन्हा तेच तेच सांगून तो आपल्या इतका गळी उतरवला की आपण विसरूनच गेलो की मधे मधे या इतिहासाचा पायाच फार कच्चा आहे म्हणून!

नवीन उजेडात आलेल्या गोष्टी प्रचलित समजुतींच्या जेव्हा विरूद्ध होत्या तेव्हा तर इतिहासकारांनी त्यांच्याकडे संपूर्ण दुर्लक्ष केले. एवढेच नव्हे तर अशा गोष्टींची जास्तीच टवाळकी केली.

त्यांनी लिहिलेला इतिहास चुकीचा आहे हे ते कसे मान्य करणार? म्हणूनच आपला खरा इतिहास समजून घ्यायचा असेल तर प्रत्येक गोष्टीवरच अविश्वास दाखवला पाहिजे आणि संशयास्पद भाग तर पुन: पुन्हा नव्याने तपासला पाहिजे. इतिहास काही इतिहासकारांच्या डोळ्यांसमोर घडलेला नाही. तेव्हा निदान गृहित धरलेल्या बाबींविरुद्ध पुरावा मिळाला तर गृहित धरलेली गोष्ट चुकीची आहे हे म्हणण्याचे धाडस तरी आता दाखविले पाहिजे आणि संशोधन करून नवीन तऱ्हेने तेवढा भाग रचला पाहिजे. तेव्हा स्वच्छ मनाने, औत्सुक्याने व जिज्ञासू वृत्तीने आपण आपल्या 'देवांनी' सोडलेल्या वारसा हक्काची शहानिशा करू या.

सोळाव्या शतकाच्या सुरुवातीला तुर्कस्तानच्या आरमारात 'पिरीरीस' नावाचा एक ॲडमिरल होता. त्याला एक छंद होता. जुने नकाशे गोळा करणे आणि नवनवीन नकाशे बनविणे. त्याने काढलेले २१५ नकाशे त्या काळात तुर्कस्तानमध्ये उपलब्ध होते. त्याने एक 'जगाचा नकाशा' तयार केला होता. हा सर्वांत जुना नकाशा समजला जातो. त्याने हा नकाशा तयार करताना कुठले जुने नकाशे, ग्रंथ वा साधने वापरली होती हे आपल्याला माहीत नाही. कोलंबसचा एकही नकाशा आज उपलब्ध नाही. पण या नकाशासाठी त्याने कोलंबसच्या एका नकाशाचाही आधार घेतला होता असे तोच सांगत असे. दोन भागात वेगवेगळ्या रंगांनी हरणाच्या कातड्यावर काढलेला हा नकाशा नंतर सापडतच नव्हता; पण १९२९ मध्ये तुर्कस्तानच्या राष्ट्रीय पदार्थ संग्रहालयाचे संचालक बी. हलील एडेन याना हे दोन्ही भाग सापडले. पुढच्या दहा वर्षांत जगातील बहुतेक सर्व वस्तू संग्रहालयात याच्या प्रती पोहोचल्या होत्या. अमेरिकेतील जुन्या नकाशांचे तज्ज्ञ आर्लिंग्टन मॅलेरी यांच्या नजरेस या प्रती येईपर्यंत आणखी पंधरा वर्षे गेली. त्यांनी हे नकाशे बघितले आणि त्यांना आश्चर्याचा धक्काच बसला. त्यात दाखविलेली माहिती १५१३ साली उपलब्ध असणेच शक्य नव्हते. त्यांना फक्त एकच गोष्ट वेगळी वाटत होती. सर्व भौगोलिक माहिती बरोबर असली तरी ती योग्य जागी वाटत नव्हती. मॅलेरी यांनी अमेरिकन आरमाराच्या हायड्रोग्राफिक ब्युरोचे नकाशा तज्ज्ञ वॉल्टर्स यांची या नकाशांच्या पूर्ण संशोधनासाठी मदत घेण्याचे ठरविले. वॉल्टर्ससुद्धा हा नकाशा पाहून चकित झालेच होते.

असे होते तरी काय त्या नकाशात?

त्यावेळी कोलंबसने नुकताच अमेरिकेचा शोध लावला होता. हिंदुस्तान शोधायला म्हणून निघालेला कोलंबस अमेरिकेत पोहोचला होता. म्हणजे पृथ्वीबद्दलचे भौगोलिक अज्ञान किती अफाट होते हे मुद्दाम सांगायला नकोच.

अमेरिकेचा नकाशा कोणी बनवायचा प्रश्नच अर्थात उद्भवत नव्हता.

पण पिरीरीसच्या नकाशात दक्षिण अमेरिका, उत्तर अमेरिका यांच्या हद्दी,

भूमध्य समुद्र, मृत समुद्र यांच्या किनारपट्ट्या, अंतर्भागातील पर्वतशिखरे, नद्या, पठारी प्रदेश इत्यादी भौगोलिक माहिती बिनचूकपणे दाखविलेली होती. शिवाय कॅनरी बेटे आणि अझूरेस ही सुद्धा स्पष्ट दाखविलेली होती.

दक्षिण अमेरिकेचे टोक आणि अन्टार्क्टीक प्रदेश यामध्ये सध्या सतत खवळलेला समुद्र असताना पिरीरीसच्या नकाशात अमेरिका आणि अन्टार्क्टीका प्रदेश भूखंडाने जोडलेले दाखविले आहेत. आज अन्टार्क्टीका प्रदेश बर्फाच्छादित आहे. इतकेच नव्हे तर तिथे जवळ जवळ एक मैल जाडीचा बर्फाचा थर आहे. तरीही पिरीरीसच्या नकाशात मात्र त्या भागातील पर्वतराजी, किनारपट्ट्या, उपसागर, बेटे स्पष्टपणे दाखविलेली आहेत. म्हणजेच तो प्रदेश बर्फाच्छादित होण्यापूर्वीची तेथील भूरचना या नकाशात आहे. अलिकडेच दक्षिण अमेरिका व अन्टार्क्टीक प्रदेश यांच्या दरम्यानच्या समुद्राचे विमानातून इन्फ्रारेड किरणांच्या सहाय्याने फोटो घेतले असताना ११००० वर्षांपूर्वी हे दोन्ही प्रदेश भूखंडाने जोडलेले होते हे सिद्ध झाले आहे. या सर्वांची पिरीरीसला त्यावेळी कोठून माहिती मिळाली?

पण वॉल्टर्स आणि मॅलेरी यांना एका कोड्याचा उलगडा तरीही होत नव्हताच. तो नकाशा त्या काळातील इतर नकाशांप्रमाणे निर्देशक घेऊन काढल्यासारखा वाटत नव्हता. नकाशात खंडांची टोके जरा खाली खेचल्यासारखी, निमुळती दिसत होती, लांबट वाटत होती. याचे कारण कित्येक दिवस कळले नाही. उपग्रहाद्वारे खूप उंचीवरून जेव्हा पृथ्वीचे फोटो काढले तेव्हा त्यातही खंडांची टोके लांबुळकी आली. याचे कारण पृथ्वीच्या गोल आकारामुळे कॅमेऱ्याच्या भिंगाच्या केंद्रबिंदुपासून दूर असणारा भाग लांबटच येतो.

उपग्रहांद्वारे कैरो शहराच्या खूप उंचीवरून घेतलेल्या फोटोशी तुलना केल्यावर पिरीरीसचा नकाशा या नकाशाशी तंतोतंत जुळतो.

१९५७ च्या आंतरराष्ट्रीय भौगोलिक वर्षात मॅलेरी, वॉल्टर्स आणि वेस्टन ऑब्झरव्हेटरीचे संचालक आणि अमेरिकन नौदलाचे नकाशा तज्ज्ञ फादर लाइनहॅम या सर्वांनी हे नकाशे पुन्हा पाहिले. २८ ऑगस्ट १९५८ रोजी या तिघांनी एक परिषद घेतली. त्यात त्यांनी हेच निष्कर्ष काढले.

नकाशे बनविण्याचे आधुनिक तंत्र आत्ताच पुढे येत असताना हे नकाशे विमानांच्या सहाय्याशिवाय आणि फोटो घेण्याचे ज्ञान असल्याशिवाय काढले गेले आहेत म्हणावे तर ते कसे काढले गेले असतील हेच कळत नाही. रेखांशसुद्धा आपण २०० वर्षांपूर्वीच शिकलो. पिरीरीसच्या नकाशात रेखांशसुद्धा अचूक दाखविले आहेत.

पिरीरीस म्हणत असे, 'माझ्या नकाशासारखा नकाशा जगात कुणाकडेच

नाही.' ते अनेक अर्थांनी खरे ठरले आहे. पिरीरीसने इतर कुठल्या तरी नकाशाच्या प्रतींवरून किंवा प्रतींच्या प्रतींवरून त्याचा नकाशा काढला होता हे मान्य करून सुद्धा आपल्या पूर्वजांनी तरी हे नकाशे प्रथम काढले नव्हते हे नक्कीच! विमानाचा शोध विसाव्या शतकात लागला असताना हजारो वर्षांपूर्वी ज्यांना विमानातून आकाशात उडण्याचे, फोटो काढण्याचे व त्या फोटोंच्या सहाय्याने नकाशे बनवण्याचे ज्ञान होते ते होते तरी कोण? आपला इतिहास याबाबत काहीच सांगू शकत नाही; कारण ११००० वर्षांपूर्वीच्या इतिहासात अंतराळ प्रवास ही चीज बसूच शकत नाही.

आता हे आणखी एक चमत्कारिक उदाहरण! दक्षिण अमेरिकेत पेरू नावाचा एक देश आहे. लिमा ही या देशाची राजधानी आणि एक बंदरही. सागर किनाऱ्यालगतची जमिनीची पट्टी सोडली की सागरालाच समांतर अशी ॲन्डिज पर्वतांची रांग आहे. लिमा बंदरातच असलेल्या एका डोंगराच्या कड्यावर ८२० फूट उंचीचा एक प्रचंड त्रिशूळ खोदलेला आहे. तो समुद्रातून आणि विमानातून १२ मैल अंतरावरून दिसू शकतो. या त्रिशूळाने दाखविलेल्या दिशेने विमानातून गेलो तर ॲन्डिज पर्वतातील ३७ मैल लांब आणि १ मैल रूंदीच्या एका प्रचंड पठारावर आपण येतो. त्याला म्हणतात नाझकाचे पठार. कारण तिथेच नाझका हे अगदी पुराणकालीन (किती जुने तेही कळत नाही) शहर आहे. त्या पठारावर मैलोगणती जाणाऱ्या अगदी सरळ रेषा दिसतात. काही रेषा एकमेकींना छेदतात, काही एकमेकींना समांतर आहेत. रेषांच्या बाजूला अनेक चित्रविचित्र आकृत्या आहेत पण त्याही भूमितीतल्या आकृत्यांप्रमाणे अगदी आखीवरेखीव आहेत. मध्येच एखादी टेकडी वगैरे आली तरी तिच्या पलीकडे अगदी त्याच सरळ रेषेत त्या सुरू होतात आणि अचानक संपतात. आपली इतिहासकार मंडळी त्या रेषांना म्हणतात इंका रस्ते! का? तर एकेकाळी त्या भागात इंका लोकांचे साम्राज्य होते म्हणून. पण आपण रस्ते का बांधतो? एका ठिकाणाहून दुसऱ्या ठिकाणी जाण्यासाठी. पण प्रश्न असा आहे की हे रस्ते तर कुठे पोहोचतच नाहीत. शोभेखातर किंवा मजेखातर इतक्या उंच पठारावर कुणी रस्ते बांधून ठेवील काय?

या सर्व रेषा पाहिल्यावरच लक्षात येते की एखाद्या प्रतिकृतीवरून तरी त्या आखल्या आहेत किंवा विमानातून कोणी तरी दिलेल्या स्पष्ट सूचनांप्रमाणे. कोणत्याही आधुनिक यंत्रांशिवाय व साधनांशिवाय वर्षानुवर्षे कोणी हा खटाटोप केला असेल?

आज जर विमानातून या पठाराकडे नजर टाकली तर एखाद्या प्रचंड विमानतळाचाच भास होतो. अंतराळातून येणाऱ्या अंतराळयानांच्या सोयीसाठी

ते केले नसतील तर ते सारे श्रम संपूर्णत: व्यर्थ होते असेच म्हणावे लागेल.

आज स्पेस शटलसाठी कधी बांधली नव्हती इतकी प्रचंड धावपट्टी अमेरिकेत बांधलेली आहे. आपल्या अंतराळयानांसाठी बनत असणारे पहिले अंतराळस्थानक!

स्पेस शटलमधून अग्निबाण सोडता येतील, मानवरहित अंतराळयाने नेता येतील, उपग्रह नेता येतील या सर्व गोष्टी खऱ्या आहेत. पण परत येताना एकदा का ते पृथ्वीच्या वातावरणात शिरले की इंधनाच्या टंचाईमुळे विमानतळावरून पुन्हा दुसरी फेरी मारून ते काही उतरू शकणार नाही. पहिल्या फेरीतच ते विमानतळावर उतरवता आले पाहिजे आणि म्हणूनच त्यासाठी प्रचंड धावपट्टीची आवश्यकता असते. मग नाझकामधल्या मैलोन्मैल रेषा अंतराळयानांच्या सोयीसाठी नाहीत असे म्हणून अजूनही विरोध करणार का?

इंका लोकांच्यासुद्धा आधीच्या काळातील लोकांना हे सर्व करायला उद्युक्त कोणी केले? अंतराळयानांची कल्पना असल्याशिवाय हे परिश्रम केले गेले असतील हे अशक्य आहे.

आज भूमितीशी संबंध बाळगून असणारा एखादा धर्मपंथ, खगोलशास्त्राच्या नियमानुसार तयार केलेले कॅलेन्डर, गुप्त लिपीत केलेले लिखाण इत्यादी अनेक स्पष्टीकरणे देण्याचा प्रयत्न होत आहे.

पण आकाशातून या पठाराकडे नजर टाकली तर तो प्रचंड अंतराळयानांसाठी बनविलेला विमानतळच वाटतो यात शंका नाही. धावपट्ट्या जर का सिमेंटच्या बनवलेल्या असत्या तरच तो विमानतळ ठरला असता? का? आपण सिमेंट वापरतो म्हणून? एखाद्या टणक प्लॅस्टिकसारख्या थराने काम नसते भागले? तो झाला असेल आता नष्ट. अंतराळयानांना उतरण्यासाठी चाकांची तरी जरुरी असते कशावरून? हॉवर क्राफ्टसारखी जमिनीलगत हवेच्या उशीवर ती नसती चालली?

याच दक्षिण अमेरिकेत बोलिव्हिया देशात टिआहुआन्को नावाचे अति प्राचीन शहर आहे. अत्यंत रहस्यमय! भरभराटीत नांदताना ते कुणी पाहिलेलेच नाही. माहिती आहे तेव्हापासून आपण त्याचे भग्नावस्थेतील अवशेषच पाहत आहोत.

तिथले सूर्यद्वार म्हणजे पुराणवस्तू संशोधनातले एक आश्चर्य आहे. ते जवळ जवळ १० फूट उंच आणि १६॥ फूट रूंद आहे. दहा टन वजनाच्या एका अखंड दगडातून ते कोरून काढलेले आहे. उडता देव आणि त्याच्याभोवती ४८ चौरसात मूर्ती कोरलेल्या आहेत.

या शहराबद्दल आख्यायिका काय सांगतात?

ताऱ्यांवरून सुवर्णाच्या अंतराळयानात बसून 'एरियाना' ही स्त्री आली. जगन्माता होण्यासाठी! तिला पातळ पडद्याने जोडलेली चार चार बोटे

होती. तिने ७० मुलांना जन्म दिला आणि ती परत निघून गेली.

चारच बोटे असणाऱ्या माणसांची चित्रे तिथे खडकावर कोरलेली आढळतात. ही कोरीव कामे किती जुनी आहेत याचा अंदाजच लागत नाही.

याच शहरात १९३२ मध्ये २४ फूट उंचीची आणि २० टन वजनाची एक भव्य मूर्ती सापडली आहे. या मूर्तीवर अप्रतिम कारागिरीतून निर्माण झालेली शेकडो चित्रे आणि चिन्हे आहेत. या चित्रांचा आणि चिन्हांचा अर्थ लावण्यासाठी तज्ज्ञांनी खूप खटपट केली तेव्हा २७००० वर्षांपूर्वी पृथ्वीवरील वर्ष २८८ दिवसांचे होते व एक उपग्रह पृथ्वीभोवती वर्षातून ४२५ फेऱ्या मारीत होता असा त्यांचा अर्थ असल्याचे दिसून आले.

श्री. बेलामी आणि श्री. ॲलन या दोघा शास्त्रज्ञांनी या मूर्तीवरच एक पुस्तक लिहिलेले आहे. त्यांच्या मते या चिन्हात खगोलशास्त्राचे बरेच ज्ञान गुंतले आहे आणि ते सर्व पृथ्वी गोल आहे या गोष्टीवरच आधारित आहे. त्याच्या फक्त ५ वर्षे अगोदर १९२७ मध्ये होरबिजर या शास्त्रज्ञाने 'उपग्रहाचा सिद्धांत' (Theory of Satellites) मांडला होता. त्याच्या सिद्धान्ताप्रमाणे पूर्वी एक उपग्रह पृथ्वीच्या कक्षेत आला. तो जसजसा जवळ येऊ लागला तसतसा पृथ्वीचा भ्रमणकाळ कमी कमी होऊ लागला. शेवटी तो उपग्रह फुटला. त्यातला जो एक तुकडा पृथ्वीभोवती फिरायला लागला तो चंद्र होय. १९२७ मध्ये मांडलेला हा सिद्धान्त आणि हजारो वर्षांपूर्वीच्या मूर्तीवरील चिन्हांचा अर्थ यात समान धागा असावा हे आश्चर्यकारक नाही?

ही मूर्ती ज्या देवळात सापडली आहे त्या देवळाचे बांधकाम मात्र अगदी टाकाऊ आहे. म्हणून त्या देवळाचा उल्लेखही 'जुने देऊळ' असा करतात. मूर्तीवरील खगोलशास्त्राची २७००० वर्षांपूर्वीची माहिती बरोबर आहे असे जर कधी निश्चित सिद्ध झाले तर ज्यांना ही मूर्ती ठेवण्यासाठी चांगले मंदिरसुद्धा बांधता आले नाही अशा लोकांना ते ज्ञान होते असे कसे म्हणणार? मग तो कुठल्या परग्रहवासियांचा वारसा आहे? कुठले प्रतिनिधी होते ते?

प्रश्न, प्रश्न आणि प्रश्नच मनात उभे राहतात पण मनाला भिडणाऱ्या प्रश्नांचे एक वैशिष्ट्य असते. त्यांचे संपूर्ण समाधानकारक उत्तर मिळेपर्यंत ते मनात घर करून राहतात, तुमची झोप उडवतात. नुसते दुर्लक्ष करून असे प्रश्न विसरताच येत नाहीत.

नक्षत्रे, चंद्रभ्रमण, पृथ्वीचे स्वत:भोवतीचे फिरणे, चंद्राच्या जागेत तासातासाला घडणारा फरक, रात्र आणि दिवस कधी सारखे असतात हे सर्व सांगणारे कॅलेन्डर अस्तित्वात असू शकेल का असा प्रश्न विचारला तर तुम्ही काय म्हणाल? उगीचच विचारलेला प्रश्न नाही हा! असे एक अप्रतिम प्राचीन

कॅलेन्डरही टिआहुआन्को येथे खरोखर अस्तित्वात आहे. ज्यांनी कोणी या कॅलेन्डरची आखणी केली आणि ते निर्माण केले त्यांची संस्कृती आपल्यापेक्षा अत्यंत उच्च दर्जाची होती ही गोष्ट वादातीत आहे. कोणती संस्कृती होती ही? या प्रश्नाचे उत्तर इतिहासात नाही.

१३००० फूट उंचीवरील टिआहुआन्को शहरात गेलो आणि त्या पठारावर नजर टाकली तर आपण पृथ्वीवर आहोत की दुसऱ्या कुठल्या ग्रहावर हे कळत नाही. शारीरिक कष्टाची कामे कठीण, कारण विरळ हवेचा त्रास आणि त्या उंचीवर होणारा प्राणवायूचा अपुरा पुरवठा. तरीही इथे एक प्रचंड शहर अस्तित्वात होते याच्या खुणा लपत नाहीत आणि हे अवशेष किती जुने आहेत ते कळत नाही. रहस्य आणि अज्ञान यांच्या गडद धुक्यात या शहराचा इतिहास दडून गेला आहे.

१००-१०० टन वजनाच्या दगडांवर ६०-६० टन वजनाचे दगड रचून उभारलेल्या भिंती इथे आढळतात. अत्यंत गुळगुळीत पण अजस्त्र चौरस दगड, एकमेकांवर मध्ये एक तसूचे अंतर न ठेवता चढविले आहेत. सर्व कारागिरी इतकी उत्तम आहे की दोन दगड जोडण्यासाठी मध्ये सिमेंटसारखे काही वापरावे अशी आवश्यकताच भासलेली दिसत नाही.

एका मोकळ्या जागेत अनेक दगडी चेहरे कोरून काढले आहेत. लक्ष देऊन नीट पाहिले असता लक्षात येते की प्रत्येक चेहरा वेगळा आहे. काहींचे ओठ जाडे, काहींची नाके टोकदार, काहींचे कान जाडे, काहींचे चेहरे रूंद तर काही अरूंद! काही जणांचे चेहरे पुन्हा शिरस्त्राणांनी झाकले गेलेले आहेतच. हे सर्व अज्ञात चेहरे कुठला संदेश आपल्याला देऊ पाहात आहेत? कोणते गूढ रहस्य या शहराने दडवून ठेवलेले आहे? दुसऱ्या कुठल्या ग्रहावरील अंतराळवीरांच्या भेटीचे उत्तर इथे आहे?

पेरू देशातील आजच्या कुझको शहरापासून काही फूट उंचीवरच इंका लोकांची संरक्षक तटबंदी आहे. १००-१०० टनी अवजड आणि गुळगुळीत दगडांच्या भिंती इथे कोणी व कशा बनवल्या असतील? आजही १५०० फूट लांब आणि ५४ फूट रूंद असा तट तिथे अस्तित्वात आहे.

कोणत्या तंत्राने आपल्या पूर्वजांनी हे प्रचंड दगड खाणीतून काढून इथवर आणले, उत्कृष्टरित्या गुळगुळीत केले आणि एकमेकांवर चढवले?

पण आपली कल्पनाशक्तीसुद्धा बोथट व्हावी असा प्रकार कुझको शहरापासून फक्त अर्ध्या मैलावर असलेले दुसरे पौराणिक शहर साकसेहुआमान पाहिल्यावर होतो.

२०,००० टन वजनाची एक अजस्त्र दगडी शिला पाहिली की आश्चर्याचा

जबरदस्त धक्का बसतो. साकसेहुआमानच्या टेकड्यातील एका प्रचंड खड्ड्यात चार मजले उंचीएवढा हा एक अजस्त्र दगड आहे. अत्यंत उत्कृष्ट कारागिरीचे काम त्यावर केलेले आहे. पायऱ्या, कठडे कोरलेले आहेत. खुर्च्यांप्रमाणे बसायला सोयही केल्यासारखी वाटते. पण तरीही काही तरी वेगळेच भासत आहे असा विचार मनात येतो. तेवढ्यात लक्षात येते की हा दगड त्याच्या डोक्यावर उलटा उभा आहे. छपरापासून पायऱ्या खाली येत आहेत.

कोणत्या मानवी हातांनी हा राक्षसी दगड प्रथम खाणीतून काढला?

कोणत्या भयानक शक्तींनी तो उलटा झाला?

कोणत्या पाशवी शक्ती इथे काम करीत होत्या?

आणि का?

या गोष्टींचा विचार करीत तिथे फिरत असतानाच अर्ध्या मैलावरील पर्वतावरील खडक वितळून पाझरला आहे असे लक्षात येते.

खडक वितळण्याची क्रिया फक्त अतिप्रखर उष्णतेने होऊ शकते.

अशाच तऱ्हेचा वाळूही वितळण्याचा प्रकार गोबीच्या वाळवंटात आणि जुन्या इराकी अवशेषात दिसतो.

मुद्दा एकच! नेवाडाच्या वाळवंटात अणुबॉम्बचे प्रयोग सुरू झाल्यावर तिथेही अगदी हाच प्रकार घडला होता.

मग हजारो वर्षांपूर्वी वर उल्लेखिलेल्या ठिकाणी अणुस्फोट झाले असतील? कोणी केले? का केले? आणि मुख्यत: हे अणुस्फोट कोणी घडवले असतील? अणुशक्तीचे ज्ञान या प्राचीन काळात ज्यांना निश्चितपणे होते ते लोक होते कोण?

या सर्व गोष्टींचा गंभीरपणे विचार करून त्यांची उत्तरे शोधण्याचा प्रयत्न कधी केला जाणार आहे?

अशा गोष्टींना पैशाची कमतरता हे कारण नेहमीच पुढे केले जाते.

पण जगातील इतर किती तरी गोष्टींसाठी पैसा उपलब्ध आहे. भूतकाळाचे संशोधन हा महत्त्वाचा विषय नाही?

भविष्यकाळावर नजर ठेवूनही पाण्यासारखा पैसा ओतला जातो आहे. भविष्यात अनेक तांत्रिक अडचणींवर मात करावी लागणार आहे. शक्यता आहे की भविष्यकाळात निर्माण होणाऱ्या प्रश्नांची उत्तरे भूतकाळाचे संशोधन करीत असताना भूतकाळच देईल म्हणून. असे झाले तर भविष्यकालीन संशोधनाला चालनाच मिळेल की!

कशावरही लिहिलेले असोत सर्व धर्मग्रंथ अंतराळयानात बसून फिरणाऱ्या, इतर ताऱ्यांवरून आलेल्या, भयानक विनाशकारी शस्त्रास्त्रे बाळगणाऱ्या देवांबद्दल

बोलताना आढळतात.

अंतराळातील अज्ञात बुद्धिमान जमातींबरोबर संपर्क साधण्यासाठी आपण आज रेडिओ लहरी पाठवीत आहोत. त्या ऐवजी किंवा त्या बरोबर आपल्याच पृथ्वीवरील अज्ञात बुद्धिमान जमातींचे संशोधन का करू नये? शेवटी पृथ्वी जवळच आहे. आपल्याला तिची थोडी फार माहिती आहे. त्यासाठी तरी अंधारात चाचपडावे लागणार नाही. कारण बुद्धिमान जमातींनी पृथ्वीवर मागे ठेवलेल्या खुणा सर्वच जण पाहू शकतात.

अशीच एक बुद्धिमान जमात म्हणजे सुमेरियन लोकांची!

५००० वर्षांपूर्वीच्या सुमेरियन संस्कृतीचा मेसापोटेमियामधील (म्हणजे सध्याचा साधारण इराक, इराण, सिरिया आणि जॉर्डन देशांचा अरबस्तानचा भाग) उगम काही शतके इतक्या जवळच शोधता येतो. ते लोक प्रथम कुठून आले ते कळत नाही पण त्यांनी त्यांची अत्यंत प्रगत अशी संस्कृती तिथल्या लोकांवर लादली हे आपल्याला माहिती आहे.

स्वत:च्या मालकीची कागदपत्रे, मालमत्ता वगैरे दाखविणाऱ्या कलाकुसरीच्या हजारो मुद्रा त्यांनी बनविल्या. हस्तिदंत कोरून त्यांच्यावर हिरे, माणके बसवून त्यांनी तयार केलेल्या शेकडो मौल्यवान वस्तू सापडतात. पंख असलेल्या, उडणाऱ्या, अग्नी सोडणाऱ्या, गोल चेंडूंवर स्वार झालेल्या 'देवांची' त्यांनी काढलेली इतकी चित्रे सापडतात की त्यांनीच पुस्तकेच्या पुस्तके भरतील.

त्यांनी खगोलशास्त्रात खूप मोठा पल्ला गाठला होता. चन्द्राच्या भ्रमणवेळेबाबतचा त्यांचा अंदाज फक्त ४/१० सेकंदाने चुकला आहे. त्यांनीच गिलगामेशचे अप्रतिम महाकाव्य लिहिले. १९५ ९५५ १०० ००० ००० ही पंधरा आकडी संख्या एका गणिताचे उत्तर म्हणून इराकमधील निनेव्ह येथील एका टेकडीवर त्यांनी लिहून ठेवलेली आढळते. या शोधाने तर शास्त्रीय जगतात फारच खळबळ माजवली आहे. १५ आकडी संख्या? सध्याच्या जगाला काव्य, शास्त्र, विनोद, कला, वाङ्मय, तत्त्वज्ञान इत्यादी सर्व गोष्टी देणाऱ्या ग्रीक संस्कृतीच्या सुवर्णयुगात सुद्धा त्यांनी १०,००० च्या पुढचे आकडे मोजण्याची किमया प्राप्त केली नव्हती. १०,००० च्या पुढचा कुठलाही आकडा त्यांच्या दृष्टीने अनंत होता. आजच्या कॉम्प्युटरवरसुद्धा १५ आकडी संख्या येत नाही. मग ग्रीक संस्कृतीच्या २५०० वर्षे आधीच्या सुमेरियन लोकांनी १५ आकडी संख्या कशी लिहिली?

त्यांना वर्ग, घन, वर्गमूळ, घातांक माहीत होते. पायथॅगोरसच्या सिद्धान्ताचेही थोडे फार ज्ञान होते. त्यांना क्षेत्रफळ मोजता येत होते. वर्तुळाचे ३६० भाग त्यांना पाडता येत होते. या सर्व ज्ञानाची प्राप्ती त्यांना झाली कुठून?

सुमेरियन लोकांच्या पहिल्या दहा राजांची नावे, त्यांची नाणी, त्यांच्या मुद्रा उपलब्ध आहेत. धक्का बसतो तो या दहा राजांनी मिळून ४५६००० वर्षे राज्य केले होते असे कळल्यावर. जलप्रलयाने विध्वंस झाल्यावर पुन्हा सर्व संस्कृतीचे पुनरुज्जीवन करणाऱ्या २३ राजांनीसुद्धा २४५१० वर्षे, ३ महिने आणि ३ दिवस राज्य केले होते. पहिल्या दहा राजांचे सरासरी आयुष्यमान ४५६०० वर्षे? विश्वास न ठेवावा तर त्यांची नाणी, त्यांच्या मुद्रा या सर्वांवर सर्व राजांची व्यवस्थित नावानिशीवार यादी आहे.

क्षणभर समजा की परग्रहावरील अंतराळवीरांनीच सुमेरियन लोकांना प्रथम समाजव्यवस्था आणि संस्कृती यांची दीक्षा दिली व नंतर ते स्वतःच्या ग्रहावर निघून गेले. कुतूहल म्हणा की त्यांनी हा जो नवीनच प्रयोग केला होता त्याचे फलित बघण्याची इच्छा म्हणा, त्यांनी दर ४०-४५ वर्षांनी सुमेरियन लोकांना भेट देण्याचे ठरविले.

वर्षानुवर्षे अंतराळप्रवास करण्याइतकी आपली आजची विज्ञानाची झेप पोहोचली नसली तरीही अंतराळ प्रवासाचा विचार करीत असताना आज जगातील शास्त्रज्ञ या प्रवासाबद्दल मान्य करीत असलेली एक बाब विसरून चालणार नाही. पृथ्वीवरून निघालेले एखादे अंतराळयान जर प्रकाशवेगाने (म्हणजे एका सेकंदाला १८६००० मैल या वेगाने) प्रवास करू शकत असेल तर त्या यानात जाणारा काळ आणि त्याच वेळात पृथ्वीवर जाणारा काळ यात जबरदस्त तफावत असते.

मायर या शास्त्रज्ञाने अशा तऱ्हेच्या प्रवासाबद्दल एक कोष्टकच बनवले आहे.

पृथ्वीवरून निघून परत पृथ्वीवर येईपर्यंत अंतराळात जाणारा काळ (वर्षे)	त्याच वेळात पृथ्वीवर जाणारा काळ (वर्षे)
१	१
१०	२४
१५	८०
२०	२७०
३०	३१००
४०	३६०००
५०	४२००००

दर ४०-४५ वर्षांनी अंतराळयात्री सुमेरियन लोकांना भेट देत असतील व त्यांनाच सुमेरियन लोक राजे मानत असतील तर त्याच काळात पृथ्वीवर ४०००० वर्षांचा काळ सहज निघून जात होता. मग सुमेरियन लोकांच्या दहा राजांनीच ४५६००० वर्षे राज्य केले असणे यात काहीच अशक्य नाही.

सुमेरियन लोकांच्या राजांच्या अमर्याद आयुष्याला 'देव हे अंतराळवीरच होते' याशिवाय दुसरे कुठले स्पष्टीकरण आहे?

सर्व धर्मग्रंथांत देवांनी परत येण्याचे वचन दिले आहे. दिलेल्या वचनाप्रमाणे देव परत येण्याची वाट पाहत शेकडो वर्षे सुमेरियन लोकांनी देवळे, पिरॅमिडस् बांधले असतील आणि त्यांचे देव तरी खरोखरच पुन: पुन्हा येत होते. सुमेरियन लोकांची मृत्तिकापत्रे सांगतात की यानंतर जलप्रलय झाला आणि त्यानंतरही देव पुन्हा परत आले.

सुमेरियन लोकांच्या देवाबद्दल काय कल्पना होत्या? त्यांच्या प्रत्येक देवाचा संबंध कुठल्या तरी ताऱ्याशी आहे. त्यांनी काढलेली चित्रे आपण हल्ली काढतो तशीच आहेत. वेगवेगळ्या आकारातील ग्रह या ताऱ्यांभोवती फिरताना दाखविले आहेत. अंतराळाचा वेध घेण्याचे आपले आधुनिक तंत्रज्ञान नसताना ताऱ्यांभोवती ग्रहमाला असते हे सुमेरियन लोकांना कोणी सांगितले होते? पंख असलेल्या, उडणाऱ्या, अग्नी सोडणाऱ्या, गोल चेंडूवर स्वार झालेल्या देवांची नानाविध चित्रे तर त्यांनी काढली आहेतच, पण त्यांचे आणखी एक चित्र पाहिले तर आपल्याला अणुची प्रतिकृतीच फक्त आठवते.

अंतराळाचा वेध घेऊ पाहणाऱ्या आजच्या आपल्या जिज्ञासू आणि चिकित्सक नजरेने सुमेरियन लोकांनी आपल्याला दिलेल्या वारसा हक्काकडे नजर फिरवली तर मनाला धक्का बसल्याशिवाय राहत नाही.

त्याच भौगोलिक भागात खालील गोष्टी सापडल्या आहेत.

६,००० वर्षांपूर्वीची मळसूत्राची (Spirals) नागमोडी वळणाची चित्रे.

गार कोबेह येथील ४०,००० वर्षांपूर्वीचा गारगोटीचा कारखाना आणि टेपे असियाब येथील १३,००० वर्षांपूर्वीची थडगी आणि दगडी आयुधे वगैरे.

बारडा बालका येथील गारगोटीची शस्त्रे आणि आयुधे.

तशी ही यादी खूप मोठी करता येईल. सापडलेली प्रत्येक वस्तू एकच गोष्ट सिद्ध करते. साधारण ४०,००० वर्षांपूर्वी सुमेर येथे अनेक मागासलेल्या जमातींचे वास्तव्य होते आणि तसा प्रगतीचा कुठलाही मधला टप्पा न घेता अचानक सुमेरियन लोक त्यांची अत्यंत प्रगत संस्कृती, उच्च विज्ञान, खगोलशास्त्र घेऊन अवतीर्ण झाले.

परग्रहांवरील अंतराळवीरांच्या भेटीचा सिद्धान्त हा अजून जरी तसा तर्कांवरच

आधारित असला तरीही ते सुमेर येथेही उतरले असावेत. उतरल्यावर आपले काही ज्ञान त्यांनी तिथल्या मागासलेल्या जमातींना नक्कीच दिले असावे. आज जगातल्या सर्व म्युझियम्समध्ये काचेच्या पेट्यातून ठेवलेले नकट्या नाकाचे, सरळ नाकाचे, जाड ओठांचे, गॉगल्स लावलेल्या डोळ्यांचे, शिरस्त्राणे घातलेल्या पुराणकालीन मानवांचे पुतळे आपल्याला दिसतात. त्या काळात पृथ्वीवर अस्तित्वात असलेल्या मानव जमातीशी यांचा अर्थाअर्थी काहीच संबंध दिसत नाही.

प्राचीन काळात अंतराळातून उतरलेल्या पाहुण्यांच्याच या प्रतिकृती असतील का?

जगात विविध भागात वितळलेल्या काचेसारखा दिसणारा कठीण पदार्थ मिळतो. त्यांना टेक्साइटस् म्हणतात. सर्व वस्तुसंग्रहालयात नानाविध आकारातले, सुईच्या अग्राएवढ्या आकारापासून माणसाच्या डोक्याइतक्या आकारांचे टेक्टाइटस् मांडून ठेवले आहेत. ते किती जुने आहेत, त्यात कोणती घटक द्रव्ये आहेत, कोणत्या पद्धतीने ते तयार होतात या सर्व गोष्टी आपल्याला माहीत आहेत. माहीत नसेल तर ती एकच गोष्ट! टेक्टाइटस् पृथ्वीवर सापडतातच कसे? कारण संशोधनात शास्त्रज्ञांची आणखी एका गोष्टीबद्दलची खात्री पटली आहे. ती म्हणजे टेक्टाइट्स् पृथ्वीवर निर्माण झालेले नाहीत.

इजिप्त आणि इराकमध्ये बिलोरी काचेची सुरेख भिंगे (Crystal Lenses) सापडतात. अशी भिंगे सिमियम ऑक्साईड वापरून बनवावी लागतात आणि हे द्रव्य फक्त इलेक्ट्रो-केमिकल पद्धतीने बनवता येते.

हेलवानमध्ये अत्यंत तलम असा विणलेला वस्त्राचा तुकडा सापडला आहे. आज तसे वस्त्र बनवण्यासाठी आधुनिक तंत्रज्ञान आणि अजोड अनुभव यांची गरज भासते.

बगदादमध्ये इलेक्ट्रिक ड्राय बॅटरीज् सापडल्या आहेत.

कोहिस्तानमध्ये एका गुहेत ग्रहनक्षत्रे दाखवली आहेत. बरोबर त्यांच्या १०,००० वर्षांपूर्वीच्या जागांवर! मात्र शुक्र आणि पृथ्वी एका सरळ रेषेने जोडले आहेत.

पेरू देशात प्लॅटिनमचे दागिने सापडले आहेत.

चीनमध्ये अॅल्युमिनियमच्या पट्ट्याचा तुकडा सापडला आहे.

दिल्ली येथील एका प्राचीन लोखंडी स्तंभात फॉस्फरस नाही आणि सल्फरही नाही. तरीही शेकडो वर्षे सर्व तऱ्हेच्या हवामानाला दाद न देता, न गंजता तो आजही तसाच उभा आहे.

आपल्या इतिहासाप्रमाणे या सर्व गोष्टी त्या त्या काळात केवळ अशक्य या सदरात मोडतात. म्हणूनच त्या आज आपल्याला अत्यंत बेचैन करीत आहेत,

अस्वस्थ करीत आहेत.

गुहेत राहणाऱ्या रानटी लोकांनी ग्रह, नक्षत्रे त्यांच्या योग्य जागी कशी दाखवली?

कोणत्या कारखान्यात क्रिस्टल लेन्सेस बनवल्या?

प्लॅटिनम १८००° सेंटिग्रेडला वितळायला सुरुवात होते. प्लॅटिनम वितळवून त्याचे दागिने बनवले कोणी आणि कसे?

ॲल्युमिनियम बॉक्साईटपासून काढतात. ते सोपे नाही. प्राचीन चिनी लोकांना हे शिक्षण कोणी दिले असणार?

ह्या प्रश्नांना उत्तरे देता येत नाहीत म्हणून का ते प्रश्न आपण विचारायचेच नाहीत?

आपल्याहून उच्च संस्कृती आणि आजच्यापेक्षाही अत्याधुनिक तंत्रज्ञानाचे पुरावे प्राचीन काळात मिळत असताना नुसते 'अशक्य' असे म्हणून काय होणार? असे म्हणून ते पुरावे काही नाहीसे होत नाहीत. प्राचीन काळातील तांत्रिकदृष्ट्या पुढारलेल्या संस्कृतीचे अस्तित्वच जर आपण मान्य करायला तयार नाही तर या गोष्टींना दुसरा एकच पर्याय आहे. परग्रहांवरील अत्यंत प्रगत अशा अंतराळवीरांनी पृथ्वीला दिलेल्या भेटी हाच!

जगातली सर्व जुनी ग्रंथालये गुप्त होती. का? कशाची भीती लोकांना वाटत होती? हजारो वर्षे गुप्त ठेवलेले कुठले ज्ञान उघडकीला येईल याची धास्ती होती? अशी धास्ती वाटत असली तर ती का?

संशोधन व प्रगती आता रोखून धरता येणार नाहीत. भूतकाळाबद्दलच्या हजारो चुका आता आपल्याला दुरूस्त कराव्या लागणार आहेत.

पूर्वी नवीन अशी कल्पना कोणी मांडली तर त्याची सरळ अंधार कोठडीत रवानगी व्हायची. नाहीतर धर्मगुरुंच्या हातात कोलीत असेच. जिवंत जाळायला! आता आपण, 'सुधारलेले' असल्याने या पद्धती नाहीत. पण नवीन विचार मांडणाऱ्या प्रत्येकाला नामोहरम करण्याचे प्रयत्न होतातच. जरा वेगळ्या तऱ्हांनी. सर्वात चांगली पद्धत म्हणजे अशा लोकांच्या तोंडावर काही वाक्ये फेकायची.

हे नियमाविरुद्ध आहे! (कधीही वापरायला उपयोगी.)

हे दर्जेदार नाही! (परिणाम व्हायलाच पाहिजे.)

शिक्षण तज्ज्ञ याला मान्यता देणार नाहीत! (अगदी खात्रीच!)

इतरांनीही असा प्रयत्न केला होता. (अर्थातच! पण तो यशस्वी झाला होता का?)

यात काही अर्थ नाही. (तोंड बंद करा.)

हे सिद्ध झालेले नाही.

५०० वर्षांपूर्वी न्यायालयात एका शास्त्रज्ञाने ओरडून सांगितले होते की थोडी फार अक्कल ज्याला आहे असा कोणीही म्हणेल की पृथ्वी गोल असणे शक्य नाही. पृथ्वी गोल असती तर दक्षिण गोलार्धातील लोक अंतराळाच्या पोकळीतच पडून गेले असते.

तर आणखी एक धर्ममार्तंड किंचाळले होते की बायबलमध्ये कुठेही पृथ्वी सूर्याभोवती फिरते असे म्हटलेले नाही. असे म्हणणारे लोक सैतानाचेच साथीदार असले पाहिजेत.

काय झाले या सनातनी विद्वानांचे?

एकविसाव्या शतकाच्या उंबरठ्यावर उभे असताना आज सर्व संशोधकांनी अतर्क्य आणि विलक्षण सत्यांना सामोरे जायची तयारी ठेवलीच पाहिजे.

जे ज्ञान आणि नियम अगदी काळ्या दगडावरची रेघ म्हणून कायम मान्य करण्यात आले आहेत ते सुद्धा आवश्यक तर पुराणमतवादी लोकांच्या विरोधाला न जुमानता बदलायची तयारी ठेवायला पाहिजे. कोणताही नियम देवाने घालून दिलेला, अति पवित्र नाही की ज्याला हातही लावू नये. कोणतीही गोष्ट 'अशक्य' म्हणून दुर्लक्षित होऊ नये. विज्ञानात कोणतीच गोष्ट अशक्य नाही हे शास्त्रज्ञांनी आता तरी ओळखायला पाहिजे. हे सत्य मान्य करण्याची किंवा ओळखायची आज ज्यांची तयारी नसेल ते उद्या त्याच सत्याच्या दडपणाखाली नष्ट होतील हे निश्चित!

तेव्हा आपणही आपल्या सिद्धान्तापासून मुळीच ढळायचे कारण नाही. हजारो वर्षांपूर्वी कुठल्या तरी परग्रहावरील अंतराळवीरांनी पृथ्वीला भेटी दिल्या होत्या. आपल्या मागासलेल्या पूर्वजांना या अंतराळवीरांच्या अत्यंत प्रगत तंत्रज्ञानाचा काहीच उलगडा होऊ शकत नव्हता. या दुसऱ्या ताऱ्यांवरून आलेल्या अंतराळवीरांची त्यांनीदेव म्हणून पूजा करायला सुरुवात केली. स्वत:ला देवत्व प्राप्त करून घेणे याशिवाय त्या अंतराळवीरांना शेवटी दुसरा मार्गच उरला नाही आणि म्हणून त्यांनी ते सहनही केले. कुणास ठाऊक? आणखी काही शतकांनी आपल्या पृथ्वीवरील अंतराळवीरांनाही अशाच कुठल्या तरी ग्रहावरील जमाती देव मानतील !

आजसुद्धा जगात काही जमाती इतक्या मागासलेल्या आहेत की मशिनगन म्हणजे त्यांना सैतानाचे शस्त्र वाटेल, जेट विमान म्हणजे देवांचे वाहनच आणि रेडिओवरील आवाज म्हणजे तर देववाणीच ! आणि आपण या सर्व गोष्टी अगदी गृहित धरून चालतो. पण या गोष्टींचा त्या लोकांवर किती परिणाम होईल? अगदी भाबडेपणाने, निष्कपटी मनाने महाकाव्यात रचून ते आपले अनुभव पुढल्या पिढ्यांना सांगतील. त्यांच्या बुद्धीप्रमाणे देवांच्या आकृती, त्यांचे रथ, त्यांची चित्रे गुहेतल्या भिंतींवर रंगवतील, कडेकपारींवर, खडकांवर कोरतील.

आज आपण ज्याचा शोध घेत आहोत ते आपल्या पूर्वजांनी अशाच तऱ्हेने आपल्यापर्यंत हजारो वर्षांनी पोहोचवले आहे.

फ्रान्स, उत्तर अमेरिका, दक्षिण ऱ्होडेशिया, सहारा, पेरू, चिली या जगातल्या कानाकोपऱ्यातील गुहेतली चित्रे आपल्या सिद्धान्ताची साक्षीदार आहेत.

हेन्री ल्होटे याने सहारामधील तासिली येथे निरनिराळी माणसे, प्राणी रंगविलेल्या शेकडो भिंती शोधून काढलेल्या आहेत. चित्रातील प्राचीन माणसांनी आधुनिक कोट घातले आहेत. एक १८ फूट उंचीचे माणसाचे रंगविलेले चित्र पाहिल्यावर त्याने समुद्रतळाशी सूर मारणाऱ्या पाणबुड्यासारखा किंवा अंतराळवीरासारखाच सूट घातला आहे असे वाटते. त्याच्या रूंद खांद्यांपर्यंत डोक्यावरचे शिरस्त्राण आहे. डोळे, ओठ, नाक यांच्या जागी त्या शिरस्त्राणाला फटी आहेत. हे असे एकच चित्र मिळाले असते तर त्या चित्रकाराने खरोखर ते प्रगल्भ कल्पनेने काढलेले आहे असे म्हणता आले असते. पण अशीच चित्रे अमेरिकेत कॅलिफोर्नियातील खडकांवरही कोरलेली आढळतात.

कोणी असेही म्हणेल की ते मागासलेले चित्रकार इतके कसबी कारागीर नव्हते म्हणून. पण त्यांनी काढलेली इतर सर्व प्राण्यांची, मानवांची चित्रे काय हुबेहूब काढली आहेत असे म्हणत एकीकडे त्यांचे कौतुक करायचे आणि मुखवटे घातलेले, अंतराळवीरांसारखा पोषाख घातलेले देव मात्र फक्त कल्पनेने काढलेले आहेत असे दुसरीकडे म्हणायचे, हा शुद्ध दुटप्पीपणा ठरेल. हे चित्रकार त्यांनी जे पाहिले असेल त्याचे हुबेहूब चित्रण करण्याइतके निश्चित कुशल होते हेच खरे. अंतराळवीर कसे दिसतात हे आपल्याला गेल्या ३५-४० वर्षांतच कळायला लागले आहे. कमीत कमी १०,००० वर्षांपूर्वीच्या चित्रकारांनी हे कुठले अंतराळवीर पाहिले होते ?

कॅलिफोर्नियातील एका चित्राकडे पाहिले तर कल्पनाशक्तीला जास्त ताण न देता कोणीही ताबडतोब म्हणेल की तो एक स्लाईड रूल आहे म्हणून. पण आपल्या पुराणवस्तू संशोधकांची कल्पनाशक्ती खरीच दांडगी! त्या चित्रांची बोळवण सुद्धा ते सरळ देवाचे चित्र म्हणून करतात.

इराणमध्ये एका मातीच्या भांड्यावर एका शिंगे असणाऱ्या अज्ञात प्राण्याचे चित्र आढळले आहे. दोन्ही शिंगांवर पाच पाच मळसूत्रे आहेत. आपले पुराणवस्तू संशोधक या चित्राबद्दल काय म्हणतात? ते म्हणे देवाचे चिन्ह असावे. खरोखर 'देव' या लोकांच्या तसा फारच उपयोगी पडतो. कोणतीही पौराणिक गोष्ट सापडली, तिचे स्पष्टीकरण देता आले नाही की म्हणायचे ते देवाचे चिन्ह आहे, नाहीतर एखाद्या प्राचीन धर्माचे प्रतीक ! काढायचा त्याचा फोटो आणि अडकावयाचा खुंटीला ! पण खुंटीला अडकवले जात असते त्यांच्या अज्ञानाचे, संशोधनाबद्दलच्या

अनास्थेचे प्रतीक ! एखाद्या माहीत असलेल्या धर्मात जर ही गोष्ट बसत नसेल तर एखादा जादूगार बघता बघता जसा टोपीतून ससा काढतो तसे ते एखादा नवीन धर्म किंवा नवीन पंथ निर्माण करायला मागे-पुढे पाहत नाहीत.

पण सहारा, कॅलिफोर्निया, फ्रान्स येथील चित्रे म्हणजे त्या मागासलेल्या लोकांनी जे खरेच पाहिले त्याचेच चित्रण असेल तर? शिंगे आणि त्यावरील मळसूत्रे या त्यांनी पाहिलेल्या अज्ञात देवांच्या डोक्यावरील अँन्टिनाच असतील तर? अस्तित्वात असणे शक्य नाही असे वाटणाऱ्या गोष्टींचे अस्तित्व ही खरोखर अशक्य कोटीतील गोष्ट आहे का? भिंतीवर चित्रे काढू शकणारा 'रानटी' आणि 'मागासलेला' मानव तसा नसणारच. 'व्हाईट लेडी ऑफ ब्रॅन्डबर्ग' या नावाने प्रसिद्ध पावलेल्या दक्षिण आफ्रिकेतल्या पेंटिंगमध्ये अर्ध्या हातांचा पुलओव्हर, गुडघ्याच्या जरा खाली येणारी घट्ट पॅन्ट, हातमोजे, पायमोजे घातलेली स्त्री दाखविली आहे. हे चित्र पाहिल्यावर कोणीही ताबडतोब ते अगदी आधुनिक पेंटिंग आहे असे म्हणेल. पण त्यातली गोम एवढीच आहे की ते चित्र आहे एका गुहेत काढलेले. हजारो वर्षांपूर्वीचे!

पंख असलेली अंतराळयाने व अँन्टिना किती तरी चित्रात दिसतात. अंतराळवीरांसारखे पोषाख घातलेले देव इटलीत सापडतात! स्वीडनमध्ये आणि स्पेनमध्येही ! जगातल्या निरनिराळ्या भागातील चित्रकारांनी स्वतंत्ररित्या त्यांचे देव अंतराळवीरांसारखेच कसे दाखवले आहेत याला काही उत्तर आहे?

जगातल्या एखाद्याच ठिकाणी हा चमत्कार आढळला असता तर त्यावर काही भाष्य करायची आवश्यकता नव्हती. पण अशी चित्रे जगात सर्वत्र आढळत आहेत.

विज्ञान युगातील आश्चर्ये पाहून विस्फारलेल्या डोळ्यांनी जर आपण आपल्या भूतकाळाकडे नजर टाकली तर तेथील काळ्या कालखंडावर थोडासा प्रकाशाचा कवडसा पडायला निश्चित सुरुवात झाली आहे असे दिसेल आणि प्राचीन धर्मग्रंथांकडे याच दृष्टीने नजर टाकली तर आपण मांडलेला सिद्धान्त आणि निर्माण केलेले प्रश्न टाळणे हे भूतकाळाच्या संशोधकांनाही जास्त वेळ जमेल असे वाटत नाही!

देव अंतराळवीर होते का?

बायबलमध्ये गूढ गोष्टी खूप आहेत आणि परस्पर विरोधीही. जिनिसीस म्हणजे जग निर्मितीची सुरुवात, पण ती अगदी भूरचनेच्या शास्त्राला धरूनच लिहिलेली आहे. हे लिहिणाऱ्याला कसे माहीत होते की प्रथम खनिजे निर्माण झाली, मग वनस्पती जीवन आणि नंतरच प्राणी निर्माण झाले म्हणून?

मानव प्राण्याच्या निर्मितीची वेळ आल्यावर देव म्हणतो, 'आता आपण मानव प्राणी निर्माण करू या की जो अगदी आमचीच प्रतिकृती असेल.'

देव अनेक वचनात का बोलतो?

'मी' नाही, 'आम्ही!'

'माझ्यासारखा' नाही तर 'आमच्यासारखा!'

जगातला एकमेव देव बोलत असेल तर त्याने एकवचनात का बोलू नये?

'मग पृथ्वीवरील लोकसंख्या वाढायला लागली आणि मुलीही जन्माला यायला लागल्या. जेव्हा देवपुत्रांनी या मुली पाहिल्या

तेव्हा स्वत:च्या बायका म्हणून त्यांनी त्यांचा स्वीकार केला.'

एकच अति प्राचीन देव इस्रायलमध्ये असताना हे देवपुत्र कुठून आले?

पूर्वी पृथ्वीवर धिप्पाड माणसे होती. पृथ्वीवरील स्त्रिया आणि देवपुत्रांची मुलेही तशीच धिप्पाड होती.

जगातील सर्व देशांच्या महाकाव्यात, टिआहुआन्को, एस्किमो यांच्या पुराणकथात, सारखे हे धिप्पाड लोक पानापानातून डोकावत असतात. ही धिप्पाड माणसे होती कोण? अजस्त्र दगड सहज एकमेकांवर चढवून प्रचंड इमारती बांधणारे हेच आपले पूर्वज होते? की तांत्रिक ज्ञानात तरबेज असलेले परग्रहांवरील अंतराळवीर ते हेच?

बायबलमध्ये सोडोम आणि गोमारा या शहरांवर कोसळलेल्या आपत्तीचे अत्यंत खळबळजनक वर्णन आहे. या शहरातले लोक इतके पापी बनलेले असतात की त्यांचा नाश करण्याचे देवाने ठरविलेले असते. मात्र लॉट कुटुंबातील माणसांना वाचविण्याची देवाला इच्छा असते.

शहराच्या वेशीवरच लॉट बसलेला असताना देवाने पाठविलेले दोन 'देवदूत' त्याच्याकडे येतात. हे देवदूत दिसायला तरी माणसांसारखे असावेत; कारण लॉट त्यांना ओळखतो आणि आग्रहाने घरी घेऊन जातो. शहरात अनाचार तर इतका बोकाळलेला की या पाहुण्यांवर सुद्धा सोडोममधल्या लोकांची 'वाईट' नजर पडते. पण पाहुणे पडले शेवटी देवदूतच! त्यांच्यामागे लागलेल्या एका टोळक्यातील सर्वजणांना ते एक फटक्यात आंधळे करून टाकतात.

देवदूत लॉटला सांगतात की, या शहरात तुझी मुले, मुली, जावई, नातेवाईक वगैरे कोणी असतील तर त्यांना ताबडतोब शहराबाहेर काढ. या शहराचा नाश होणार आहे. लॉट त्याप्रमाणे इतरांना सांगतो पण लॉटची कुणीच नातेवाईक मंडळी लॉटने सांगितलेल्या गोष्टीवर विश्वास ठेवीत नाहीत. सहाजिकच आहे; अशा बातमीवर कोण एकदम विश्वास ठेवणार!

पहाट होते. मग मात्र देवदूत सांगतात की आता तू निदान तुझी बायको आणि दोन मुली यांना बरोबर घे आणि वेळ न दडवता इथून निघ. शहराच्या नाशाची वेळ जवळ येत आहे. तरीही लॉट कांकू करायला लागल्यावर ते या सर्वांचा हात धरूनच शहराबाहेर येतात आणि सांगतात की जीव वाचवायचा असेल तर आता धावत सुटा. मागे सुद्धा वळून बघू नका आणि पर्वतात पळून जा. घाई करा. याहून जास्ती आम्ही काहीच करू शकणार नाही.

हे सर्व वाचल्यावर सोडोमच्या रहिवाशांना नव्हती अशी माहिती त्या देवदूतांना होती असे नाही वाटत ? शहराच्या नाशाची वेळ ठरलेली होती. जवळ येत होती. आणि त्याची कल्पना देवदूतांना होती असे नाही वाटत ? सोडोमला

खरोखर काय घडले ? सर्व शक्तिमान देवाला शहराचा नाश करण्यासाठी वेळापत्रकाची जरुरी का भासावी ? देवदूतांच्या घाईचा दुसरा अर्थ काय लावायचा ? घटके घटकेला शहराचा नाश होण्याचा क्षण जवळ येत होता याची पूर्ण जाणीव त्या देवदूतांना होती असे यावरून नाही वाटत? मग ती वेळ निश्चितपणे आधीच ठरलेली असली पाहिजे.

पर्वतांवरच का जायचे? मागे वळून का पहायचे नाही?

गंभीर गोष्टींबद्दल विचारू नयेत असे प्रश्न आहेत खरे हे.

जपानमधल्या हिरोशिमा आणि नागासाकी या शहरांवर अणुबॉम्ब पडल्यापासून त्यांच्या विध्वंसक शक्तीची पूर्ण कल्पना आपल्याला आली आहे. किरणोत्सर्गाने काय हाहा:कार उडतो हे आपल्याला ठाऊक आहे. क्षणभर समजा की सोडोम आणि गोमारा या शहरांचा नाश अगदी विचारपूर्वक, ठरवून अणुस्फोटाने करण्याचे ठरविले होते. धोकादायक किरणोत्सर्गी पदार्थ आणि त्याचबरोबर शहरातील लोक यांचा नाश करण्याची कालबद्ध योजना आखली होती. त्यामुळेच शहराच्या नाशाचा क्षण अगदी अटळ होता. लॉटसारख्या कुटुंबातील जे लोक वाचावेत अशी देवाची इच्छा होती ते स्फोटाच्या केंद्रबिंदूपासून कित्येक मैल लांब पर्वतात असणेच आवश्यक होते. कारण अणुस्फोटापासून निर्माण होणारा धोकादायक किरणोत्सर्ग पर्वतावरील खडकच शोषून घेऊ शकतात, अडवू शकतात.

तरीही लॉटची बायको मागे वळून पाहते आणि क्षणार्धात मरून पडते. मग गंधक आणि अग्नी यांच्या वर्षावाने देव शहराचा संपूर्ण नाश घडवतो. दुसऱ्या दिवशी एखाद्या भट्टीतून येणाऱ्या धुरासारखा धूर सर्व शहरावर पसरलेला दिसत होता असे वर्णन आहे.

आपल्या पूर्वजांपेक्षा आपण कमी धार्मिक आहोत असे मुळीच नाही पण अंध:श्रद्धा आपल्याकडे कमी आहे, भोळसटपणाही कमी आहे. देवाने मानवाची निर्मिती केली खरी पण आपल्या कृत्याचा त्याला नंतर पश्चात्तापच झाला असावा. कारण नंतर त्यानेच स्वत:च्या निर्मितीचा नाश केला. अपरंपार दयाळू देवाने पक्षपातीपणा करून त्याच्या आवडत्या काही जणांवर दया दाखवावी आणि इतरांचा नाश घडवून आणावा ही कल्पना आपल्या डोळ्यांसमोर, मनासमोर देवाची म्हणून जी प्रतिमा हजारो वर्षापासून आहे तिच्याशी संपूर्णत: विसंगत आहे असे नाही वाटत?

ओल्ड टेस्टॅमेंटमध्ये देव किंवा देवदूत प्रचंड आवाज करीत आणि धुराचे लोट सोडीत कसे येत याची अनेक वर्णने आहेत. कल्पकतापूर्ण पण स्पष्ट आणि वास्तव अशी वर्णने इझिकेलची आहेत. इझिकेल हा एक धर्मगुरू होता. कोणत्याही

गोष्टीचे वर्णन करण्याची त्याची हातोटीही विलक्षण होती. त्याच्या शिकवणुकीचा छोटासा भागच पुस्तकरूपाने बायबलमध्ये आहे.

उत्तरेकडून प्रखर प्रकाश पाडीत, धुराचे लोट सोडीत, वाळवंटातील वाळू उडवीत देवांचे चमकदार अंतराळयान कसे येते याचे तो वर्णन करतो. सर्वशक्तिमान देव आपली अंतराळयाने ठराविक दिशेनेच का आणत होते ? ते सर्वशक्तिमान असतील तर त्यांना केव्हाही, कसेही, कुठेही जाता यायला पाहिजे. सामर्थ्यशाली देवांना काहीच अशक्य नसावे ना?

पृथ्वीचे भ्रमण लक्षात घेऊन आज आपण आपली अंतराळयाने ठराविक दिशेने सोडतो आणि परत आणतो पण देवांनासुद्धा ही गोष्ट का लक्षात ठेवावी लागत होती?

देवांचे रथ उतरताना किंवा उडताना होणाऱ्या प्रत्येक गोष्टीचे वर्णन इझिकेलने केलेले आहे. एवढेच नव्हे तर त्या रथातून दुसरी वाहने कशी बाहेर पडतात यांचीही वर्णने तो करतो. अमेरिकेने वाळवंटात किंवा दलदलीच्या प्रदेशात उपयोगी पडणारी जी वाहने बनवली आहेत, त्या वाहनांचीच आठवण इझिकेलच्या वर्णनावरून येते.

आणि शेवटी एक दिवस इझिकेल अंतराळातून देववाणी ऐकतो,

'मानवपुत्रा ऊठ! मी तुझ्याशी बोलतो आहे.'

आणि इझिकेलने आवाज ऐकले. घोंघावणाऱ्या वाऱ्यासारखे, फडफडणाऱ्या पंखांसारखे आणि निरनिराळ्या चाकांचे. या गोष्टी तरी इझिकेलने अनुभवानेच लिहिल्या आहेत याबद्दल आपल्याला शंका नसावी.

देव त्याला सांगतात की जगात शांतता आणि सुव्यवस्था राखण्याचे काम आता त्यांचेच आहे. त्यांनी इझिकेलला अंतराळयानातून वर नेऊन सांगितले की त्यांनी मानवजातीचा पूर्ण त्याग केलेला नाही. डोळे असून आंधळेपणाने आणि कान असून बहिरेपणाने वागणाऱ्या लोकांमध्ये तो राहत आहे. एकूण मानवजातीची सुधारणा करण्याचे काम त्यालाच करायला पाहिजे. त्याप्रमाणे त्याला ते सल्ला देतात. या सर्व अनुभवांचा इझिकेलवर झालेला परिणाम नेहमीच त्याच्या लिहिण्यात दिसतो.

इझिकेलशी कोण बोलले? कोणत्या तऱ्हेचे देव होते ते? परंपरेनुसार आपली जी देवांची व्याख्या आहे तसे ते देव नसावेत. कारण ते सर्वशक्तिमान वाटत नाहीत. एका ठिकाणाहून दुसऱ्या ठिकाणी जाण्याकरता त्यांना वाहनांची जरुरी पडत होती. मग कोण होते ते?

मोजेस इजिप्तमधून ज्यू लोकांना घेऊन बाहेर पडतो त्यावेळी इजिप्शियन सेना त्याच्या पाठलागावर असतेच. एकदा समुद्र दुभंगून हे लोक पुढे जातात

आणि तो पुन्हा जोडला जातो आणि पाठलाग करणाऱ्या इजिप्शियन सेनेचा नाश होतो; ही गोष्ट सर्वांना ठाऊक आहे. या संबंध प्रवासात देवाने ज्यू लोकांना कशी मदत केलेली असते?

दिवसा आकाशातील ढगांचा एक स्तंभ ज्यू लोकांना मार्गदर्शन करायचा तर रात्रीच्या वेळी एक अग्निचा स्तंभ की ज्यामुळे त्यांना प्रकाशही मिळत असे. हे काही हवामानाचे चमत्कार नव्हते. आपल्याला देवाने कशी मदत दिली आहे याबद्दल मोजेसने दिलेलीच ही माहिती आहे.

देव जेव्हा सिनाई पर्वतावर उतरतो तेव्हा तो ज्वाळा आणि धूर सोडीतच उतरतो. सर्व परिसर हलल्यासारखा वाटतो. पुन्हा उतरल्याबरोबर तो मोजेसला सांगतो की या टेकडीभोवती कुंपण घाल म्हणजे कोणीही माझ्याजवळ येऊ शकणार नाही.

या गोष्टीतून देव अंतराळवीर होते असे नाही वाटत? पण बहुधा त्यांची संख्या कमी असावी. त्यांच्याकडे अंतराळयानेही कमी असावीत. नाहीतर या सर्व लोकांना त्यांनी अंतराळयानातूनच हलवले असते की! ढगांचा स्तंभ आणि अग्निचा स्तंभ ही अंतराळयानेच असू शकतात, नाहीतर कित्येक दिवस आणि कित्येक रात्री त्यांनी त्यांच्याबरोबर प्रवास केला नसता. इजिप्शियन सैन्याचा नाश करण्यात त्यांचाही हात होताच. बरेच जण म्हणतात, ओहोटीच्या वेळेला ज्यू लोकांनी समुद्र पार केला आणि भरतीच्या समुद्राने इजिप्शियन सैन्याचा नाश झाला. ज्या इजिप्शियन लोकांनी पहिल्या प्रथम वर्षाचे ३६५ दिवस असे भाग पाडले, ज्यांना नाईल नदीचे पूर वगैरेसारख्या गोष्टींची पुरेपूर माहिती होती, त्यांना भरती, ओहोटी आणि त्यांच्या वेळा माहीत नसणे असे म्हणणे अगदी हास्यास्पद आहे, नाही? इजिप्शियन सैन्य वेड्यासारखे त्यांच्या मागे लागल्याने त्यांचा नाश झाला नाही तर देवाने योजना आखूनच त्यांचा संपूर्ण निःपात घडवून आणला होता. ढगांचा स्तंभ ज्यू लोकांच्या पुढून मागे आला, ढगांच्या स्तंभामुळे इजिप्शियन लोकांना काही दिसेनासे झाले पण ज्यू लोकांच्या मागे असलेल्या अग्निच्या स्तंभामुळे त्यांना मात्र प्रकाशही मिळत होता. हे सर्व वर्णन काय दर्शविते?

निघण्यापूर्वी देव मोजेसला 'आर्क ऑफ दि कव्हेनन्ट' बांधण्याच्या स्पष्ट सूचना देतो आणि ती कशी बांधायची याची प्रतिकृतीही दाखवतो. भक्कम काठ्या किती घ्यायच्या, कुठल्या मापाच्या घ्यायच्या, किती किती अंतरावर बांधायच्या, ती उचलणाऱ्यांनी वस्त्रे कशाची बनवलेली घालायची, चपला कुठल्या घालायच्या याबद्दल अगदी सविस्तर आणि तपशिलवार सूचना देवाने दिलेल्या असतात.

एका तऱ्हेची 'आर्क ऑफ दि कव्हेनन्ट' या नावाने ओळखली जाणारी ही पेटी नेहमीच वेगळ्या तंबूत ठेवली जायची आणि फक्त ठराविक लोकांनाच त्या तंबूत जायची परवानगी होती. इतरांना मज्जाव होता. ही आर्क सर्वांनाच पुढे अत्यंत त्रासदायक आणि धोकादायक ठरते. नंतरच्या कथेप्रमाणे फिलीस्टाईन ही दुसरी जमात एकदा इस्त्रायलच्या ज्यूंचा पराभव करते. या आर्कचे त्यांना किती महत्त्व वाटत असते हे फिलीस्टाईन या दुसऱ्या जमातीने नेहमीच पाहिलेले असते. ती आर्क ते प्रथम 'लुटून' घेऊन जातात.

पण ती काय आहे, कशी वापरायची याची त्यांना माहिती नसते. त्यांच्या एकच गोष्ट ताबडतोब लक्षात येते. तिच्याजवळ जाणारे नेहमी आजारी पडत आहेत तर कधी कधी मृत्युमुखीही पडत आहेत. तेव्हा ती कोणीच जवळ ठेवेना. प्रत्येक जण ती पुढल्या शहरात पाठवून द्यायला लागला. प्रत्येक शहरात तोच प्रकार घडू लागला. तिच्याशी संबंध येणाऱ्यांचे केस झडत असत, त्यांना ओकाऱ्या येत असत व हालहाल होऊन लोक मरत असत. बघता बघता पन्नास हजार लोक या आर्कचे बळी झाले. ही 'लूट' फिलीस्टाईन जमातीला पचेना. त्यांनी शेवटी ती गाडीत घालून तिला दोन गायी बांधल्या व ती चक्क परत केली.

'आर्क ऑफ दि कव्हेनन्ट' हा खरोखर काय प्रकार होता? इलेक्ट्रॉनिक्स तज्ज्ञ जॉर्ज ससून आणि प्राणीशास्त्रज्ञ रॉडनी डेल यांनी अनेक जुन्या धर्मग्रंथांवरून कसून शोध केला. त्याप्रमाणे त्यांनी ती बांधली व त्यांच्या लक्षात आले की ती पेटी म्हणजे एक प्रकारचे यंत्रच होते. त्याचा उपयोग इजिप्तमधून पळणाऱ्या ज्यू लोकांना अन्नपुरवठा करण्यासाठी केला जात होता. प्रोटीनने समृद्ध असे अन्न! मन्ना! आणि हे बनवण्याचे यंत्र, मन्ना मशीन– आर्क ऑफ दि कव्हेनन्टमधून नेण्यात येत होते.

हजारो स्त्री, पुरूष, मुले वाळवंटातून प्रवास करीत निघाली. त्यांच्या अन्नपाण्याची काय सोय होती? त्या उजाड वाळवंटात होतेच काय? मग कोणत्या विश्वासावर मोजेस त्यांना घेऊन निघाला होता? कारण एकच! देवांनी (अंतराळवीरांनी) या सर्वांना पोसण्याची आधीपासूनच तयारी केली होती आणि मोजेसला ते माहिती होते. (+)५०° सेंटिग्रेड आणि (-) १०° सेंटिग्रेड एवढा उष्णतामानात एका दिवस, रात्रीत फरक करणाऱ्या त्या उजाड वाळवंटात हजारो लोकांना घेऊन जाण्याचा धोका नाहीतर मोजेसने पत्करलाच नसता.

आज आपल्याला माहीत आहे की काही प्रकारच्या बुरशी पेट्रोलसुद्धा गिळंकृत करतात आणि त्यामधून प्रोटीनयुक्त खाण्यालायक अन्न निर्माण करतात. माणूस शरीरातून जी घाण बाहेर टाकतो त्यातूनही प्रक्रिया केल्यावर प्रोटीनने

समृद्ध असे अन्न निर्माण करता येते.

मन्ना मशीन तेच करीत होते. सकाळचे दंवबिंदू आणि एक प्रकारची बुरशी (Chlorella) यापासून प्रत्येक दिवशी सर्वांना पुरेल एवढे अन्न ते मशीन तयार करीत होते. या पळापळीत जे अन्न मिळते आहे ते खाऊन गप्प बसायचे सोडून त्या परिस्थितीतही तक्रार करणाऱ्या लोकांना मोजेस विचारतो की, तुमची निदान उपासमार होत नाही हे काय कमी आहे? नाहीतर तुम्ही काय खाणार होता?

पण हे अन्न बनविण्यासाठी ऊर्जेचे साधन काय? त्याचे उत्तर आजच्या तंत्रज्ञानावरून मिळते. छोटी अणुभट्टी! कित्येक वर्षे चालू राहणारे आणि ऊर्जा देणारे मन्ना मशीन ही एक छोटी अणुभट्टी होती. हिमालयात अमेरिकेच्या सेन्ट्रल इन्टलिजन्स एजन्सीने अशीच एक छोटी अणुभट्टी ठेवली होती आणि तिच्या शक्तीचा उपयोग चीनवर लक्ष ठेवण्यासाठी, अनेक तऱ्हेची संवेदनाक्षम यंत्रे वापरण्यासाठी होत होता. हे प्रकरण आज आपल्याला नवीन नाही. हल्लीचेच आहे.

अशा तऱ्हेची अणुभट्टी धोकादायक किरणोत्सर्ग सोडणारच. पण त्याने कोणी मृत्युमुखी पडत नाही. पण केव्हा? तिच्या कायम सान्निध्यात राहिले नाही तर ! ती वापरायची कशी ही माहिती असेल तर !

पण पुराणकाळात अणुभट्टी बांधून घेणारे हे देव कोण?

पुराणकाळातल्या आणखी एका 'चमत्कारा'चा सुद्धा उलगडा झाला आहे असे म्हणायला हरकत नाही. त्याला कारण मार्सेलीसमधील एक घटना आहे.

१९६४ मध्ये मार्सेलीस येथील रिसर्च इन्स्टिट्यूट ऑफ इलेक्ट्रो अकौस्टिक्स (Research Institute of Electro Accoustics) नवीन जागेत हलवण्यात आली. अनेक जणांना काही दिवसातच डोकेदुखी, मळमळणे वगैरे गोष्टींचा त्रास व्हायला लागला. काही जण थरथर कापायलाच लागले. प्रथम वाटत होते की कोणत्या तरी किरणोत्सर्गाचा हा परिणाम आहे म्हणून! संवेदनाशील यंत्रे घेऊन सर्व इमारतीची तपासणी करण्यात आली तेव्हा लक्षात आले की हा किरणोत्सर्गाचा वगैरे प्रकार नाही तर एका व्हेन्टिलेटरमधून अगदी कमी कंपनसंख्येच्या ध्वनिलहरी आत जात आहेत व आवाजाच्या वेगापेक्षा कमी अशी कंपने सर्व इमारतीत निर्माण करीत आहेत व त्यामुळे हा त्रास होतो आहे.

काही शोधांना सुदैव कारणीभूत ठरते. तसाच प्रकार आता घडला. या संस्थेचे प्रमुख ग्लादिमीर गावरू हे २० वर्षे ध्वनिलहरींचा अभ्यास करीत होते. त्यांच्या मनात आले की जी गोष्ट चुकुन घडली आहे ती प्रयोग करून मुद्दाम घडवून आणता आलीच पाहिजे. त्यांनी आणि त्यांच्या सहकाऱ्यांनी पहिली ध्वनिबंदूक बनवली. हवा येण्यासाठी ठेवलेल्या उंचीवरच्या झडपेतून अति

दाबाखाली असलेली हवा ६१ ट्यूब्स्‌मधून हळुहळू सोडण्यात आली की ज्यामुळे १९६ हर्टझ्‌ संख्या असलेल्या ध्वनिलहरी निर्माण होतील.

घडला तो प्रकार भयानक होता. या नव्या इमारतीच्या भिंतींना तडे जायला लागले. त्याच्या आतल्या सहकाऱ्यांच्या पोटात गोळे यायला लागून त्यांची आतडी आणि पोटे पिळवटून जायला लागली. त्यांनी ताबडतोब त्यांचे उपकरण बंद केले.

त्यांनी प्रयोग चालूच ठेवले. त्यांनी २००० वॅट शक्तीची 'मृत्युची तुतारीच' बनवली की जिच्यातून ३७ हर्टझ्‌ कंपनसंख्येच्या ध्वनिलहरी निघतील. या उपकरणाची मार्सेलीसमध्ये चाचणी करता येणेच शक्य नव्हते. कित्येक मैलांच्या परिसरातील इमारतीच नाहीतर कोसळून पडल्या असत्या.

आज ७५ फूट लांबीची फक्त ३ हर्टझ्‌ कंपनसंख्येच्या ध्वनिलहरी निघणारी तुतारी ते बनवीत आहेत.

भविष्यकाळाचे भीषण दृश्य डोळ्यांसमोर उभे होत असतानाच पुन्हा बायबलकडे वळल्याशिवाय राहवत नाही.

'देवाने संरक्षण दिलेल्या जमातीने आपले पायसुद्धा ओले न करता जॉर्डन नदी पार केली आणि जेरिको शहराला वेढा घातला. शहराभोवती २१ फूट रूंदीचे तट होते. एका ठिकाणाहून त्यांना आपल्या तुताऱ्या फुंकण्याच्या सूचना दिल्या होत्या. त्यांनी आपल्या तुताऱ्या फुंकल्या. सर्व लोक ओरडत होते आणि ही तटबंदी संपूर्ण कोसळून आडवी झाली. लोक चालतच शहरात गेले आणि त्यांनी जेरिकोवर कबजा केला.'

धर्मगुरू आणि इतरांनीही बेंबीच्या देठापासून आरडाओरडा केला असता आणि हजारो तुताऱ्या फुंकल्या असत्या तरी जेरिकोच्या तटबंदीला काही झाले नसते. पण या तुताऱ्या साध्या नव्हत्याच का?

आज आपल्याला खात्रीपूर्वक सांगता येते की अतिशय कमी कंपनसंख्येच्या ध्वनिलहरी सोडणाऱ्या जर या तुताऱ्या असतील तर जेरिकोची तटबंदी कोसळवण्याची त्यांची निश्चितच ताकद होती.

'एक्झोडस' हा बायबलचाच एक भाग. त्यामध्ये मोजेस एकदा देवाला 'तू दर्शन का देत नाहीस' म्हणून विचारतो. तेव्हा देव म्हणतो, 'तू माझा चेहरा बघू शकणार नाहीस. जो माणूस माझा चेहरा पाहील तो जिवंत राहू शकणार नाही.'

जुन्या सर्व महाकाव्यात या बाबतीत आश्चर्यकारक साम्य आहे.

सुमेरियन लोकांचे 'गिलगामेशचे महाकाव्य' बायबलहून जुने असावे. बायबलसारखेच त्यात देवाचे शब्द आहेत. 'कोणत्याही मानवाने देव राहतात त्या पर्वतावर येता कामा नये. जो देवाकडे तोंड वर करून पाहील तो मृत्युमुखी पडेल.'

देव आणि मानव नजरेला नजर का देऊ शकत नव्हते? समोरासमोर का उभे राहू शकत नव्हते? देवांनी त्यांचा मुखवटा कधीच का उतरवला नाही? देवांची इच्छा नव्हती की मानवाने त्यांचे दर्शन घ्यावे म्हणून? का? कुठल्या धोक्याची जाणीव देवांना होती?

काही वेळा तर वाटते की सर्वच जुन्या ग्रंथांची उत्पत्तीसुद्धा एका ठिकाणी झाली असेल आणि नंतर ते वेगवेगळ्या प्रकारांनी जगातल्या सर्व देशात पोहोचले असतील.

वेगवेगळ्या तऱ्हांनी लिहिलेले जुने धर्मग्रंथ कायमच उजेडात येत आहेत. आजपर्यंत अज्ञात असलेले धर्मग्रंथसुद्धा देवांचे दैदिप्यमान रथ, देवपुत्र, रथांची चाके आणि ते सोडत असलेल्या धुराबद्दल लिहितात. तसाच विचार केला तर अगदी ॲडम आणि ईव्हच्या काळापासून दैदिप्यमान अंतराळयानांचा उल्लेख आहे. ईव्हने आकाशात पाहिले तर चार भव्य गरुडांनी ओढलेला प्रकाशमान रथ तिला दिसला. तो ॲडमजवळ येऊन थांबला तेव्हा त्याच्या चाकातून धूर येत होता. देवांच्या अंतराळयानांचा उल्लेख केला की प्रकाश, धूर, चाके या गोष्टींचा उल्लेखही न चुकता येतो आणि हे सर्व धर्मग्रंथ या दैदिप्यमान रथांबद्दल हेही सांगतात की कोणत्याही मर्त्य मानवाला त्यांचा भव्य-दिव्यपणा कधीही शब्दात सांगता येणार नाही.

लॅमेच स्क्रोल मध्येही एका चमत्कारिक प्रसंगाचे वर्णन आहे. त्यातही सर्व लेखन उपलब्ध नाही पण जे सापडले आहे त्यातही कितीतरी परिच्छेद नाहीसे झाले आहेत; पण शिल्लक राहिलेल्यांचा अर्थ लावता एक कथा नक्कीच सांगण्यासारखी आहे.

नोहाचे वडील लॅमेच बऱ्याच काळानंतर घरी परततात. अचानकपणे! घरात शिरतात तर त्यांना अगदी गोरा गोरा पान आणि सुंदर मुलगा घरात दिसतो. त्यांच्या कुटुंबात अजिबात न शोभणारा. लॅमेच संशयाने पछाडला जातो आणि बायकोला सांगतो की हा मुलगा त्याचा असणे शक्यच नाही. तो तिच्यावर नाना आरोप करायला लागतो. सर्व पवित्र गोष्टींची शपथ घेऊन ती सांगते की, लॅमेचला वाटते त्याप्रमाणे लॅमेच नसताना कोणत्या सैनिकापासून, अनोळखी वाटसरूपासून किंवा इतर देवपुत्रांपासून तो मुलगा झालेला नाही. (पुन्हा हे देवपुत्र कोण हा प्रश्न आलाच) पण लॅमेचचा विश्वास बसणे शक्यच नसते. तो त्याच्या बापाकडे याबाबत सल्ला विचारायला जातो. झालेला प्रकार ऐकून तोही विचारात पडतो. या गोष्टीचे गांभीर्य लक्षात घेऊन तो मोठ्या कष्टाने प्रवास करीत शहाण्या इनोचकडे जातो. त्या मुलाचा बाप कोण याची शहानिशा होणे आवश्यकच असते. तो मुलगा देवपुत्रांसारखा गोरा, देखणा कसा दिसतो, कुटुंबातले इतर

सर्वजण कसे अगदी वेगळे दिसतात हे सर्व तो इनोचला समजावून सांगतो. सर्व ऐकल्यावर इनोच त्याला म्हणतो की मानवाची वर्तणूक पाहून देवाचा कोप झालेला आहे आणि तो लवकरच मानवाचा नाश करणार आहे. ज्या मुलावर त्या सर्वांचा संशय आहे तो या हत्याकांडातून वाचणार आहे आणि नंतर नवीन जग निर्माण करणार आहे. तेव्हा तू तुझ्या मुलाला, लॅमेचला सांग की त्याच्या या मुलाचे नाव नोहा असे ठेव आणि त्याचा व्यवस्थित सांभाळ कर. लॅमेचला तसे करण्याशिवाय दुसरा मार्गच नसतो.

या कथेतील आश्चर्यकारक भाग म्हणजे होणाऱ्या जलप्रलयाची आगाऊ माहिती नोहाच्या आजोबांनासुद्धा देण्यात आली होती. इनोचही साधासुधा माणूस नव्हताच. आख्यायिकेप्रमाणे इनोचसुद्धा काही काळानंतर देवाच्या दैदिप्यमान रथात बसून अंतर्धान पावला होता.

कोणत्या तरी अंतराळवीरांनी पृथ्वीवरील स्त्रियांशी संबंध ठेवून मुद्दामच निर्माण केलेली ही मानवजात आहे का, असा गंभीर प्रश्न हे वाचल्यावर आपल्यासमोर उभा राहत नाही? नाहीतर पुन: पुन्हा देवपुत्रांनी, धिप्पाड अशा माणसांनी अशा जमाती निर्माण करायला का हातभार लावला असता? जेव्हा जेव्हा प्रयोग फसले, योग्य अशी निर्मिती झाली नाही तिथे अशा प्रजेचा नाशच घडवून आणण्यात आला असावा. महाप्रलय हे ऐतिहासिक सत्य आहे. पण होणाऱ्या जलप्रलयाची आगाऊ कल्पना जर नोहाच्या आजोबांना देण्यात आली होती, बोट कशी बांधायची याच्या सूचना नोहाला शेकडो वर्षे आधी देण्यात आल्या होत्या, तर जलप्रलय ही नैसर्गिक आपत्ती नक्कीच नव्हती आणि तो दैवी कोपही नव्हता. योजनाबद्ध रितीने काही निवडक व्यक्ती सोडून इतरांचा नाश करण्याची, संहार करण्याची कल्पना होती व त्यासाठीच मुद्दाम जलप्रलय घडवून आणला अशीच शक्यता दिसते.

आजच्या काळात मुद्दाम योग्य व्यक्ती जवळ आणून अत्यंत बुद्धिमान संतती निर्माण करण्याचा प्रयोग कुणालाही मूर्खपणाचा वाटणार नाही. अशी बुद्धिमान जमात निर्माण करण्याच्या 'देवांच्या' प्रयत्नांचा उल्लेख जगातील सर्व धर्मग्रंथात आहे. कित्येक ग्रंथात स्पष्टपणे सांगितले आहे की देवांना हवी होती तशी, त्यांच्यासारखी दिसणारी प्रजा अनेक अयशस्वी प्रयत्नांनंतरच निर्माण झाली. टिआहुआन्कोची आख्यायिका काय सांगते? जगन्माता होण्यासाठीच दैदिप्यमान अंतराळयानातून एरियाना ही स्त्री आली होती म्हणून ना?

अशीही शक्यता आहे की ज्या अज्ञात अंतराळवीरांनी अति प्राचीन काळात पृथ्वीला भेटी दिल्या होत्या, त्यांच्याचसारखे कदाचित आपण दिसत आहोत!

या देवांनी आपल्या पूर्वजांकडे कसला 'नैवेद्य' मागितला होता याचा कधी

तरी विचार केला आहे? धूप आणि चंदन आणि प्राण्यांचा बळी असल्या सटरफटर गोष्टींचा नाही. त्यांनी मागितलेल्या गोष्टींची यादी पाहिली तर त्यात आढळतात मिश्रधातूंपासून बनविलेल्या नाणी वगैरेंसारख्या गोष्टी की ज्यासाठी तंत्रज्ञानात बरीच प्रगती आवश्यक आहे.

ऐतिहासिक काळातील धातू गाळण्याच्या भट्टीत तांबे कसे शुद्ध केले असेल ते कळत नाही. काही गुहांमध्ये सापडलेला कॉपर सल्फेटचा साठा मात्र अशाच काही गोष्टींची शक्यता दाखवतो. कारण तो साठा कमीत कमी ५००० वर्षांपूर्वीच्या काळातील आहे.

आपले अंतराळवीर कधी कुठल्या ग्रहावर उतरले आणि तेथील जमाती आपल्या मानाने फारच मागासलेल्या असतील, तर त्यांचे 'देव' म्हणूनच स्वागत होईल पण याचीही काही खात्री नाही म्हणा ! समजा, आपले अंतराळवीर चुकून अशा ग्रहावर उतरले की जेथील बुद्धिमान जीवन आपल्याहून फारच प्रगत आहे, तर काय होईल? कोण हे रानटी आणि मागासलेले लोक आता अंतराळयाने घेऊन फिरायला लागले आहेत अशी टवाळकीसुद्धा होईल!

देवांचे स्वर्गीय देदीप्यमान रथ

विसाव्या शतकाच्या सुरुवातीला पुराणवस्तू संशोधनात एक अत्यंत खळबळजनक शोध लागला. तो म्हणजे बारा मृत्तिकापत्रांवर लिहिलेल्या गिलगामेशच्या अप्रतिम महाकाव्याचा. अक्काडियन भाषेत लिहिलेले हे महाकाव्य असीरियन राजा असुरबानिपालच्या पौराणिक ग्रंथसंग्रहालयात मिळाले.

गिलगामेशच्या महाकाव्याचा उगम सुमेरियन संस्कृतीत झाला ही गोष्ट सिद्ध झालेली आहे. तेच रहस्यमय सुमेरियन लोक. कुठून आले ते कळत नाही पण १५ आकडी संख्या आणि खगोलशास्त्राच्या अफाट ज्ञानाचा वारसा जगाला देऊन गेले. गिलगामेशच्या महाकाव्याचा मुख्य धागा आणि बायबलमधील विश्वाची उत्पत्ती हा भाग अगदी समान आहे.

पहिल्या मृत्तिकापत्रात विजयी गिलगामेशने बांधलेल्या राजेशाही प्रासादाचे वर्णन आहे. गिलगामेश म्हणजे देव आणि मानव यांचा संगमच ! दोन तृतीयांश देवाचा अंश आणि एक तृतीयांश मानवाचा अंश. महाकाव्याच्या सुरुवातीलाच देव आणि मानव यांच्या संयोगाचा

उल्लेख पुन्हा आलाच आहे. याचा प्रासाद उरूक येंथे होता. सभोवती तटबंदी आणि पहारेकरीही असत. येणारे यात्रेकरू त्यांच्याकडे पाहूनच भयभीत होत. त्यांची अफाट ताकद त्यांच्याकडे पाहताच ध्यानात येत असे.

दुसऱ्या मृत्तिकापत्रात अरूरू या स्वर्गीय देवतेने निर्माण केलेल्या एन्किडूचा उल्लेख आहे पण हा एन्किडू तसा विचित्रच प्राणी होता. त्याच्या सर्वांगावर केस होते. तो जनावरांच्या कातड्यांची वस्त्रे घालायचा, शेतातले गवतच खायचा आणि एकूण गुराढोरातच असायचा. एन्किडूबद्दल ऐकल्यावर गिलगामेश सुचवतो की त्याला एखाद्या सुंदर स्त्रीच्या पाशात गुंतवावा म्हणजे तो आपोआप इतर प्राण्यांचा नाद सोडेल म्हणून आणि एन्किडू सहा दिवस आणि सहा रात्री अशा एका सुंदरीबरोबर काढतोही.

तिसऱ्या मृत्तिकापत्रात दूरवरून धुळीच्या ढगातून प्रचंड गडगडाट करीत आणि धरणी हलवत येणाऱ्या सूर्यदेवाचे वर्णन आहे. सूर्यदेव आपल्या पंखात आणि नखात एन्किडूला पकडतो आणि वेगाने आकाशात झेप घेतो. त्यावेळी एन्किडूला आपल्या शरीरावर सूर्यदेवाचे वजन शिशाच्या गोळ्याप्रमाणे जड जड वाढल्यासारखे वाटते.

आज आपल्याला गुरुत्वाकर्षणाच्या विरूद्ध दिशेने अंतराळात उडताना गुरुत्वाकर्षणाचा परिणाम म्हणून अंतराळवीर अंतराळयानातून पृथ्वीच्या कक्षेबाहेर जाईपर्यंत त्यांच्या शरीरावर गुरुत्वाकर्षणाने किती वजनाचा दाब येतो हे आधीच मोजता येते आणि त्याप्रमाणे संरक्षक व्यवस्था करता येते. पण या दाबाची माहिती हजारो वर्षांपूर्वी कुणाला होती? जुन्या लेखकांची प्रगल्भ कल्पनाशक्ती, भाषांतरकर्ते व प्रती काढणारे यांनी घातलेली भर सोडून देऊ या. पण या जुन्या वृत्तांतात ठराविक वेगाने आकाशात जायला लागल्यावर शरीराचे वजन शिशासारखे जड होईल ही माहिती आली कशी हे आश्चर्यच आहे. ही गोष्ट कल्पनेला ताण देऊन लिहिली असणे अशक्य आहे. कोणी तरी खरा अनुभव घेतला असल्याशिवाय असे लिहिता येणे कधीही शक्य नाही.

पाचव्या मृत्तिकापत्राप्रमाणे गिलगामेश आणि एन्किडू देवाच्या शोधासाठी निघतात. ज्या मनोऱ्यात इर्निसीस ही देवता राहत असते तो लांबवरूनच झगमगताना दिसत असे. ते देवांच्या राहण्याच्या ठिकाणी पोहोचतात तर गर्जनेसारखा आवाज येतो 'परत फिरा! कोणत्याही मर्त्य मानवाने आमच्याकडे पाहिले तर तो जिवंत राहणार नाही.'

सातव्या मृत्तिकापत्रात अंतराळ प्रवासाचा पहिला उल्लेख आहे. एन्किडू याने स्वत: केलेल्या अंतराळ प्रवासाचे ते वर्णन आहे. गरुडाने एन्किडूला आपल्या नखात घट्ट पकडून हा प्रवास घडवला होता. घडलेला वृत्तांत जवळ

जवळ शब्दश: असा आहे.

तो मला म्हणाला, 'आता खाली जमिनीकडे बघ. जमीन कशी दिसते? समुद्र बघ. तो कसा दिसतो? जमीन टेकडीसारखी तर समुद्र एखाद्या सरोवरासारखा वाटत होता. आणखी चार तास भ्रमण केल्यावर तो पुन्हा म्हणाला, खाली जमिनीकडे बघ. कशी दिसते? समुद्राकडे बघ, कसा दिसतो? जमीन एखाद्या बागेसारखी आणि समुद्र बागेत काम करणाऱ्या माळ्याने काढलेल्या पाण्याच्या पाटासारखा वाटत होता. आणखी चार तास भ्रमण करून खूप उंच गेल्यावर तो म्हणाला, खाली जमिनीकडे बघ. आता ती कशी वाटते तुला? समुद्राकडे बघ. तो कसा भासतो आता? जमीन आता लापशीसारखी तर समुद्र पाण्याच्या उघड्या टाकीसारखा वाटत होता.'

खूप उंचीवरून पाहिलेल्या पृथ्वीचे वर्णन आपले अंतराळवीर आज अगदी याच शब्दात करतात. वेगवेगळ्या उंचीवरून कोणी तरी खरोखर पृथ्वी बघितली असल्याशिवाय अशा तऱ्हेचे वर्णन करता येणे शक्य नाही. हा वृत्तांत इतका अचूक असल्यानेच केवळ कल्पनेने तो लिहिला असणे अशक्य आहे.

आणि त्याच मृत्तिकापत्रात एक दरवाजाच माणसासारखा बोलतो, असा उल्लेख आल्यावर तिथे लाऊडस्पीकरशिवाय दुसऱ्या कशाचाही उल्लेख असणे शक्य नाही हे आपल्याला कळते.

आणि मग ज्या एन्किडूने खूप उंचीवरून पृथ्वी बघून तिचे अचूक वर्णन केलेले असते तो एन्किडू अत्यंत रहस्यमय अशा रोगाने मरण पावतो. आपल्या मित्राच्या मरणाचे गिलगामेशला फार दु:ख होते. अंतराळातील कुठल्या तरी विषारी प्राण्याच्या फुत्कारानेच आपला मित्र मरण पावला आहे आणि नंतर आपलीच पाळी येणार आहे असे गिलगामेशला वाटायला लागते. नवव्या मृत्तिकापत्रात या सर्व गोष्टींचा उल्लेख आहे. गिलगामेश ठरवतो की आता देवाचीच गाठ घ्यायची नाहीतर आपला मृत्यू अटळ आहे. अखंड प्रवास करीत तो दोन पर्वतांशी येतो. त्या दोन पर्वतांनीच स्वर्ग पेलून धरलेला असतो. त्यांच्यामध्ये सूर्यद्वारही दिसत असते. पण तिथले दोन पहारेकरी त्याला अडवतात. त्यांच्याशी तो खूप हुज्जत घालतो. शेवटी त्याला ते आत सोडतात. नाही म्हटले तरी गिलगामेशमध्ये दोन तृतियांश तरी देवाचा अंश असतोच. गिलगामेश शेवटी एका सागर किनाऱ्यावर येतो. देव सागरापलिकडे राहत असतो आणि देवाशिवाय कोणाचेही वाहन या सागरावरून जात नसते.

त्यावेळी गिलगामेशला दोन वेळेला देव गंभीर परिणामांची धमकी देतो आणि सांगतो 'अरे गिलगामेश! तू जे अमरत्व शोधत आहेस ते तुला कधीच मिळणार नाही. देवाने मानव निर्माण केला तेव्हा त्याचे मरणही लिहून ठेवले

आहे. अमरत्व देवाने स्वत:कडेच राखून ठेवले आहे.'

पण देवाला भेटण्याचा गिलगामेशचा निर्धार अटळ असतो. अनेक संकटांना तोंड देत तो सागर पार करून जातोच आणि शेवटी त्याची आणि मानवाच्या निर्मात्याची गाठ पडते. त्यांची गाठ पडल्यावर गिलगामेशला कळते की त्या दोघात तसा काहीच फरक नाही. देव त्याच्यासारखाच उंच आणि धिप्पाड असतो. पिता-पुत्र शोभावेत असेच ते दोघे दिसत असतात.

देव त्याला स्वत:च्या आयुष्याबद्दल माहिती देतो. 'मी' म्हणून एक वचनात. आत्यंतिक आश्चर्याची गोष्ट म्हणजे तो गिलगामेशला झालेल्या महान जलप्रलयाचीही माहिती देतो. देवांनी नोहाला या जलप्रलयाची आगाऊ सूचना कशी दिली होती, त्याने बोट कशी बांधली, त्यात सर्व तऱ्हेचे प्राणी, नातेवाईक, स्त्रिया, मुले, प्रत्येक जातीचा कारागीर यांना कसे घेतले हे तो सर्व सांगतो. तुफान वादळ आणि पाऊस, काळाकुट्ट अंधार, पूर, ज्यांना तो वाचवू शकत नव्हता त्यांच्या किंकाळ्या, जगण्याची धडपड हे सर्व वर्णन त्यात इतके अप्रतिम आहे की वाचायला घेतल्यावर खाली ठेववत नाही.

पूर ओसरला की नाही हे कळण्यासाठी आधी एक गिधाड सोडणे आणि मग कबूतर सोडणे अशी गोष्ट गिलगामेशच्या महाकाव्यात आहे, तशीच ती बायबलमध्येही आहे. गिलगामेशच्या महाकाव्यातील जलप्रलयाचे वर्णन आणि बायबलमधील वर्णन यात फारच साम्य आहे ही गोष्ट विद्वान लोक मान्य करतात. नवलाची गोष्ट म्हणजे आपण वेगवेगळे देव लक्षात घेतो आहोत. हा प्रकार विलक्षण नाही का?

गिलगामेशच्या महाकाव्यातील हे वर्णन त्या संहारातून वाचलेल्या माणसानेच केले आहे, ती चक्षुर्वैसत्य हकिगत आहे यात शंकाच नाही. याच्या उलट बायबलमधील वर्णन हा दुसऱ्याने सांगितलेला वृत्तांत आहे.

हजारो वर्षांपूर्वी प्राचीन पूर्वेत अचानकपणे जलप्रलयाने थैमान घातले होते, हे ऐतिहासिक सत्य आहे, सिद्ध झालेली गोष्ट आहे. महाप्रलयातून वाचण्यासाठी मुख्यत: लाकडाचा वापर करून बांधलेल्या बोटीचे अवशेष कमीत कमी ६००० वर्षांनी सापडतील ही गोष्ट खरी म्हणजे अशक्य असली तरी बाबिलोनियातील मृत्तिकापत्रे या बोटीचे अवशेष कुठे सापडतील याच्या स्पष्ट खाणाखुणा सांगतात. त्याचप्रमाणे अरारत पर्वतावर संशोधकांना ज्या जागी पुरानंतर बोट लागली असेल असा संशय होता त्याच ठिकाणी लाकडाचे तीन तुकडेही सापडले होते.

आजच्या विज्ञान युगाच्या दृष्टीने विचार केला तर गिलगामेशच्या महाकाव्यात अशा कित्येक गोष्टींचा समावेश आहे की अत्यंत प्रगल्भ बुद्धीच्या हुशार माणसालाही मृत्तिकापत्रे लिहिली गेली; त्या काळात या गोष्टींची माहिती असणे सर्वस्वी

अशक्य आहे. ज्यांनी या महाकाव्याच्या फक्त प्रतीच काढल्या किंवा भाषांतर केले त्यांनीही अशा गोष्टींची नंतर त्या महाकाव्यात भर घातली असेल असे म्हणता येत नाही. कारण सरळ आहे. ते त्यांच्या आवाक्याबाहेरचे काम होते.

पण आजपर्यंत आपण समजत आहोत त्याप्रमाणे गिलगामेशच्या महाकाव्याचा उगम समजा प्राचीन पूर्वेत झालाच नसला आणि टिआहुआन्को येथे झाला असला तर? गिलगामेशच्या वंशजांनी दक्षिण अमेरिकेतून येताना ते महाकाव्यही बरोबर आणले असले तर? या प्रश्नांची उत्तरे होकारार्थी असतील तर अनेक गोष्टींचा उलगडा होतो. सूर्यद्वाराचा उल्लेख, सागर पार करून जाणे आणि सुमेरियन संस्कृतीचा अचानक उगम या गोष्टींचा शोध मग नक्कीच लागतो. त्याच भागातील बाबिलोनियन संस्कृती ही सुमेरियन लोकांच्या नंतरची आहे. त्यांच्या बहुतेक सर्व निर्मितीचा उगम सुमेरियन संस्कृतीतच आहे ही गोष्टही वादातीत आहे. गिलगामेशच्या महाकाव्याचा प्रवास मग सुमेरिया, बाबिलोनिया, इजिप्त असाच होऊ शकतो. इजिप्शियन संस्कृती अत्यंत पुढारलेली होती. फॅरोह राजांची ग्रंथालये प्रचंड होती आणि त्यांनी सर्व जुन्या गुप्त ज्ञानाचा साठा जतन करून ठेवला होता. मोजेस इजिप्तच्या राजदरबारातच लहानाचा मोठा झाला. या ग्रंथालयांचा उपयोग त्याने हक्काने केला असणार. अशा दृष्टीने विचार केला तर गिलगामेशच्या महाकाव्यातील जलप्रलयाचा वृत्तांत मूळ वृत्तांत ठरतो, खरा वृत्तांत ठरतो, बायबलमधला नव्हे! आणि या टप्प्यापर्यंत विचार करीत आलो तर प्राचीन इतिहासाचे संशोधन नीट का होत नाही याची खरी मेख इथेच असावी असा संशय घ्यायला निश्चित जागा मिळते.

प्राचीन काळाबद्दलच्या संशोधनाची परिस्थिती तरी कशी आहे? आजपर्यंत सांगण्यात आलेल्या इतिहासामध्ये अनेक कालखंडांची माहिती मिळतच नाही. त्या काळात 'अशक्य' अशा गोष्टींचे अस्तित्व कसे होते याचे उत्तर मिळत नाही. साचेबंद पद्धतीने केलेले कोणतेही संशोधन एकही नवीन गोष्ट सांगू शकत नाही, कोणत्याही नवीन गोष्टीवर प्रकाश पाडू शकत नाही. तेच तेच विचार, त्याच त्याच संशोधनाच्या पद्धती कुचकामी ठरत आहेत; कारण कोणत्याही तऱ्हेची नवीन कल्पना, नवीन तर्क, नवीन सिद्धान्त या गोष्टींना थाराच मिळत नाही. प्राचीन पूर्वेबाबतच्या संशोधनाच्या अनेक संधी आजपर्यंत वाया गेल्या कारण बायबलसारख्या अति पवित्र ग्रंथात सांगितलेल्या गोष्टींबद्दल वेगळ्या तऱ्हेचे विचार उघडपणे मांडण्याची कुणाचीच प्राज्ञा नव्हती.

एकोणिसाव्या-विसाव्या शतकातील विद्वानांनी अनेक जुन्या समजुती आणि रूढी यांच्यातून आपली मुक्तता करून घेतली. तरी बायबलमध्ये म्हटले की मनावर येणाऱ्या शेकडो वर्षांच्या मानसिक दडपणातून त्यांचीसुद्धा सुटका झाली

नाही. बायबल संबंधात कुठलाही प्रश्न निर्माण करण्याचे, विचारण्याचे धैर्य त्यांनाही झाले नाही. याचमुळे प्राचीन काळाबद्दलचे कुठलेही संशोधन बायबलपर्यंत पोहोचले की तिथेच त्याला पूर्णविराम मिळत होता. पुढल्या संशोधनात बायबलच्या काही भागांबद्दल तरी अविश्वास दाखविणे अपरिहार्य ठरत होते आणि हीच गोष्ट कुणाला जमत नव्हती.

पण अगदी धार्मिक ख्रिस्ती विद्वानांना सुद्धा कधी जाणीव झाली नसेल की सर्वज्ञ, सर्वसंचारक देवाच्या प्रतिमेस विसंगत अशा गोष्टी बायबलमध्ये आहेत म्हणून? अगदी कर्मठ, बायबलवर संपूर्ण विश्वास ठेवणाऱ्या माणसाला प्राचीन काळातील आपल्या पूर्वजांना आधुनिक तंत्रज्ञान कुणी दिले, स्वच्छतेचे, समाजसुधारणेचे प्राथमिक नियम कोणी घालून दिले, मानव जातीचा विनाश एकदा कोणी घडवून आणला, या प्रश्नांबद्दल आणि त्यांच्या उत्तरांबद्दल कधीच कुतूहल निर्माण झाले नसेल?

अशा तऱ्हेचा विचार करण्याने खरे म्हणजे आपल्यावर नास्तिकपणाचा शिक्का बसण्याचे मुळीच कारण नाही. आपल्या भूतकाळातील सर्व प्रश्नांची उत्तरे ज्या क्षणी मिळतील त्या क्षणापासून दुसरे कुठले नाव देता येत नाही म्हणून आपण 'देव' मानतो ते 'काही तरी' अनंत काळापर्यंत अस्तित्वात राहणारच आहे.

ज्याला एका ठिकाणाहून दुसऱ्या ठिकाणी जाण्यासाठी अंतराळयानासारख्या वाहनाची जरुरी लागत होती, प्राचीन मागासलेल्या स्त्रियांशी संबंध ठेवून ज्याने नवीन प्रजा निर्माण केली, जो आपला मुखवटा कधीही दूर करून स्वत:चा चेहरा दाखवायला तयार नव्हता असा देव तरी नक्कीच अस्तित्वात होता या सिद्धांताला 'पुरावा' देणारी, दुजोरा देणारी एक तरी गोष्ट आहे का? मुळीच नाही.

देव कुणाला कुठल्या स्वरूपात दर्शन देईल आणि कुणाचा नक्षा कसा उतरवील हे सांगता येत नाही, हे ब्रह्मज्ञानी आणि धर्मज्ञानी लोकांचे उत्तर मूळ मुद्दा डावलणारे आहे. म्हणूनच या उत्तराने आपले समाधान होऊ शकत नाही.

काही वर्षांतच मानव कुठल्या तरी ग्रहावर पाय ठेवील. त्या ठिकाणी ओळखता येईल असे एखादेच खडकावर कोरलेले चित्र, अज्ञात, बुद्धिमान जमातीचे अस्तित्व दर्शवणारी एखादीच खूण, एखादीच भव्य, प्राचीन वास्तू मिळाली तर आपल्या सर्व धर्मांचा पायाच ढासळून पडेल आणि आपल्या भूतकाळाच्या इतिहासाबद्दल अपरिमित गोंधळ माजेल. असा फक्त एकच शोध मानवाचा सर्व इतिहासच संपूर्णपणे बदलण्याइतका क्रांतिकारक ठरेल.

नवनवीन सत्यांकडे डोळेझाक करूनही भविष्यकाळातील नव्या-जुन्या विचारांचा संघर्ष आता टळू शकणार नाही. आपण नास्तिक असण्याचे कारण नाही. पण

म्हणून काय सर्व खुळचट गोष्टींवर अगदी भोळसटपणे अंधविश्वास ठेवायचा? प्रत्येक धर्माची काही वैशिष्ट्ये आहेत आणि त्याचमुळे त्या धर्माचे विचार त्या वैशिष्ट्यांभोवती घुटमळतात. हे अपरिहार्यपणे घडत आहे.

आजच्या अंतराळ युगात आपली बौद्धिक कसोटी लागण्याचा दिवस जवळ येत आहे आणि त्याच दिवशी सर्व ब्रह्मज्ञान व्यर्थ ठरेल.

आतापर्यंतचे मानवाच्या प्राचीन इतिहासाबद्दलचे चित्र कसे आहे याबद्दलचा आपला सिद्धान्त काय म्हणतो?

नक्की सांगता येत नाही अशा आपल्या प्राचीन इतिहासकाळात एका अज्ञात अंतराळयानाने पृथ्वीचा शोध लावला. पृथ्वीवर जीवन निर्माण होण्यासाठी आवश्यक अशा सर्व गोष्टी उपलब्ध आहेत याची जाणीवही त्या अज्ञात अंतराळवीरांना अभ्यासपूर्वक विचार केल्यावर झाली.

अर्थात, त्यावेळी मानवसदृश प्राणी अस्तित्वात नव्हता तर काही वेगळ्या तऱ्हेच्या प्राण्यांचेच अस्तित्व होते. अशा या जमातीतील स्त्रियात त्यांनी कृत्रिम गर्भधारणा केली व ते निघून गेले. हजारो वर्षांनी ते परत आले त्यावेळी त्यांना विखुरलेल्या मानवसदृश प्राण्यांचे अस्तित्व आढळायला लागले होते. पुनः पुन्हा तसेच प्रयोग करून या अंतराळवीरांनी समाजव्यवस्थेची दीक्षा देण्याइतका बुद्धिमान मानवसदृश प्राणी शेवटी या पृथ्वीवर निर्माण केला. तरीही त्यावेळी तो जंगली प्राण्यांत गणना व्हावी इतपतच होता. इतर जनावरांशी संबंध ठेवून त्याची पिछेहाट होऊ नये व त्याचे प्रगतीचे पाऊल मागे हटू नये या हेतूने त्यांनी अशा इतर प्राण्यांचा एक नाश तरी केला किंवा त्यांची इतरत्र तरी रवानगी केली. मानवाच्या प्रगतीला कोणताही धोका निर्माण होऊ नये याची ते सतत काळजी घेत राहिले.

मग पहिला समाज अस्तित्वात आला, पहिले कुशल कारागीर निर्माण झाले. काहींनी गुहेत चित्रे रंगवली, काहींनी मातीची भांडी तयार करण्याची कला आत्मसात केली, तर कोणी बांधकामांना हात घालण्याचा प्रयत्न सुरू केला.

या पहिल्या जमातींना अंतराळवीरांबद्दल अगदी जबर लोकविलक्षण असा आदर होता. ते कुठल्या तरी अज्ञात ठिकाणाहून येत होते आणि परत जात होते. अंतराळयानातून, दैदिप्यमान रथातून संचार करणाऱ्या या अज्ञात अंतराळवीरांनाच पृथ्वीवरील जमातींनी देव मानले. कोणत्या गूढ, रहस्यमय कारणाने ते कळत नाही पण आपले ज्ञान पृथ्वीवरील जमातींना द्यायची इच्छा त्या अंतराळवीरांना निश्चित होती. अंतराळवीरांनी त्यांनी निर्माण केलेल्या प्रजेचे सर्व वाईट गोष्टींपासून संरक्षण केले. या समाजाची सुधारणा व्हावी हा त्यांचा कायमचा प्रयत्न होता. जेव्हा जेव्हा चांगला मानव निर्माण करण्याच्या प्रयत्नात विचित्र, अनैसर्गिक

नमुने जन्माला आले, त्यांचे प्रयत्न फसले, तेव्हा त्यांचा तात्काळ नाश करण्यात आला.

हा सिद्धान्तही अनेक तर्कांवरच आधारित आहे हे मान्य आहे आणि तसा सबळ पुरावा नसल्याने तो संपूर्ण सत्य नसेलही. पण निरनिराळ्या धर्मांच्या सिद्धांतांच्या छायेखाली निरनिराळ्या धर्मांचे लोक सुखाने हजारो वर्षे वावरताना पाहिल्यावर देव हे परग्रहांवरील अंतराळवीरच होते या सिद्धान्ताला तशी थोडी यशाची आशा दिसते.

प्रत्येक धर्म 'सत्य' हे त्याच धर्माच्या शिकवणुकीत आहे असे प्रतिपादन करतो. ईश्वराचा साक्षात्कार घडवून आणणारे तत्त्वज्ञानी, धर्मज्ञ, त्यांच्या गुरुंची, त्यांच्या शिकवणीची भलावण करीत असतात. खरे 'सत्य' त्यांनाच उमगले आहे या गोष्टीवर त्यांचा दृढ विश्वास असतो. अर्थातच प्रत्येक धर्माला त्याचा इतिहास, त्याचे देव, देवांची वचने, देवांचे प्रेषित आहेत, धर्मगुरू आहेत. खरे म्हणजे कोणत्याही एका धर्माच्या शिकवणुकीतूनच फक्त सत्याचा शोध लागणार आहे ही वृत्ती संपूर्ण पक्षपाती आहे आणि तरीही लहानपणापासून आपल्या प्रत्येकाच्या मनावर बिंबवली गेली आहे. तरीसुद्धा पिढ्यान्‌पिढ्या सत्य फक्त आपल्यालाच गवसले आहे यावर पूर्ण विश्वासाने त्या जगल्या आहेत, जगत आहेत.

पण सत्य ही काही आपण 'पकडू' शकू अशी गोष्ट नाही. आपण त्यावर फक्त विश्वास ठेवू शकतो.

जुनी प्राचीन शहरे, खेडी वगैरे पुराणवस्तू संशोधकांनी शोधून काढली की आपल्याला कळत असतो तिथल्या लोकांचा इतिहास. ही खरी गोष्ट आहे. मेसापोटेमियात बायबलसंबंधी हेच घडत आहे. पण त्यामुळे असे सिद्ध होत नाही की बायबलमधला धर्म हाच त्यांचा धर्म होता किंवा बायबलमधला देवच त्यांचाही देव होता म्हणून! त्यांचा देव एखादा अंतराळवीरच असण्याची शक्यता आहे.

जगात सर्वत्र चाललेल्या उत्खननात जुन्या आख्यायिका त्या त्या काळातील वस्तुस्थिती खरी ठरवीत आहेत. पण एक तरी ख्रिस्ती माणूस खात्रीपूर्वक सांगू शकेल का की पेरूमध्ये उत्खननात मिळालेल्या अवशेषांमुळे इंका लोकांच्या आधीच्या ऐतिहासिक काळातील देव हाच ख्रिश्चनांचा एकमेव देव ठरत आहे म्हणून?

केवळ आजपर्यंतच्या धर्मांच्या चौकटीत बसत नाहीत, पिढ्यान्‌पिढ्या ठेवलेल्या अंधविश्वासाला तडा जातो म्हणून कोणत्याही नवीन विचार प्रवाहाकडे दुर्लक्ष करून सत्य कधीच उजेडात येणार नाही.

आपल्या पूर्वजांच्या कारकीर्दीत अंतराळ प्रवास ही कल्पना, हा प्रश्न कधी

उद्‌भवलाच नव्हता. त्याचमुळे त्यांच्याही प्राचीन काळातील पूर्वजांच्या मनात कोणत्या तरी परग्रहावरील अंतराळवीरांनी आपल्याला भेटी दिल्या होत्या असाच विचार निर्माण होण्याची सुतराम शक्यता नव्हती. गेल्या ४० वर्षांत आपण जे ज्ञान प्राप्त करून घेतले आहे, जे अनुभव आपण स्वत: घेत आहोत, त्यामुळेच आपल्या मनात असे विचार येत आहेत ही गोष्ट खरी आहे.

समजा की मानवाच्या दुर्दैवाने अणुयुद्ध झालेच आणि आपल्या सर्व संस्कृती नष्ट झाल्या म्हणून. पाच हजार वर्षांनंतरच्या पुराणवस्तू संशोधकांना न्यूयॉर्क येथील स्वातंत्र्य देवतेच्या पुतळ्याचे अवशेष मिळाले तर आपण आज करीत आहोत तसाच विचार तेही करतील. पुतळ्याच्या हातातील मशाल बघून त्यांना वाटेल की ती कोणी अग्निदेवता आहे म्हणून! किंवा स्वातंत्र्य देवतेच्या डोक्याभोवतालचे किरण पाहून त्यांना वाटेल की कोणत्या तरी सूर्योपासक लोकांची ती देवता आहे म्हणून! कोणत्याही धर्माशी किंवा कोणत्याही पंथाशी संबंध नसलेला भव्य असा स्वातंत्र्य देवतेचा तो पुतळा होता, ही कल्पना मात्र त्यांच्या मनात येईल अशी अपेक्षा करणे व्यर्थ आहे.

आजपर्यंतच्या धार्मिक शिकवणीवर अंधविश्वास ठेवून भूतकाळातील सत्य बाहेर येऊ शकत नाही. ज्या धोपटमार्गाने आपण विचार करीत होतो त्या मार्गाचा त्याग करण्याचे, जुन्या सर्व गोष्टी सत्यच आहेत हे आंधळेपणाने खरे न मानता आवश्यक तिथे त्यांच्याही बाबतीत संशय दाखविण्याचे धैर्य आता तरी आपल्यात निर्माण व्हायला पाहिजे. डोळे आणि कान बंद ठेवून, बुद्धी गहाण ठेवून कोणत्याही नवीन कल्पना या पाखंडी आहेत, मूर्खपणाच्या आहेत हेच पुन: पुन्हा म्हणत राहून अंतिम सत्याचा शोध लागणार नाही आणि आजच्या युगात ही गोष्ट आपल्याला परवडणारी नाही.

विचार करा! पन्नास वर्षांपूर्वी चंद्रावर माणूस उतरेल ही कल्पना करणाऱ्या माणसाला जग वेडेच म्हणत होते की!

प्राचीन कल्पनाविश्व आणि आख्यायिका? का सत्यकथा?

एस्किमोंच्या पौराणिक वाङ्मयानुसार त्यांची पहिली वसाहत पितळेचे पंख असणाऱ्या देवांनी वसवली.

रेड इंडियन लोकांच्या वीरकथा सांगतात की गडगडाट करणाऱ्या पक्ष्याने त्यांना प्रथम अग्नी आणि फळे यांच्या देणग्या दिल्या.

माया इंडियन लोकांच्या देवांना अनंत विश्वाची माहिती होती. पृथ्वी गोल आहे हे माहीत होते. उत्तर-दक्षिण दिशाच नव्हे तर चुंबकीय उत्तर आणि दक्षिण त्यांना ठाऊक होती.

एस्किमो लोक धातूच्या उडत्या पक्ष्यांबद्दल कसे बोलतात? रेड इंडियन गडगडाट करणाऱ्या पक्ष्यांबद्दल कसे बोलतात? मायांच्या पूर्वजांना पृथ्वी गोल आहे याची जाणीव कशी होती?

माया लोक अत्यंत बुद्धिमान होते. त्यांची संस्कृतीही अगदी प्रगत आणि उच्च दर्जाची होती.

त्यांनी अप्रतिम कॅलेन्डर्स आणि थक्क करणारी गणिते यांचा वारसा जगाला दिलेला आहे. शुक्राचे वर्ष ५८४ दिवसांचे होते हे

त्यांना माहीत होते, त्यांच्या अंदाजाप्रमाणे पृथ्वीवरचे वर्ष ३६५.२४२० दिवसांचे होते. (आजचा अचूक अंदाज आहे ३६५.२४२२ दिवसांचा) कोट्यावधी वर्षे चालतील अशी गणिते माया लोकांनी मांडून ठेवली आहेत. सुप्रसिद्ध व्हेनुशियन सिद्धान्त तर बहुतेक कॉम्प्युटरनेच शोधून काढला असावा. हा सिद्धान्त त्या जंगलात राहणाऱ्या लोकांनी शोधून काढला असेल हे स्वप्नातसुद्धा कोणी म्हणणार नाही.

मायांच्या कॅलेन्डरचे वर्ष २६० दिवसांचे होते. पृथ्वीवरचे ३६५ दिवसांचे आणि शुक्रावरचे ५८४ दिवसांचे. या आकड्यात ३६५ ला ७३ ने ५ वेळा भाग जातो, ५८४ ला ८ वेळा. व्हेनुशियन सिद्धान्त असा :

(चन्द्र) - २० x १३ x २ x ७३ = २६० x २ x ७३ = ३७९६०
(सूर्य) - ८ x १३ x ५ x ७३ = १०४ x ५ x ७३ = ३७९६०
(शुक्र) - ५ x १३ x ८ x ७३ = ६५ x ८ x ७३ = ३७९६०

किंवा दुसऱ्या शब्दात सांगायचे म्हणजे ३७९६० दिवसांनी सर्व कालचक्रे पुन्हा जुळतात. मायांचे पौराणिक वाङ्मय सांगते की मग देव परत येणार होते.

सुमेरियन, बाबिलोनियन, इजिप्शियन या सर्वांची मृत्तिकापत्रे सांगतात की देव ताऱ्यांवरून आले आणि परत गेले. ते दैदिप्यमान अंतराळयानातून प्रवास करीत. त्यांनी निवडक माणसांना अमरत्व देऊ केले होते. त्यांच्याकडे भयानक शस्त्रास्त्रे होती.

इंका लोकांच्या आधीच्या लोकांच्या दंतकथा सांगतात की ताऱ्यांवर वस्ती होती आणि त्यांचे देव वृषभ राशीतील तारकापुंजातून आले होते.

प्राचीन लोकांनी देव म्हटले की त्यांच्या शोधासाठी आकाशाकडे नजर लावणे आणि या देवांचे वर्णन करण्यासाठी कल्पनाशक्तीचा स्वैर वापर करणे, हे लक्षात घेऊनही काही गोष्टी विलक्षणच वाटतात.

महाभारतात बारा वर्षे दुष्काळ पाडणाऱ्या आणि जन्मसुद्धा न झालेल्या गर्भांचा नाश घडवून आणणाऱ्या अस्त्रांची वर्णने आहेत. कमीत कमी ५००० वर्षांपूर्वी लिहिल्या गेलेल्या महाभारत या धर्मग्रंथांची व्याप्ती खूप मोठी आहे. आजच्या विज्ञान युगात आपण प्राप्त केलेल्या ज्ञानाची जाणीव ठेवून तो ग्रंथ पुन्हा व्यवस्थित वाचलाच पाहिजे.

रामायणाचा कालखंड तर महाभारताच्या आधीचा आहे. रामायणातही विमानांचा उल्लेख आहे. हे वाचून आता आश्चर्य वाटायलाच नको. ही विमाने खूप उंचीवरून तुफान वेगाने प्रवास करीत. पुढे-मागे, वर-खाली कशीही उडत

असत. ती अप्रतिम अशी अंतराळयाने होती यात शंकाच नाही.

यमाने आज्ञा दिल्यावर त्याचा दैदिप्यमान रथ प्रचंड गडगडाट करीत व धूळ उडवतच आकाशात उडतो.

कर्णाची जन्मकथा कुणाला माहिती नाही? कुमारिका कुंतीला सूर्याची पूजा करून प्राप्त झालेला हा पुत्र. एका टोपलीत तिने तो घालून सोडून दिला; पण बायबलमधील मोजेसची जन्मकथा अगदी अशीच असावी हे आश्चर्यकारक नाही?

महाभारतात सर्वच गोष्टी इतक्या तपशिलवारपणे मांडल्या आहेत की लेखकाने सर्व गोष्टी अनुभवलेल्या वाटतात.

शरीरावर कोणत्याही धातूचे चिलखत असणाऱ्या योद्धांचा नाश करणाऱ्या अस्त्राबद्दल महाभारतात सांगितले आहे. अस्त्र फेकले गेल्याची योग्य वेळात कल्पना आली तर सर्व योद्धे अंगावरील धातूचे प्रत्येक आवरण, प्रत्येक शस्त्र घाईने काढून टाकून, नदीत बुडी मारून स्वच्छ आंघोळ करीत. ह्या अस्त्राने नखे व केस तर गळून पडतच पण प्रत्येक सजीव वस्तूही निस्तेज बने.

शेवटी पांडव सर्व गोष्टींचा त्याग करून निघतात तेव्हा सदेह स्वर्गाला जाण्याचा मान फक्त धर्मराजालाच मिळतो. या गोष्टीत आणि इनोच आणि एलायझा यांच्या गोष्टीतही खूप साधर्म्य आहे.

तप्त पांढरा धूर, सूर्यापेक्षाही हजारपट प्रखर आणि चकचकीत प्रकाश आणि शहरांच्या झालेल्या राखरांगोळीचे वर्णन ऐकताना ते ओळखीचे वाटत असेल तर त्यालाही कारण आहे. बिकिनी बेटावरील हायड्रोजन बॉम्बच्या स्फोटाचे असेच वर्णन आपण वाचले आहे.

तिबेटी ग्रंथसुद्धा उडणाऱ्या यंत्रांबद्दल बोलतात आणि पुढे स्पष्ट करतात की हे ज्ञान सर्वांसाठी नाही गुप्त आहे.

जुन्या ग्रंथांत 'अग्नी' हा शब्द फक्त जाळ या अर्थाने वापरलेला नाही. विद्युत आणि चुंबकीय परिणामांच्या संदर्भात सुद्धा अग्नी हा शब्द वापरलेला आहे. वेगवेगळे चाळीस अर्थ या शब्दातून काढता येतात. जड धातूपासून शक्ती मिळते याची जाणीव या लोकांना होती, एवढेच नव्हे तर ही शक्ती कशी मिळवावी हे सुद्धा ज्ञान त्यांना होते, ही गोष्ट नवलाची वाटत नाही? जुन्या सर्व धर्मग्रंथातील उतारेच्या उतारे खात्री पटवतात की, उडत्या यानातून उडणाऱ्या देवांची भेट, या प्राचीन काळातील लोकांना खरोखरच झाली होती. ही गोष्ट अशक्य आहे, या भाषांतरातील चुका आहेत, या अतिशयोक्तीच्या कथा आहेत, असल्या उद्‌गारांनी सत्य झाकताच येणार नाही. आज आपण प्राप्त करून घेतलेल्या अंतराळाबद्दलच्या आधुनिक ज्ञानाचा उपयोग करून या प्राचीन

कालखंडातील आपल्या अज्ञानावर एखादा नवीन प्रकाश पडू शकेल काय, याचा विचार करण्याची हीच वेळ आहे. या नजरेने पाहिले तर हजारो वर्षांपूर्वीच्या अंतराळयानांचा उलगडा होतोच आणि देवांनी त्यांची भयानक अशी शस्त्रास्त्रे निदान एकेक वेळ तरी का वापरली याचाही.

या सर्व धर्मग्रंथांचा उगम जगाच्या वेगवेगळ्या खंडात आहे. त्यांचे लेखक वेगवेगळ्या धर्मांचे, वेगवेगळ्या संस्कृतींचे आहेत. ज्या प्राचीन काळाचा विचार आपण करीत आहोत, त्या काळात एका देशातून दुसऱ्या देशात जाण्याची, प्रवास करण्याची कल्पनाही कुणाच्या मनात येणे शक्य नव्हते. एका खंडातून दुसऱ्या खंडात जाणे तर दूरच दूर राहिले. तरीही जगाच्या वेगवेगळ्या कानाकोपऱ्यातून अशा तऱ्हेच्या गोष्टी का लिहिल्या जाव्यात? सगळ्याच लेखकांच्या मनात एकाच तऱ्हेची कल्पना का यावी? महाभारत, बायबल, गिलगामेशचे महाकाव्य या धर्मग्रंथात, एस्किमो, रेड इंडियन, तिबेटी, स्कँडिनेव्हियन देश या सर्वांच्या पुराणात उडणारे देव, त्यांचे रथ, त्यांची विध्वंसक अस्त्रे यांची वर्णने कशी आली? योगायोग? शक्यच नाही. दुसरा एकच मान्य होण्यासारखा पर्याय म्हणजे या सर्वांनी खरोखरच तसे काही तरी पाहिले होते, अनुभवले होते. थोडी फार अतिशयोक्ती गृहित धरायलाच पाहिजे. तो मानवाचा न बदलणारा स्वभावधर्म आहे. पण या सर्वांचा मूळ धागा सत्य घटनांवरच आधारित असला पाहिजे. एकाच तऱ्हेच्या घटना, एकाच वेळी जगातल्या कानाकोपऱ्यातील धर्मग्रंथांचे लेखक केवळ कल्पनेने मांडतील ही गोष्ट सर्वस्वी अशक्य आहे.

आजही आफ्रिकेतील घनदाट आणि निबिड अरण्यात कित्येक भाग असे आहेत की ज्यांना आधुनिक जगाचा वारा लागलेला नाही, कोणत्याही सुधारणांचा स्पर्श झालेला नाही. जगातील दुसऱ्या कोणत्याही मानवाने तिथे कधी पाऊल ठेवलेले नाही. कल्पना करा की अशा ठिकाणी एखादे लष्करी हेलिकॉप्टर उतरले. मशिनगन्स घेतलेल्या, शिरस्त्राणे घातलेल्या सैनिकांनी खाली उड्या घेतल्या. गोळ्या मारून त्यांनी काही जनावरेही मारली व ते निघून गेले.

यावेळी तिथले रानटी लोक आकाशातून प्रचंड घरघर करीत उतरलेल्या या पक्ष्याकडे व त्यातून उतरलेल्या आकाशातल्या 'देवांकडे' नुसते स्तिमित होऊन पाहात राहतील. त्यांना जे दिसत असेल त्याचे आकलन होणे त्यांच्या बुद्धीच्या, अनुभवाच्या पलिकडले असेल. हेलिकॉप्टर निघून गेल्यावर व ते पुन्हा एकटेच राहिल्यावर आपण खरोखर पाहिले तरी काय याचा विचार ते रानटी लोक करायला लागतील. त्यावेळी तिथे हजर नसणाऱ्यांना ते सांगतील की, आकाशातून प्रचंड घरघर करीत एक पक्षी उतरला. त्यातून पांढऱ्या कातडीची माणसे खाली उतरली. त्यांनी नुसता आवाज केला तरी प्राणी मरून पडत होते. ही अद्‌भुत

कथा पिढ्यान्‌पिढ्या सांगितली जाईल. बाप जेव्हा मुलाला ती कथा सांगेल, तेव्हा आकाशातून उतरलेला तो अद्‌भुत पक्षी काही लहान होणार नाही, थोडा मोठाच होईल. त्यातून उतरलेली माणसेही जास्तच चमत्कारिक, विचित्र आणि शक्तिमान असे प्राणी बनत जातील. इतर अनेक गोष्टींची या कथेत भर पडेल आणि ती घटना आणखीच नेत्रदीपक, संस्मरणीय बनत जाईल; पण सर्व अतिशयोक्तींकडे दुर्लक्ष केल्यावर या गोष्टीचा मूळ गाभा असेल हेलिकॉप्टर उतरणे ही घटना! ती तर सत्यच असते.

काही गोष्टी 'बनवून' सांगताच येत नाहीत. जगातील फक्त दोन-तीन धर्मग्रंथातच जर हजारो वर्षांपूर्वीच्या काळातील अंतराळयात्रिक ? आणि त्यांची दैदिप्यमान वाहने यांचा उल्लेख असता, तर आपल्याला सर्व भूतकाळाचे संशोधन करण्याचेच कारण नव्हते. पण जगाच्या कानाकोपऱ्यातील सर्व धर्मग्रंथात या गोष्टींचा उल्लेख होतो, तेव्हा याकडे दुर्लक्ष करता येणार नाही.

सुमेरियन लोकांच्या प्रत्येक देवाचा संबंध कुठल्या तरी ताऱ्याशी आहे. त्यांच्या मारडुक (मंगळ) या देवाचा पुतळा म्हणे ४८००० पौंड सोन्याचा होता. निनुर्त (व्याध) हा विश्वाचा न्यायाधीश होता. त्यांची किती तरी मृत्तिकापत्रे मंगळ, व्याध, वृषभ राशीतील तारकापुंजांना उद्देशून लिहिली आहेत. सुमेरियन लोकांच्या प्रार्थनात वा ईशस्तोत्रात दैवी शक्तीचा पुन:पुन्हा उल्लेख येतो. मंगळाच्या स्तुतिपाठात त्याने अग्निवर्षाव करून आणि प्रखर विजेच्या फटकाऱ्याने त्यांच्या शत्रूंचा नाश केला अशी नोंद आहे. इनान्ना ही देवता स्वर्गातून फिरत असताना अत्यंत प्रखर आणि डोळे दिपवून टाकणाऱ्या प्रकाशाने शत्रूंची घरे जाळीत असे. अणुहल्ल्यापासून बचाव करण्यासाठी बांधावीत, अशा गोलाकार आणि अभेद्य अशा घरांची चित्रेच नव्हेत तर प्रतिकृतीही मिळते. पाच हजार वर्षांपूर्वीच्या काळातील उत्कृष्ट कारागिरीचे नमुने असलेले कुस्ती खेळणारे मल्ल, रथ यांच्या अप्रतिम प्रतिकृती बनवणाऱ्या सुमेरियन लोकांनी अशा ओबडधोबड आणि विचित्र वाटणाऱ्या घराची प्रतिकृती का बनवावी?

बगदादपासून ९५ मैलांवरील निप्पूर या गावी हल्ली ६०,००० मृत्तिकापत्रांवर लिहिलेले सुमेरियन ग्रंथभांडार सापडले आहे. जलप्रलयाचा वृत्तांत एका मृत्तिकापत्रावर सहा रकान्यात लिहिलेला आहे. आजपर्यंतच्या इतिहासातील जलप्रलयांबद्दल सापडलेला हा सर्वांत जुना वृत्तांत ! गिलगामेशच्या महाकाव्यापेक्षाही हा वृत्तांत जुना आहे. काही सांगता येत नाही, सर्व धर्मग्रथांत उल्लेख झालेल्या महाप्रलयाचा आणखी एखादा जुना वृत्तांत कधी तरी सापडेल!

इजिप्तमधील एका पिरॅमिडवर लिहिले आहे, 'लाखो वर्षे सूर्यरथाचा मार्ग सांभाळणारा तूच आहेस.' मान्य आहे की पुराणकालीन इजिप्तने गणितशास्त्रात

खूप मोठा पल्ला गाठला होता म्हणून; पण तरीही तारे आणि स्वर्गीय वाहनांच्या बाबतीत त्यांनी लाखो वर्षांचाच उल्लेख करावा हे आश्चर्यकारक नाही वाटत ?

आणि या बाबत महाभारत हा ग्रंथ काय सांगतो?

'काळ हे विश्वाचे बीज आहे.'

मेम्फिस या शहरात सूर्यदेवाने इजिप्तच्या राजाला दोन प्रतिकृती दिल्या आणि सांगितले की 'एक लाख वर्षात सहा वेळा त्याच्या राज्यारोहणाच्या सोहळ्याचा महोत्सव त्याने साजरा करावा. या प्रतिकृती देण्यासाठी सूर्यदेव दैदिप्यमान स्वर्गीय रथातून आला होता आणि नंतर क्षितीजावरून अंतर्धान पावला हे सांगण्याची आता आवश्यकता नाहीच. पंख असलेल्या सूर्यदेवाची आणि अमरत्वाचे चिन्ह घेऊन उडणाऱ्या बहिरी ससाण्याची चित्रे एडफू येथील देवालयात आणि त्यांच्या दरवाज्यांवर आढळतात. अशा उडत्या देवांची चित्रे इजिप्तमध्ये जितकी सापडतात तेवढी जगातल्या कुठल्याही देशात सापडत नाहीत.

इजिप्तमधील अस्वानजवळील हत्ती बेट जगातल्या पर्यटकांचे एक आकर्षण आहे. ते बेट हत्तीच्या आकाराचे आहे ही गोष्ट खरीच आहे पण खूप उंचीवरून विमानातून पाहिले तरच बेटाचा हत्तीप्रमाणे असलेला आकार लक्षात येतो. खुद्द त्या बेटावर एखादी छोटीशी टेकडीही नाही की जिच्यावरून एकाच वेळी सर्व बेट दिसू शकेल आणि त्याचा आकार लक्षात येईल. पण इजिप्तच्या प्राचीन ग्रंथातसुद्धा या बेटाचा उल्लेख हत्ती बेट असाच केला आहे. त्या प्राचीन काळात हे कुणाला व कसे कळले असेल? हजारो वर्षांपूर्वी प्रचंड उंचीवरून हे बेट कोणी पाहिले असेल?

एडफू येथील एका इमारतीवरील हल्लीच उजेडात आलेली कोरीव अक्षरे सांगतात की ती वास्तू दैवी आहे. तिचा आराखडा आता देवत्वच प्राप्त झालेल्या इम-होटेप याने बनविलेला होता. धर्मगुरू, डॉक्टर, लेखक, शिल्पकार, तत्त्वज्ञ असा इम-होटेप म्हणजे त्या काळातला आईनस्टाईनच होता. त्याने त्याच्या राजासाठी सक्कर येथे एक पायऱ्या पायऱ्यांचा अप्रतिम पिरॅमिड बांधला. १९७ फूट उंचीचा हा पिरॅमिड म्हणजे एक आश्चर्यच आहे. इतक्या कौशल्याने आणि सुबकतेने इजिप्तचे शिल्पकार नंतर कुठलाच पिरॅमिड बांधू शकले नाहीत. त्या काळात कोणती आयुधे वापरून हा पिरॅमिड बांधला या प्रश्नाला अर्थात आपल्याकडे उत्तरच नाही. या पिरॅमिडभोवती ३३ फूट उंच आणि १७५० फूट लांबीची भिंत आहे. शेवटी इम-होटेप याने स्वतःलाच त्या पिरॅमिडमध्ये पुरून घेतले. देव परत येऊन त्याला उठवणार होते तोपर्यंत!

प्राचीन इजिप्तच्या खगोलशास्त्राच्या ज्ञानाबद्दलचा एकही पुरावा पुढे येत

नसताना त्यांच्या प्रत्येक पिरॅमिडचा संबंध मात्र कुठल्या तरी ताऱ्याशी येतो. व्याध या ताऱ्याबद्दल इजिप्शियन लोकांना फार आकर्षण होते. का ते कळत नाही! नाईल नदीला पूर येतो, तेव्हा मेम्फिस येथून क्षितीजाच्या जरा वर तो दिसतो. व्याध या ताऱ्याचे उगवणे लक्षात घेऊन एक अचूक कॅलेन्डरही इजिप्शियन लोकांनी बनवले आहे. ७००० वर्षांपूर्वी!

जुन्या खगोलशास्त्रज्ञांना चन्द्र, सूर्य, तारे यांच्याकडे बघण्याला वर्षानुवर्षे खूप वेळ होता आणि साधारण ३६५ दिवसांनी पुन्हा सर्व नक्षत्रे त्याच जागांवर येतात हे त्यांना कळले असेल हे कबूल आहे; पण व्याध या ताऱ्याबद्दल एवढे आकर्षण का, की ज्याच्यावरून इजिप्शियन लोकांनी कॅलेन्डर बनवावे? नाईल नदीला पूर येतो तेव्हा व्याध क्षितीजावर दिसणे, ही केवळ योगायोगाची बाब आहे. नाईल नदीला काही दरवर्षी पूर येत नाही आणि येतो तेव्हा एकाच तारखेला येतो असेही नाही. मग व्याधाबद्दल काही जुनी आख्यायिका नाही ना किंवा पुराण नाही ना की जे धर्मगुरुंनी कायम दडवून ठेवले आहे? का देवांच्या परत येण्याच्या वचनाशी व्याधाचा काही संबंध होता?

इजिप्तच्या लोकांना हजारो वर्षांपूर्वी दशमान पद्धतीची माहिती कशी होती ? इतकी पुढारलेली संस्कृती, इतक्या जुन्या काळात कशी निर्माण झाली ? तांबे, ब्रान्झ या धातूंच्या प्रतिमा कशा सापडतात ? इजिप्शियन लोकांना गणिताचे ज्ञान आणि अगदी तयार लिपी दिली कुणी ?

अरबी भाषेतल्या सुरस आणि चमत्कारिक गोष्टी कोणी वाचल्या नाहीत? एक हजार आणि एक रात्री सांगितलेल्या या गोष्टी अलौकिक कल्पनांनी नटलेल्या आहेत. अल्लाउद्दिनाच्या गोष्टीतला हात घासल्यावर जादुच्या दिव्यातून येणारा राक्षस, अलीबाबा आणि चाळीस चोर या कथेतील 'तिळा उघड' म्हटल्याबरोबर उघडणारी गुहा कोणाला माहीत नाही ?

आज जगातल्या मोठमोठ्या डिपार्टमेंटल स्टोअर्सचे दरवाजे तुम्ही दरवाज्याजवळ पाऊल टाकले की आपोआप उघडतात. बोट लावताच टेलिव्हिजन सुरू होतो, बंद होतो. आज या गोष्टींचे आश्चर्य वाटत नाही.

मग या प्राचीन कथा-लेखकांची कल्पनाशक्तीच इतकी अजब आणि सर्वांना थक्क करणारी होती की आजचे विज्ञानकथा लेखक त्यांच्या पासंगालाही पुरत नव्हते असे म्हणायचे? का अशा गोष्टी खरोखरच त्यांनी पाहिल्या होत्या, अनुभवल्या होत्या आणि म्हणूनच त्यांच्या कल्पनाशक्तीला बहर आला होता असे म्हणायचे?

ज्या संस्कृती नक्की कधी होऊन गेल्या ते सांगत येत नाही, ज्या आख्यायिका किंवा दंतकथा किती प्राचीन काळातल्या हे उमजत नाही; त्यांचा विचार करताना

होणाऱ्या गोंधळाला तर परिसीमाच नाही.

आइसलॅन्ड आणि नॉर्वेच्या आख्यायिकाही अर्थातच आकाशमार्गाने संचार करणाऱ्या देवांबद्दल सांगतातच. फ्रिग ही देवता तिच्या दासीला घोड्यावरून वेगवेगळ्या जगात पाठवते आणि तो घोडा, जमीन आणि पाणी यांना पाय न लावता तरंगतच दौडतो. तिच्या निरनिराळ्या जगांच्या या प्रवासात आकाशातच तिला वेगवेगळे प्राणीही भेटल्याचा उल्लेख आहे. चन्द्र, सूर्य, पृथ्वी, विश्व यांना वेगवेगळी नावे दिलेली आढळतात. त्या काळात सर्वांचेच जग इतके लहान असताना, एकाच गोष्टीकडे असे वेगवेगळ्या तऱ्हेने ते प्राचीन लोक कसे बघू शकत होते?

भूतकाळाचे संशोधन करताना, कोणत्याही स्वर्गीय दृश्याचा उल्लेख आला की काही तरी करून ताबडतोब त्याचा संबंध अंतराळ प्रवासाच्या ज्ञानाशी लावणे हा हेतू नाही. पण अति प्राचीन ग्रंथातील अनेक उताऱ्यांचा, भागांचा उलगडा इतिहास करू शकत नसल्याने त्यांच्याकडे दुर्लक्षच झाले आहे. ज्यांनी त्यांच्या प्रती काढल्या, ज्यांनी भाषांतरे केली, त्यांना सर्वांनाच या उताऱ्यांच्या संबंधातील विज्ञानाची जाणीव असण्याची शक्यता नाही. क्षणभर तेही शक्य समजू, पण जेव्हा कुठल्याही धर्माच्या साच्यात, इतिहासकारांच्या मते खोट्या आणि काल्पनिक अशा या आख्यायिकांचा समावेश व्यवस्थित होत असेल, तेव्हा तो करायचा आणि नसेल तेव्हा त्यांच्याकडे दुर्लक्ष करायचे, ही गोष्ट संशोधकांना अजिबात शोभणारी नाही.

पण अशी अंतराळयाने नव्हतीच असे छातीठोकपणे प्रतिपादन करायला तरी काही पुरावा आहे? प्राचीन काळात त्यांचे अस्तित्व असणे शक्य नाही, म्हणून ती नव्हती या बडबडीला अर्थ नाही. वादविवादात असा मुद्दा शुद्ध मूर्खपणाचाच ठरेल. प्रश्नांवर प्रश्न विचारून ज्या विद्वान लोकांनी नवीन नजरेने आपल्या भूतकाळाकडे नजर टाकावी अशी आपली धडपड चालू आहे, त्यांच्याकडून अशा बोलण्याची अपेक्षा नाही. काल अशक्य वाटणाऱ्या किती तरी गोष्टी आज अस्तित्वात आहेत याचे धडे इतिहासानेच दिले आहेत. आजच्या अंतराळाचा वेध घेणाऱ्या नजरेने या धर्मग्रंथांचे नवीन भाषांतर कुणी केले तर?

किती तरी पंडित आकाशातून दगड पडणे शक्य नाही असे म्हणत, कारण आकाशात दगड नसतात अशी त्यांची खात्री होती. आज उल्कापात ही सर्वसामान्य गोष्ट आहे. एकोणिसाव्या शतकातले गणितज्ज्ञ खात्रीपूर्वक सांगायचे की आगगाडी २१ मैलांपेक्षा जास्ती वेगाने जाऊ शकणार नाही कारण मग आगगाडीत हवाच शिल्लक राहणार नाही आणि लोक गुदमरून मरतील. १०० वर्षांपूर्वी तर शास्त्रज्ञांनी 'सिद्ध' केले होते की हवेपेक्षा जड अशा धातूच्या गोष्टी आकाशात

उडू शकणार नाहीत. आपल्यापैकी कोणीही आपला ग्रह सोडून जाऊ शकणार नाही ही आणखी एक अशक्य गोष्ट.

पण लोकांच्या टीकेकडे दुर्लक्ष करून आपल्या कल्पनाविश्वात दंग राहणारे व हरप्रयत्नाने ही स्वप्ने प्रत्यक्षात उतरवण्याची धडपड करणारे 'अव्यवहारी' लोकही या जगात असतात हे नशिबच म्हणायचे. त्यांच्याशिवाय या जगात आज रेल्वेचे जाळे दिसले नसते, जेट विमाने दिसली नसती आणि अग्निबाणांचे तंत्रही एवढे प्रगत झालेच नसते. खरोखर आपल्याच कल्पनारम्य विश्वात रममाण होणारे असे 'मूर्ख' नसते तर जगात किती तरी गोष्टींचे अस्तित्व आढळले नसते.

कित्येक विद्वान अगदी सत्याची कास सोडायला तयार नसतात पण त्यावेळी ते सोयिस्करपणे एक गोष्ट विसरतात. स्वप्नाळू माणसांच्या कालच्या कल्पना आज सत्यसृष्टीत उतरण्याची अनंत उदाहरणे असताना सत्य, सत्य म्हणजे काय पकडून बसणार? पद्धतशीर संशोधनाचा परिणाम म्हणून नाही, तर केवळ नशिबाचा भाग म्हणून अपघाताने लागलेल्या शोधांची संख्या तरी कमी कुठे आहे?

हाइन्‌रिख श्लीमन याने होमरचे 'ओडेसी' हे महाकाव्य म्हणजे केवळ काल्पनिक आख्यायिकांचा आणि कथांचा संग्रह म्हणून वाचून सोडून देण्याचे नाकारले आणि ट्रॉय या पौराणिक शहराचा खरोखरच शोध लागला.

एक गोष्ट खरीच आहे. कोणताही ठाम निर्णय घेता येईल अशा निर्णायक अवस्थेला आज तरी आपले भूतकाळाचे संशोधन पोहोचलेले नसले तरी. पुराणकाळातील उजेडात येणाऱ्या कित्येक नवीन गोष्टी, किती तरी गूढ गोष्टींची रहस्ये उलगडतील. जुने धर्मग्रंथ वाचले तर अंतिम सत्य इतके वेगळे असेल की सर्व जगात त्याने उलथापालथ होईल.

दक्षिण अमेरिकेत जगातील सर्व प्राचीन ज्ञान ज्या पुस्तकात लिहिले होते, असा एक अमूल्य ग्रंथ इंकांच्या एका सम्राटाने नष्ट केला. अलेक्झांड्रिया येथील एका वाचनालयात ५ लाख पुस्तके होती. त्यांचा काही भाग रोमन लोकांनी नष्ट केला आणि काही शतकांनी खलीफ ओमर याने उरलेले ग्रंथ अलेक्झांड्रियामधील सार्वजनिक स्नानगृहातील पाणी तापविण्यासाठी जाळले. जेरूसलेम येथील मंदिरातील ग्रंथभांडारांचा पत्ताच नाही. चि हुआंग या चिनी सम्राटाने इतिहास, खगोलशास्त्र, तत्त्वज्ञान या विषयांवरील सर्व ग्रंथांचा नाश केला. दक्षिण अमेरिकेत उतरलेल्या मिशनऱ्यांनी जुनी प्राचीन मृत्तिकापत्रे आणि इतर धर्मग्रंथांचा, कोणत्याही तऱ्हेच्या लिखाणांचा संपूर्ण विध्वंस केला. सर्व धर्मांतील धर्मवेडाने झपाटलेल्या नादान माणसांनी जगातील अमूल्य ज्ञानाचा ठेवा कायमचा घालवला पण त्यातून आज तरी आपण काही शिकलो आहोत ?

जर्मनीत हिटलरने चौकाचौकांत ग्रंथांची होळी केली ती ६०-६५ वर्षांपूर्वीच! चीनमध्ये माओने फक्त ३५ वर्षांपूर्वीच्या सांस्कृतिक चळवळीत तेच केले.

पण आज समाधानाची बाब एकच आहे. एका पुस्तकाच्या अनेक प्रती छापल्या जातात. पण ज्ञानाचा जो दुर्मिळ खजिना पूर्वी नष्ट झाला तो कसा मिळणार?

या सर्व संहारातून ज्या गोष्टी थोड्या फार प्रमाणात वाचल्या, त्यासुद्धा भूतकाळाबद्दलच्या आपल्या ज्ञानात मोलाची भर घालतात. प्राचीन काळातील विद्वान लोकांना त्यांच्या भविष्यकाळात युद्धे होणार, क्रांत्या होणार, रक्तपात, विध्वंस होणार याची जाणीव निश्चितच होती. म्हणून त्यांचे ज्ञानभांडार नष्ट होऊ नये या हेतूने पिरॅमिडस्सारख्या भव्य इमारतीत ते दडवून ठेवले नसेल ना? ही कल्पना अगदी गंभीरपणे विचार करण्यासारखी आहे; कारण अगदी हाच विचार आपण आज विसाव्या शतकातसुद्धा केलेला आहे.

१९६५ मध्ये अमेरिकन लोकांनी न्यूयॉर्कमध्ये, कोणत्याही नैसर्गिक आपत्तींना तोंड देऊन कमीत कमी ५००० वर्षे टिकतील अशा कालकुप्या जमिनीत खोल पुरून ठेवल्या आहेत. पोलादापेक्षाही टणक अशा धातूच्या या कालकुप्या अणुस्फोटातही नाश पावणार नाहीत. वर्तमानपत्रे, शहरे, जहाजे व विमाने यांची छायाचित्रे, निरनिराळ्या धातूंचे, प्लॅस्टिकचे नमुने, वस्त्रप्रावरणांचे नमुने, दररोजच्या वापरातल्या वस्तू, नाणी, गणित, औषध, विज्ञानशास्त्र, प्राणिशास्त्र इत्यादि विषयांवरील मायक्रो फिल्मवर घेतलेली पुस्तके इत्यादि शेकडो गोष्टी या कालकुप्यात ठेवल्या आहेत. ५००० वर्षांनी अस्तित्वात असणाऱ्या अज्ञात जमातींना विसाव्या शतकातल्या परिस्थितीची कल्पना येण्याइतक्या अनेक गोष्टी या कालकुप्यात आहेत. सर्व लिखाण ५००० वर्षांनंतरच्या भाषांत भाषांतर करता यावे या दृष्टीने सूचना असलेले एक पुस्तकही त्यात आहे.

आपल्या भावी पिढ्यांसाठी अशी कालकुपी जतन करून ठेवण्याची मूळ कल्पना वेस्टिंगहाऊस इलेक्ट्रिकच्या तंत्रज्ञांची! आपली भाषा आणि लिपी ५००० वर्षांनी त्यावेळच्या पिढ्यांना कळावी म्हणून पुस्तक लिहिले, गुरुकिल्ली तयार केली जॉन हॅरिंग्टन याने! यांना द्रष्टे म्हणायचे? की मूर्ख म्हणायचे? ५००० वर्षांनंतरच्या काळाचा विचार करणारे वेडे लोक आज अस्तित्वात आहेत ही जाणीव खरोखरच सुखद आहे. आज आपल्याला पुराणवस्तू संशोधन करताना किती त्रास होतो ते कळत आहे. ५००० वर्षांनी आजच्या काळाचा इतिहास शोधणाऱ्या संशोधकांनाही काही वेगळा अनुभव येणार नाही.

अणुबॉम्ब, हायड्रोजन बॉम्ब यांचे शोध लागले आहेत. त्यांनी किती विनाश होतो याची पूर्ण जाणीव संशोधकांना आहे. पण त्यामुळे युद्धे होत नाहीत असे

घडत नाही. पुढल्या कुठल्या तरी युद्धात याच अस्त्रांचा उपयोग झाला तर आजपर्यंत मानवाने केलेल्या प्रगतीचा काही मागमूस राहणार नाही, त्याच्या कर्तृत्वाच्या काही खाणाखुणा राहणार नाहीत. पुढारलेल्या संस्कृतीचे काही अवशेष शिल्लक राहणार नाहीत. त्या या भूतलावरूनच अदृश्य होतील. संपूर्ण विध्वंस पावतील. हीच गोष्ट विश्वातील एखाद्या नैसर्गिक अपघाताने होऊ शकेल.

अणुबॉम्ब आणि हायड्रोजन बॉम्ब यांचा वापर काही आफ्रिकेतील झुलू लोकांवर किंवा निरूपद्रवी एस्किमो लोकांवर होणार नाही. त्यांचा उपयोग होणार आहे, आजच्या उच्च पातळी गाठलेल्या संस्कृतीच्या केंद्रांवरच. या केंद्रांपासून दूर असणारे रानटी, मागासलेले लोक तसेच राहतील पण भविष्यकाळात या आजच्या उच्च संस्कृतीबद्दल त्यांना काही सांगता येणार नाही. या संस्कृतीबद्दल त्यांना एक गोष्टसुद्धा माहीत असण्याची शक्यता नाही; कारण आज त्या संस्कृतीच्या उभारणीत त्यांचा थोडाही हातभार नाही. भविष्यकाळात उपयोगी पडावे, सुरक्षित राहावे म्हणून कोणतेही ग्रंथभांडार आपण दडवून ठेवले तरी ती माहिती या जमातींना असणार नाही. बाकी काही लिखाण युद्धाच्या अग्निप्रलयात शिल्लकच राहणार नाही. या भीषण युद्धानंतर राहतील ती रणरण करणारी उजाड वाळवंटे की जिथे गवताची एक काडीसुद्धा उगवणार नाही. निसर्गाच्या रौद्र स्वरूपाला मग कोणीच आवर घालू शकणार नाही आणि २००० वर्षांनी ज्या शहरांचा अभिमान आपण बाळगून आहोत त्यांचा मागमूसही राहणार नाही.

आणि पुन्हा एकदा मानवजातीची धडपड सुरू होईल. सुधारणा करण्याचा प्रयत्न केला जाईल. एकदा! दोनदा! तीनदा! आणि पुन्हा सुसंस्कृत होईपर्यंत इतका काळ निघून जाईल की परंपरागत आजपर्यंत चालत आलेल्या रूढींचा आणि धर्मग्रंथांचा त्या मानवाला काहीही उपयोग होऊ शकणार नाही.

अणुबॉम्ब, हायड्रोजन बॉम्ब यांचा वापर झालेल्या महायुद्धानंतर ५००० वर्षांनी त्या काळातले पुराणवस्तू संशोधक म्हणतील, विसाव्या शतकातल्या मानवाला लोखंड या धातूचा उपयोग माहिती नव्हता म्हणून ! त्यांनी कुठेही, कितीही खणले तरी, हा धातू वापरात होता याची खूण त्यांना सापडू शकणार नाही. आज लोखंडाची कितीही प्रचंड कामे केली असली तरी ती गंजून मातीला मिळालेली असतील. एखाद्या देशाच्या सरहद्दीवर रणगाडे अडविण्यासाठी जे प्रचंड चर खणले असतील, ते त्यांना खगोलशास्त्राच्या कोणत्या तरी नियमानुसार आखलेल्या रेषा वाटतील. शेकडो फूट उंचीच्या इमारतींचे वर्णन, फोटो असणारा एखादा ग्रंथ आढळलाच तरी अशा इमारती विसाव्या शतकात अस्तित्वात असणेच शक्य नाही असे ५००० वर्षानंतरचे विद्वान सांगतील. लंडनचे जमिनीखालील ट्यूब रेल्वेचे बोगदे सांडपाण्याच्या उत्कृष्ट अशा व्यवस्थेची खूण

म्हणून त्यांना पटतील. या खंडातून त्या खंडात प्रवास करणाऱ्या विमानांची वर्णने त्यांना पौराणिक वाङ्मय वाटेल आणि आणि त्यांना ते विशेष किंमत देणार नाहीत. विमानांचे अस्तित्व ही कल्पना त्यांना मान्यच होणार नाही.

इसवी सन ७००० मधील भाषांतरकर्त्यांनाही विसाव्या शतकातील महायुद्धांची फाटक्या तुटक्या पुस्तकातील वर्णने आश्चर्याने थक्क करतील.

५००० वर्षांचा काळ सुद्धा तसा खूप मोठा आहे. अनेक गोष्टींचा उलगडा तरीही त्यानंतर होऊ शकतो पण संशोधनाला योग्य आणि अचूक निर्णय घेता येतील असे धागेदोरे हाताला लागणे कठीण असते. अजस्त्र दगड वापरून केलेली कामे ५००० वर्षे टिकावीत पण लोखंड वापरून केलेली त्याहून प्रचंड बांधकामे, त्यांचा थोडासा अवशेष दाखवण्याइतकी सुद्धा शिल्लक राहू नयेत हा निसर्गाचा लहरीपणा आहे.

दिल्ली येथे कुतुबमिनारच्या आवारात ४००० वर्षे धातूचा एक स्तंभ उभा आहे. सर्व प्रकारच्या हवामानाला तोंड देत आणि थोडाही न गंजता! कोणत्या मिश्रधातूचा तो बनवला आहे हे आजही आपल्याला कळत नाही. त्या प्राचीन काळात मोठी इमारत बांधण्याइतकी साधनसामुग्री हाताशी नसणाऱ्या पण भविष्यकाळात त्यांच्या अस्तित्वाची जाणीव व्हावी अशी इच्छा असणाऱ्या कोणत्या तरी तंत्रज्ञांनी तर तो बांधला नसेल? त्यांच्या उच्च संस्कृतीची निशाणी तो आजही दिमाखाने फडकवत उभा आहे.

या सर्वच गोष्टी आपल्याला फारच अडचणीत टाकणाऱ्या आहेत. प्राचीन उच्च संस्कृतींनी बांधलेल्या इमारती आपल्याला दिसतात पण अत्याधुनिक तंत्रज्ञान वापरून त्यांच्या प्रतिकृती आपण बांधू शकत नाही. नुसता वादविवाद, आरडाओरडा करून, होत्याचे नव्हते करणे त्यांच्या बाबतीत शक्य नाही. त्यांचे अस्तित्व त्या काळात असणेच शक्य नाही असे म्हणून त्या दृष्टिआड होत नाहीत. काळाच्या ओघाला तोंड देऊन त्या वास्तू आजही उभ्या आहेत. आपल्याला कोड्यात टाकत आहेत. त्यांचे स्पष्टीकरण शोधण्यासाठी प्रयत्नांची शर्थ करणे अत्यावश्यक आहे. तेव्हा डोळ्यांना बांधलेली झापडे सोडून आपण त्या संशोधनात भाग घेऊ या.

प्राचीन आश्चर्ये का अंतराळप्रवास स्थानके?

लेबॅनॉनमधील ३७६० फूट उंचीवरील बालबेक या ठिकाणी रोमन सम्राट ऑगस्टस याने बांधलेल्या भव्य मंदिराचे अवशेषसुद्धा आज प्रवाशांना स्तंभित करतात. त्यांनी ग्रीक लोकांच्या मंदिरांच्या अवशेषांच्या ठिकाणी ही अप्रतिम मंदिरे बांधली होती. पण प्रत्यक्षात ग्रीक आणि रोमन यांनी त्यांच्या अलौकिक इमारती बांधल्या होत्या ती जागा, तो टेरेस किंवा भव्य प्लॅटफॉर्म ग्रीक वा रोमन यापैकी कोणीच बांधलेला नव्हता आणि बालबेकच्या टेरेसचे रहस्य हेच आहे. ग्रीकांनी प्रथम इथे मंदिरे बांधली तेव्हा त्यांनी या शहराला नाव दिले 'हेलिओपोलिस' किंवा 'सूर्यदेवाचे शहर.' पण ही मंदिरे त्यांनी बांधली ती आधीच अस्तित्वात असलेल्या बालबेकच्या टेरेसवर. तो ३००० वर्षांहून जास्त काळ आपल्याला माहिती आहे. टिआहुआन्कोप्रमाणेच बालबेक तंत्रशुद्ध आधारावर बांधलेले होते. हा टेरेस बांधण्यासाठी ६०-६० फूट लांब आणि २००० टन वजनाच्या शिळा वापरल्या आहेत. तो खरोखर

किती जुना आहे याची कल्पना नाही; पण ग्रीक आणि रोमन दोघांनीही त्यांची मंदिरे बांधायला त्याचा उपयोग केला हे खरे. प्रथम हा टेरेस जेव्हा बांधला गेला तेव्हा या अजस्त्र शिळा इथे कशा हलवल्या गेल्या असतील?

आज शास्त्रज्ञांनी खूप संशोधन करून काही संस्कृती या भूतलावर होऊन गेल्या हे सिद्ध केले आहे. त्यातल्या महत्त्वाच्या मानल्या गेलेल्या अशा तीन संस्कृती आहेत. माया, सुमेरियन आणि इजिप्शियन! पण या संस्कृतींचा सुद्धा सलग असा इतिहास सापडत नाही. त्या फार पुढारलेल्या होत्या हेच आपल्याला माहीत आहे. तसे पाहिले तर ज्याला मानवाचा ज्ञात इतिहास म्हणता येईल तो फार प्राचीन काळापासूनचा नाही. तो सुरू होतो सुमारे ७००० वर्षांपूर्वीच्या इजिप्शियन संस्कृतीपासून.

इजिप्शियन संस्कृती म्हटली की आपल्या डोळ्यांसमोर उभे राहतात ते पिरॅमिड; पण पिरॅमिडच्या बांधणीत गणिताचा भाग फार मोठा आहे. म्हणजे त्यावेळच्या मानवाने गणितात खूप प्राविण्य मिळविले होते हे उघडच आहे. याच संस्कृतीत अक्षरलिपी जन्माला आली, औषधांचा वापर सुरू झाला, पण डोळ्यात भरते ते इजिप्शियन लोकांचे वास्तुशास्त्र आणि शिल्पशास्त्र.

त्यांनी बांधलेली प्रचंड शहरे, भव्य मंदिरे, दुतर्फा शिल्पकलेचे उत्कृष्ट नमुने असलेले सुंदर रस्ते, खडकात कोरलेली वैभवशाली थडगी आणि जगप्रसिद्ध पिरॅमिडस् आणि स्फिंक्स पाहताना आपली छाती दडपून जाते.

या इजिप्शियन संस्कृतीचा जन्म म्हणजे जणू एका रात्रीत घडलेला चमत्कार वाटतो. या संस्कृतीचा आधीचा इतिहास माहिती नाही. हळुहळू सुधारणा होऊन ती भरभराटीला आली असे दिसत नाही. आपली प्रगत आणि अप्रतिम संस्कृती घेऊन इजिप्शियन लोक आले कुठून? अगदी अचानक आणि एकाएकी?

तसे त्या लोकांनी अनेक पिरॅमिडस् बांधले परंतु त्यापैकी सर्वांत प्रसिद्ध असलेला पिरॅमिड म्हणजे कैरो शहराच्या पश्चिमेकडील खुफू या राजाचा पिरॅमिड. तसा तो जवळ जवळ ५११ फूट उंच असावा पण हजारो वर्षे नैसर्गिक आपत्तींना तोंड देत आता त्याची उंची ४९० फूटच राहिली आहे. या भव्य पिरॅमिडसाठी प्रत्येकी १२ टन वजनाचे २६ लाख दगड तरी ठराविक आकारात कापून वापरले आहेत.

इजिप्तमध्ये धान्य पिकते ते फक्त नाईल नदीच्या खोऱ्यात. ७००० वर्षांपूर्वी तो प्रचंड पिरॅमिड बांधताना इजिप्तची लोकसंख्या ५ कोटी होती असे तज्ज्ञ सांगतात तर फक्त ५००० वर्षांपूर्वी जगाची लोकसंख्या म्हणे फक्त ३ कोटी होती असे दुसरे तज्ज्ञ सांगतात.

लोकसंख्येचा वाद सोडला तरी एक गोष्ट निश्चित होती. या सर्व लोकांना

अन्नपाणी पुरवायलाच हवे होते. लाखो गुलाम, हातात अमर्याद सत्ता असणारे आणि लाडावून ठेवलेले धर्मगुरू, व्यापारी, शेतकरी, सैन्य व इतर प्रजा या सर्वांची गुजराण त्या काळात इजिप्तमध्ये पिकू शकणाऱ्या धान्यावर होणार होती? अशक्य! आजतागायत कधीही, फक्त इजिप्तच्या लोकसंख्येला पुरेल एवढे धान्यही तिथे पिकवता आलेले नाही.

पिरॅमिडसाठी लागणारे दगड खाणींपासून पिरॅमिडच्या जागेवर आणण्यासाठी म्हणे लाकडी रोलर्स वापरले. पुन्हा लाकडी ठोकळ्यांच्या आणि फळ्यांच्या सहाय्याने ते एकमेकांवर चढवले. पण इजिप्तच्या वाळवंटात एवढे लाकूड कधी होते आणि आणणार तरी कुठून? थोडी फार खजुरांची झाडे असतील तरी ती तोडणे शक्यच नव्हते. तेवढेच अन्न आणि निवारा त्यावेळी होता, आजही आहे. लाकूड आयात करण्याचे म्हटले तर तेवढे नौदल पाहिजे. पुन्हा अलेक्झांड्रिया बंदरात लाकडे उतरवल्यावर नाईल नदीतून कैरोला न्यायला हवीत. छे! पिरॅमिडसाठी वापरलेले दगड खाणींपासून पिरॅमिडच्या जागेपर्यंत कसे नेले त्याला पटणारे स्पष्टीकरण नाही. तरी 'इजिप्त' या विषयावरचे तज्ज्ञ अजूनही हे चिरे लाकडी रोलर्सवरून ओढून नेले या आपल्या आवडत्या सिद्धान्ताला चिकटूनच आहेत.

पिरॅमिड बांधण्याच्या तंत्राबद्दल सुद्धा अनेक शंका आहेत.

इजिप्शियन लोकांनी खडकांमध्ये दैदिप्यमान थडगी कशी कोरून काढली? पुन्हा या थडग्यात, खोल्या, गॅलऱ्या, बोगदे यांचे इतके चक्रव्यूह आहेत की मती गुंग होते. सर्व भिंती, जमिनी अगदी गुळगुळीत आहेत. अगदी तळाशी असणाऱ्या शवघरांकडे जाणाऱ्या पायऱ्यासुद्धा अगदी उत्कृष्ट आहेत.

इजिप्शियन लोक सूर्योपासक होते. पिरॅमिडवरील ग्रंथ सांगतात की त्यांचे राजे अंतराळात देवांबरोबर संचार करीत असत. तेव्हा देव आणि इजिप्तचे राजे यांचा पुन्हा उडण्याशी संबंध होताच.

खुफूच्या पिरॅमिडच्या उंचीला १००० दशलक्षांनी गुणले तर पृथ्वी आणि सूर्य यांच्यातले अंतर कळते. (९ कोटी ३० लक्ष मैल) पिरॅमिड दुभंगणारी रेषा फक्त सर्व खंडांचीच नव्हे तर पृथ्वीवरील महासागरांची सुद्धा बरोबर दोन भागात विभागणी करते. पिरॅमिडच्या पायाच्या क्षेत्रफळाला पिरॅमिडच्या दुप्पट उंचीने भागले तर सुप्रसिद्ध $\pi = ३.१४१५९$ हा आकडा मिळतो. पृथ्वीच्या वजनाबाबतची कोष्टके पिरॅमिडमध्ये मिळतात. या सर्व काय योगायोगाच्या गोष्टी आहेत?

पिरॅमिड बांधला तिथला खडकाळ भाग तरी इतका व्यवस्थित सपाट कसा केला?

इजिप्तमधील वाळवंटी आणि खडकाळ भागात पिरॅमिडसाठी हीच जागा का निवडली?

शक्य आहे की तिथल्या खडकाळ प्रदेशात नैसर्गिक असा खड्डा होता की ज्याचा योग्य वापर करून तो पिरॅमिड त्यांनी बांधला.

किंवा राजाची इच्छा असेल की रात्रंदिवस काम कसे चालले आहे यावर लक्ष ठेवावे आणि म्हणून त्याच्या राजवाड्याजवळची जागा निवडली.

पण या गोष्टी संपूर्णत: अव्यवहार्य आहेत.

जागाच निवडायची तर ती निदान दगडांच्या खाणीजवळच का निवडली नाही? लाखो दगड खाणींपासून दूर न्यायचा त्रास तरी वाचला असता.

बांधल्या जाणाऱ्या पिरॅमिडवर नजर ठेवता यावी म्हणून वर्षानुवर्षे रात्रंदिवस खडाखडा, घणाघणा आवाज ऐकायला जर कोणता फॅरोह राजा तयार झाला असता तर त्याचे डोके ठिकाणावर आहे का असेच विचारावे लागले असते.

पिरॅमिडची जागा शोधताना कुणाची सोय पाहिली? कसली सोय पाहिली? पिरॅमिडसाठी नेमकी तीच जागा का निवडली यालाही उत्तर नाही.

मग 'देवांनी दिलेल्या आज्ञेप्रमाणे ही जागा निवडली नसेल ना?' धर्मगुरुंच्या मुखातून ही आज्ञा वदविली गेली असेल तर त्याला कोणी विरोध करणे शक्य नव्हते.

पिरॅमिड दुभंगणारी रेषा सर्व खंडे आणि महासागरांची दोन सारख्या भागात विभागणी करतेच पण पिरॅमिडसुद्धा बरोबर सर्व खंडांच्या गुरुत्वमध्याच्या जागी आहे.

या सर्व गोष्टी योगायोगाच्या असणेच अशक्य आहे. पृथ्वीचा चेंडूसारखा आकार, खंडे, महासागर या सर्वांचा विचार करूनच पिरॅमिडची जागा निश्चित केली असली पाहिजे. पण इतके ज्ञान त्यावेळी होते कुणाला?

कोणती शक्ती, कोणती यंत्रे, कोणते तंत्रज्ञान वापरून हा खडकाळ भाग सपाट केला? भूगर्भात खोलपर्यंत जाणारे रस्ते कसे बांधले? पिरॅमिडमध्ये काय किंवा खडकातून कोरून काढलेल्या अप्रतिम थडग्यात काय काम करताना उजेडासाठी काय वापरले? छतांवर, भिंतींवर कधी कुठे काजळी धरल्याची दिसत नाही किंवा काजळी धरली होती आणि मग ती साफ केली अशी पुसटशी खूणही दिसत नाही.

कोणत्या आयुधांनी खाणीतून गुळगुळीत बाजू आणि धारदार कडा असलेले दगड बनवले, ते पिरॅमिडच्या जागेवर आणले आणि $^{१}/_{१०००}$ इंच जवळ ठेवून एकमेकांवर रचले?

चोखंदळपणे विचार केला तर पिरॅमिडच्या बाबतीत आजवर देण्यात आलेली स्पष्टीकरणे पटत नाहीत. स्पष्ट दिसते ती एकच गोष्ट.

खुफूचा पिरॅमिड नक्की कुठल्या काळात बांधला गेला ते कळत नाही,

त्याचे खरे महत्त्व समजत नाही आणि विसाव्या शतकातले अत्याधुनिक तंत्रज्ञान एकवटून प्रयत्न केला तरी त्याची प्रतिकृती बांधता येत नाही.

पिरॅमिडची जागा म्हणे फॅरोह राजाच्या लहरीने निवडली.

पिरॅमिडची उंची, पाया वगैरे मापे बांधणाऱ्यांना सहज सुचली.

प्रत्येकी १२ टन वजनाचे २६ लाख दगड खाणींतून काढले, गुळगुळीत केले, अस्तित्वात नसलेल्या लाकडी रोलर्सवरून पिरॅमिडच्या जागेपर्यंत खेचत नेले, एकमेकांवर रचले आणि आतल्या खोल्यात रंगीत चित्रेही काढली.

पिरॅमिड बांधणारे लक्षावधी गुलाम आणि इजिप्तची लोकसंख्या यांची गुजराण इजिप्तमध्ये पिकू न शकणाऱ्या धान्यावर होत होती.

आणि गुलामांना उत्तेजन देण्यासाठी व दगड एकमेकांवर चढवताना करमणूक करण्यासाठी काय लाऊडस्पीकरवर गाणी लावत होते?

आणि हे सर्व प्रकार किती वर्षे चालू होते? कमीत कमी ६५० वर्षे तरी! अगदी ढोबळपणे दिवसाला दहा दगड खाणीतून काढून, व्यवस्थित गुळगुळीत करून, ठराविक मापात कापून एकमेकांवर चढवले असते तरीही लाखो गुलामांनी या कामासाठी इतका काळ घेतलाच असता.

आजपर्यंतच्या इतिहासाने दुसरे काही नाही तरी एक गोष्ट साधली होती. आपली बुद्धीच भ्रष्ट केली होती. नाहीतर पिरॅमिड कसा बांधला गेला याबाबत इतिहासात दिलेले एकही स्पष्टीकरण व्यवहाराच्या कसोटीला उतरत नाही हे आपल्याला कधीच कळले असते.

अजूनही म्हणाल की पिरॅमिड उभारण्याच्या तंत्रातील गणित, भूगर्भशास्त्र, खगोलशास्त्र याबाबतचे सर्व ज्ञान हा एक योगायोगाचा प्रकार होता म्हणून? किंवा त्यामागे कोणत्याही तऱ्हेची योजना नव्हती म्हणून?

इजिप्तमध्ये सापडलेले प्राचीन लिखाण दर्शविते की पिरॅमिड खुफू या राजाच्या आज्ञेने बांधला. कोणत्याही एका राजाच्या आयुष्यात पिरॅमिड बांधून होणे शक्य नव्हते; पण खुफूने हा पिरॅमिड बांधलाच नव्हता आणि स्वत:ला प्रसिद्धी मिळावी या हेतूने खोटे लिखाण करवून घेऊन तो त्याने स्वत:च्या नावावर 'खपवला' असा तर प्रकार नसेल? निरंकुश सत्ताधाऱ्यांची प्रसिद्धीची हाव व त्यासाठी त्यांनी इतिहासच बदलून लिहिण्याचे केलेले प्रयत्न दाखवणारे पुरावे ऐतिहासिक काळात सुद्धा कमी नाहीत. शक्य आहे की अस्तित्वात असलेला पिरॅमिड आपणच बांधला अशी नोंद भविष्यकाळात व्हावी अशी काळजी खुफूने घेतली होती म्हणून! ही शंका मनात यायलाही तशीच कारणे आहेत. पिरॅमिडवर जितके जितके जास्त संशोधन होत आहे, तसा तसा तो वाटत होता त्याहून जास्तीच प्राचीन असावा असा संशय यायला लागला आहे.

ऑक्सफर्ड येथे सापडलेल्या एका पौराणिक हस्तलिखितात म्हटले आहे की, पिरॅमिड राजा सुरीद याने बांधला. साधारण ११००० वर्षांपूर्वी महान जलप्रलयाने जगबुडीची वेळ आली होती असे सर्व धर्मग्रंथ सांगतात आणि सुरीदने तर महापुराच्या आधी इजिप्तमध्ये राज्य केले होते. राजा सुरीद हा खरोखरच अत्यंत विद्वान राजा होता. त्याने त्याच्या धर्मगुरुंना आज्ञा दिली होती की त्यांनी त्यांचे सर्व ज्ञान लिहून पिरॅमिडमध्ये जतन करून ठेवावे म्हणून. या हस्तलिखिताप्रमाणे तर पिरॅमिड बांधण्याचा काळ खूपच मागे जातो.

हेरोडोटस हा ग्रीक इतिहासकार होऊन गेला. सिसेरोने त्याला 'इतिहासाचा जन्मदाता' असेच नाव दिले होते. त्याने आयुष्याचा बराच काळ आफ्रिका आणि मध्यपूर्वेतले देश भटकण्यात घालवला होता. तो जेव्हा प्रवास करीत इजिप्तमध्ये आला तेव्हा थेबेस येथील धर्मगुरुंनी आधीच्या प्रत्येक धर्मगुरुचा एक याप्रमाणे ११३४० वर्षांतील ३४१ प्रमुख धर्मगुरुंचे प्रचंड पुतळे त्याला दाखवले होते. स्वतःच्या आयुष्यातच आपला पुतळा बनवून ठेवण्याची त्यावेळची पद्धत होती. त्यावेळच्या धर्मगुरुंनीही त्यांचे बनवलेले पुतळे त्याला दाखवले होते. बापानंतर मुलगा त्याची गादी पुढे चालवणार ही परंपरा त्या काळात चालत आली होती. धर्मगुरुंनी सत्याला स्मरून हेरोडोटसला आश्वासन दिले की त्यांनी दिलेली माहिती खरीच आहे आणि त्याप्रमाणे त्यांची कित्येक ग्रंथात पिढ्यान्‌पिढ्या केलेली नोंदही आहे. पुतळे दर्शवत असलेल्या ३४१ पिढ्यांपूर्वी त्यांचे देव त्यांच्यात राहत होते. त्यानंतर मात्र कधीही त्यांचे देव त्यांच्यात रहायला आले नव्हते.

इजिप्तचा काळ साधारणतः ६५०० वर्षांपूर्वीचा असताना धर्मगुरुंनी चक्क ११३४० वर्षांचा काळ कुठला सांगितला? की हेरोडोटसला त्यांनी सरळ खोटीच माहिती दिली होती? आणि ३४१ पिढ्यांपूर्वी देव त्यांच्यात राहत होते असे ते पुनः पुन्हा का सांगत होते? देव त्यांच्यात खरोखर राहून गेले नसतील तर ही सर्व आकडेवारी फुकट होती.

पिरॅमिडबद्दल शेवटी एकच गोष्ट वादातीत दिसते.

४९० फूट उंचीचा, ३१,२००,००० टन वजनाचा, अजस्त्र पिरॅमिड कोणी बांधला, कसा बांधला, या कोणत्याही गोष्टीची खरी माहिती आपल्याला नाही.

अत्यंत प्रगत अशा तंत्रज्ञानाची साक्ष पटवत हजारो वर्षे उभे असलेले हे ऐतिहासिक स्मारक एका राजाचे थडगे आहे असे अजूनही ज्यांना म्हणावेसे वाटते त्यांनी ते म्हणावे आणि त्यावर ज्यांचा विश्वास बसत असेल त्यांनी तो ठेवावा.

इजिप्शियन संस्कृतीशी संबंधित आणखी एक गूढ रहस्य म्हणजे 'ममीज्.'

अनेक पुराणवस्तू संशोधकांच्या मते शारीरिक पुनर्जन्मावर या इतिहासपूर्व काळातील लोकांचा दृढ विश्वास होता पण त्या काळातील कोणत्याही धर्माच्या तत्त्वज्ञानात या पुनर्जन्माच्या कल्पनेचा पुसटसासुद्धा उल्लेख नाही. 'आत्मा अमर आहे' या सिद्धान्तावरील हा दृढ विश्वास असता तर मसाला भरून राजे, राण्या, राजकन्या, राजपुत्र यांची प्रेते ताजीतवानी ठेवण्यासाठी इतके कष्ट घेण्याची गरज इजिप्शियन लोकांना नक्कीच नव्हती; पण पुराणकालीन इजिप्तमधील शेकडो ममीज् चक्क शारीरिक पुनर्जन्मावरील स्पष्ट विश्वासाचा पुरावा देत हजारो वर्षे आपल्या नजरेस पडत आहेत. देवांचा संबंध पुन्हा इथेही येतोच. कारण जुनी चित्रे, काव्ये दर्शवतात की या जतन करून ठेवलेल्या शरीरांना पुनर्जन्म देण्यासाठी ताऱ्यांवरून परत येण्याचे वचन देवांनी दिले होते.

ममीज् जतन करून ठेवलेल्या थडग्यात नाणी, अविनाशी सोने, हिरे, माणके यांचे अलंकार, त्यांच्या आवडत्या वस्तू तर आढळतातच; पण जिवंत गाडून टाकलेले नोकर-चाकर, दास-दासीसुद्धा आढळतात. जुने आयुष्य नव्याने सुरू करण्याचीच सर्व तयारी दिसते. ही थडगी अणुस्फोटालाही दाद न देण्याइतकी भक्कम आहेत. नुसत्या काळाचा तर त्यांच्यावर परिणाम होणेच शक्य नव्हते.

पण पुनर्जन्माची ही कल्पना इतकी दृढपणे त्यांच्या मनात रूजलीच कशी? आपल्या शरीरात जीव ओतला जाईल हा विश्वास निर्माण झाला कसा? त्याच्या मागची भूमिका अत्यंत क्रांतिकारक आहे. जतन करून ठेवलेले शरीर संरक्षक आणि अभेद्य ठिकाणी ठेवायचे की ज्यामुळे शरीराचे आणि त्यातील पेशींचे रक्षण होईल आणि हजारो वर्षानंतर पुन्हा नव्या जीवनाची घडण केली जाईल ही विचारसरणी आली कशी त्यांच्या मनात?

धार्मिक भावना क्षणभरच बाजूला ठेवू पण फॅरोह राजांना निश्चितच देव आणि त्यांच्या चालीरितींबद्दल जास्त माहिती होती. त्यांच्यापैकी कोणत्या राजाच्या मनात, कोणत्या कारणाने ही कल्पना प्रथम रूजली असेल? 'मी स्वत:साठी असे थडगे बनवीन की ज्याचा हजारो वर्षांत नाश होणार नाही. ते मी अशा ठिकाणी बांधीन की, कित्येक मैलांवरून दिसू शकेल. देवांनी वचन दिले आहे की ते परत येतील आणि मला उठवतील.' (का भविष्यकालीन डॉक्टरच मला पुन्हा जिवंत करण्याचा मार्ग शोधतील?)

पण सध्याच्या अंतराळ युगाशी ममीज्‌चा काही संबंध आहे?

डॉक्टर आणि खगोलशास्त्रज्ञ रॉबर्ट एरिंजर यांनी १९२६ मध्ये लिहिलेल्या 'अमरत्वाची संभाव्यता' (The prospect of Immortality) या पुस्तकात सुचविले आहे की विसाव्या शतकातच मानव स्वत:ला 'गोठवून' घेऊ शकेल. वैद्यकीय आणि जीवनशास्त्राच्या दृष्टीने मानव जिवंत राहील पण त्याच्या पेशी नेहमीपेक्षा

कोट्यावधी पटीने हळुहळू काम करून फक्त जिवंत राहतील. अशक्य?

रक्तपेढीसारख्या हल्ली अस्थिपेढी अस्तित्वात आहेत. वर्षानुवर्षे अस्थी गोठवलेल्या परिस्थितीत ठेवून गरजेनुसार त्या पुन्हा वापरता येतात. रक्त तर अनंत काळपर्यंत (-) १९६° सेंटिग्रेड तापमानात ठेवून देता येते. शरीरातील पेशी द्रवरूप नायट्रोजनच्या तापमानात त्याच तऱ्हेने अनंतकाळ जिवंत ठेवता येतात.

कोणत्या तरी फॅरोह राजाच्या मनात आलेली कल्पना सत्यसृष्टीत उतरण्याची वेळ हजारो वर्षानंतर खरोखरच आली आहे का?

मार्च १९६३ मध्ये अमेरिकेतील ओक्लाहामा युनिव्हर्सिटीच्या दोन जीवशास्त्र तंत्रज्ञांनी खात्री पटवली की इजिप्तची राजकन्या मेने हिच्या कातडीच्या पेशी पुन्हा काम करण्याच्या परिस्थितीत आहेत. ही राजकन्या तर हजारो वर्षांपूर्वी मरण पावली आहे. त्याच वर्षी रशियन टेलिव्हिजनवर दोन कुत्रे दाखवले गेले. आठ दिवस त्यांना पार गोठवून टाकले होते, बाहेर काढल्यावर ते हळुहळू जिवंत झाले.

अमेरिकेच्या अंतराळ योजना कार्यक्रमात आज एक कठीण पेच उभा आहे. त्यात गुप्त असे काहीच नाही. अंतराळातील कोणत्याही ग्रहावर स्वारी करायची म्हटले तर जो काळ जाईल तो शेकडो वर्षांचा सुद्धा असेल. त्यासाठी दीर्घ निद्रावस्थेतील (Hibernation) परिस्थितीत अंतराळवीरांना जिवंत कसे ठेवायचे?

प्रोफेसर एरिंजर यांची आज टर उडवली जाते. त्यांनी भविष्यात मानवाचा कृमिकीटक व आग यांनी नाश होणार नाही असे भविष्य वर्तवले आहे. अति शीत थडग्यात किंवा पेट्यात मृत माणसे ठेवली जातील. वैद्यकशास्त्रात झपाट्याने जे शोध लागत आहेत; त्यात एक शोध असाही असणार आहे की मृत माणसे ज्या कारणांनी मरण पावलेली असतील त्यावर इलाज सापडला की ते कारणच शरीरातून काढून टाकायचे की तो माणूस पुन्हा जिवंत होईल.

पण मुख्य मुद्दा राहतोच. आपल्या प्राचीन पूर्वजांना पुनर्जन्माची ही कल्पना प्रथम कोणी दिली?

शरीरातील सर्वच पेशी एकच कार्य करीत नाहीत. त्यांची निर्मिती, वाढ आणि क्षय या गोष्टी जन्मभर चालू असतात. पण त्यांची क्रयशक्ती कमी करायची, ज्यामुळे त्यांचा क्षय लवकर होणार नाही आणि त्यामुळे माणसाचे आयुष्यही वाढेल; ही क्रांतिकारक कल्पना इजिप्शियन लोकांच्या मनात आली कशी?

इथेच ममीज्‌चा आणि प्राचीन भूतकाळात पृथ्वीला भेटी दिलेल्या अंतराळवीरांचा काही संबंध असेल?

एखाद्या राजाने, राजपुत्राने, समाजातील प्रतिष्ठित माणसाने 'देव', त्यांची प्रेते अशा तऱ्हेने जतन करून अविनाशक दगडी पेट्यात ठेवताना पाहिले होते का? का काही देवांनीच (अंतराळवीरांनी) त्यांना आपणहून या मागची भूमिका समजावून सांगितली होती?

आजपासून काही शतकात पृथ्वीवरील मानवजात अंतराळ प्रवासात प्राविण्य मिळवील हे निर्विवाद! या आधी अंतराळ प्रवासाच्या संशोधनाबरोबर इतर शास्त्रांच्या संशोधनातही प्रगती करावी लागणार आहे. इलेक्ट्रॉनिक्स सारख्या फक्त एखाद्याच तंत्रातील प्राविण्य उपयोगी पडणार नाही. मानवप्राणी शेकडो वर्षे जिवंत ठेवण्याचे कार्य वैद्यकशास्त्र आणि जीवनशास्त्रातील तज्ज्ञांना अंतराळ संशोधनाचा एक भाग म्हणूनच पार पाडावे लागणार आहे.

पण प्रक्रिया करून जतन केलेली शरीरे हजारो वर्षांनी पुन्हा चालती-बोलती करण्याचे ज्ञान इतिहासपूर्व काळातील देवांना (अंतराळवीरांना) होते का?

सुमेरियन राजे आणि बायबलमधील अनेक व्यक्तिरेखांचे कल्पनातील आयुष्यमान आपण पाहिले आहे. अंतराळयानात प्रकाश वेगाने प्रवास करताना जाणाऱ्या काळात आणि पृथ्वीवरील काळात फार मोठी तफावत असणार हे आपल्याला कळत आहे.

'ममीज्' हा त्यांच्या अमर्याद आयुष्याचा दुसरा पुरावा असेल का? पुराण काळातल्या या व्यक्तींना अतिशीत पेट्यात गोठवून ठेवत असतील तर? समजा की प्राचीन काळातील अज्ञात अंतराळवीरांनीच त्या काळातील प्रमुख व्यक्तींना असे दीर्घ निद्रावस्थेत ठेवले होते आणि नंतरच्या त्यांच्या प्रत्येक भेटीच्या वेळी पुन्हा जिवंत करून संभाषण केले होते. प्रत्येक वेळी परत जाताना या व्यक्तींना अंतराळवीरांनी दिलेल्या सूचनांप्रमाणे अतिशीत करून ममीज् बनविण्याचे काम धर्मगुरू करीत असतील आणि त्यांना पुन्हा देव येईपर्यंत भव्य मंदिरात ठेवून देत असतील.

अशक्य? हास्यास्पद?

सबंध हिवाळा निद्रावस्थेत घालवणारे प्राणी आपल्याला माहिती नाहीत? थंडीने गोठून लाकडासारखे बनणारे काही तऱ्हेचे मासे उष्ण पाण्यात आल्यावर पुन्हा पोहायला सुरुवात करतात हे आपल्याला माहिती नाही?

मग ममीज्‌ची कल्पना इजिप्शियन लोकांच्या मनात निसर्गाकडे बघून आली का? पण अशी कोणतीही टूम निघाली की श्रद्धेने ती आचरणाऱ्यांचा एक पंथ तयार होतो; हे ऐतिहासिक सत्य आहे पण इजिप्शियन लोकात असा पंथ कधी होता असे आढळलेले नाही. इजिप्तचे हवामान लक्षात घेता निसर्गाकडून अशी निद्रावस्था ते शिकले असतील असे वाटत नाही.

फॅरोहांच्या थडग्यात सोने, हिरे, मोती यांचे अलंकार असायचेच पण शिवाय धान्य, मसाले, कापड यांचीही तरतूद असायची. नंतर कोणत्याही राजाने ही थडगी उघडली की या सर्व गोष्टींचा नवीन साठा भरून ठेवत. पुनर्जन्म ही थोड्या काळाने मिळणारी गोष्ट नव्हती, तर ती हजारो वर्षांनी मिळणारी होती, याची इजिप्शियन लोकांना पूर्ण जाणीव होती.

ही थडगी लुटण्याचे अनेक प्रकार घडले आहेत. 'देव' हे प्राचीन काळात परग्रहांवरून आलेले अंतराळवीर होते या सिद्धान्ताशी या लुटमारीचा तसा संबंध नाही पण जून १९५४ मध्ये सक्कर येथे असा काही प्रकार न झालेले थडगे मिळाले. पहिल्या खोलीत रत्नांची पेटी होती तशीच होती. दगडी शवपेटी बाहेर काढून ठेवायच्या झाकणाने बंद केली नव्हती तर सरकत्या झाकणाने. ९ जून रोजी समारंभाने ही शवपेटी उघडली तर आत काहीच नव्हते. अक्षरश: काही नाही. आपले रत्नभांडार मागे ठेवून 'ममी' निघून तर गेली नव्हती?

मंगोलियात जे थडगे सापडले आहे ते एखादी छोटी टेकडी आतून लाकडी फळ्यांनी आच्छादिलेली असावी असे दिसते. वर्षानुवर्षे राहणाऱ्या बर्फाने ती शीतगृहच वाटते. त्यात स्त्री-पुरुषांच्या ममीज्, अन्न, वस्त्रे, रत्ने याशिवाय संगीताची वाद्ये ठेवली होती. एका खोलीत एक चित्र आहे. एका मोठ्या चौकोनात सहा चौरसांच्या तीन ओळीत डोक्यावर चित्रविचित्र शिंगे, पाठीवर पंख असलेल्या स्फिंक्ससारख्या आकृत्या आकाशात उडण्यास सज्ज आहेत असे वाटते. पण ही प्रतिकृती निनेव्ह येथील असीरियन राजवाड्यातील दगडी गालिच्याची प्रतिकृती आहे असे तज्ञांचे मत आहे हे आश्चर्य!

अॅन्डीज पर्वत, सैबेरिया, चीन, सुमेरिया, इजिप्त, दक्षिण आफ्रिका या सर्व ठिकाणी ममीज् सापडल्या असल्या तरी पुनर्जन्माची ही कल्पना आपल्या पूर्वजांच्या मनात भरवली कोणी, या कोड्याचा उलगडा मात्र अजून होत नाही तो नाहीच. सर्वच मृत माणसांबरोबर त्यांच्या गरजेच्या वस्तू आहेत, दागदागिने आहेत, स्वेच्छेने पुरून घेणारे नोकर-चाकर आहेत. सर्व जगात घडणाऱ्या या गोष्टी काय योगायोगाच्या आहेत?

दहा दहा हजार वर्षांपूर्वीच्या ममीज् जेरिको येथे सापडल्या आहेत. प्लॅस्टर ऑफ पॅरिसमध्ये आठ हजार वर्षांपूर्वी बनवलेली कित्येक डोकी सापडतात. त्या काळात साधी मातीची भांडी बनवण्याची क्षमतासुद्धा त्या लोकात नव्हती. जेरिको येथे दुसऱ्या भागात अगदी सरळ रेषेत बांधलेली प्राचीन घरे आढळतात. त्यांच्या गोलाकार भिंती आतल्या बाजूला वळलेल्या आहेत घुमटासारख्या. कार्बन- १४ या पद्धतीने या घरांचे 'वय' आहे १०४०० वर्षे. इजिप्शियन

धर्मगुरुंनी ११००० वर्षांचा इतिहास हेरोडोटसला सांगितला होता. ते नक्की खरेच असेल की यालाही योगायोगच म्हणायचे?

फ्रान्समध्ये प्राचीन शिलांवर आधुनिक पद्धतींच्या हॅटस्, पॅन्ट्स्, जॅकेट्स् घातलेल्या माणसांची चित्रे आहेत. ही चित्रे कोणी कोरून काढली? जनावरांची कातडी पांघरून वावरणाऱ्या प्राचीन काळातल्या अत्यंत मागासलेल्या लोकांना, विसाव्या शतकातल्या माणसांची चित्रे काढण्याइतकी कल्पनाशक्ती असेल? ही चित्रे आपल्या सबंध इतिहासात गोंधळ माजवायला कारणीभूत होत आहेत. फ्रान्समधील गुहेत काढलेली अप्रतिम पेंन्टिंग्जसुद्धा आपल्याला थक्क करतात. ती अगदी कालच पूर्ण झाली आहेत असे वाटते.

आपले पाषाणयुगातील रानटी पूर्वज जर अशी चित्रे काढू शकत असतील, तर त्यांनी राहण्यासाठी झोपड्या वगैरे कधी का बांधल्या नाहीत? लक्षावधी वर्षांपासून पक्षी स्वत:साठी घरटी बांधत आहेत. इतर प्राणी आसरा शोधत आले आहेत, पण मानवसदृश प्राण्याला स्वत:साठी आसरा कधी बांधता आला नव्हता.

बोर्निओच्या पश्चिम किनाऱ्यावरील दऱ्याखोऱ्यात जे गुहांचे जाळे आहे त्यातल्या गुहा तर कॅथेड्रलसारख्या भव्य आहेत आणि त्यामध्ये अत्यंत तलम अशा वस्त्रांचे नमुने सापडले आहेत. कितीही इच्छा झाली तरी प्राचीन काळातल्या रानटी लोकांनी ही वस्त्रे बनविली असतील अशी कल्पनाच करता येत नाही.

या सर्व शोधांनी पुराणवस्तू संशोधनाच्या चाकोरीतून बाहेर पडायची निकड जास्तीच जाणवायला लागते. गेल्या दोन हजार वर्षांच्या इतिहासाबद्दल तसा काही संशय नाही पण परग्रहांवरील अंतराळवीरांनी, त्या अज्ञात जमातींनी, आपल्यावर संस्कार करायला सुरुवात केली तो काळ साधारणत: १०,००० ते ४०,००० वर्षे इतकाच असावा एवढेच वाटते. याहून जास्ती काही सांगता येत नाही.

कोणत्याही प्राचीन अवशेषांचे 'वय' सांगणारी गाजलेली कार्बन- १४ पद्धत या संशोधनात उपयोगी पडेल असे वाटत नाही.

मानवशास्त्र, भूगर्भशास्त्र यांचे संशोधक मिळालेल्या ऐतिहासिक गोष्टींचे 'वय' शोधून काढण्यासाठी ही पद्धत वापरतात. या पद्धतीच्या बाबतीत एक गोष्ट गृहीत धरली जाते. रेडिओ ॲक्टिव्ह आयझोटोप कार्बन वातावरणामध्ये नेहमी एकाच पातळीवर असतो. माणसे आणि प्राणी कोणत्या तरी पद्धतीने झाडे, मुळे, गवत, पाने खातच असतात. त्यामुळे त्यांच्याही शरीरात एकाच प्रमाणात हा कार्बन असतो. सर्व अणू किरणोत्सर्गी पदार्थांचे आयुष्य ठरलेले असते आणि मग ते नाश पावतात. सर्व प्राणीमात्रात त्यांच्या मृत्यूनंतर आणि

झाडे तोडल्यानंतर ही क्रिया सुरू होते. दर ५६०० वर्षांनी कोणत्याही सेन्द्रिय पदार्थांमधला अर्धा कार्बन नष्ट होतो. म्हणजे ५६०० वर्षांनी त्याच्यात $^{१}/_{२}$ कार्बन राहतो, ११२०० वर्षांनी $^{१}/_{४}$, २२४०० वर्षांनी $^{१}/_{८}$ भाग कार्बन शिल्लक राहतो. वातावरणातले कार्बनचे प्रमाण माहीत असल्याने व प्रयोगशाळेत जुन्या सेन्द्रिय अवशेषात किती कार्बन शिल्लक आहे हे कळू शकत असल्याने, एखाद्या हाडाचे किंवा कोळशाच्या तुकड्याचे वयही सांगता येते.

पण आज वातावरणात जितका कार्बन आहे तितकाच हजारो वर्षांपूर्वीही होता ही जी गोष्ट आपण गृहीत धरून चाललो आहोत तीच जर बरोबर नसली तर? देव अणुस्फोटासारखी उष्णता निर्माण करू शकत होते, असे सर्व पौराणिक वाङ्मयात लिहिले आहे; म्हणजे त्या काळात सर्व गोष्टींमध्ये कार्बनची पातळी खूपच होती. आजच्याएवढी नव्हतीच. मग चुकीची उत्तरे मिळण्याचा संभव वाढतो.

या पद्धतीचा मुख्य तोटा म्हणजे ज्या पदार्थांचे वय आपण शोधून काढत असतो तो नष्ट होतो. शिवाय मौल्यवान धातू, दगड वगैरे गोष्टी किती जुन्या आहेत ते आपण शोधून काढू शकत नाही. संशोधन करण्यात येणारा पदार्थ जितका जुना तितकी ही पद्धत अचूक निर्णय देऊ शकत नाही. ती अविश्वसनीय ठरते. सेन्द्रिय पदार्थ समजा ३०,००० ते ५०,००० वर्षे इतका जुना असेल, तर याच कालखंडात कुठे तरी, इतकीच माहिती ही पद्धत देऊ शकते.

तेव्हा कार्बन-१४ या पद्धतीवरच आपण अवलंबून राहू शकणार नाही. यापेक्षा चांगल्या आणि विश्वसनीय पद्धती शोधून काढणे आवश्यक आहे.

ईस्टर आयलंड – पक्षी मानवांचे बेट

अठराव्या शतकाच्या सुरुवातीला जे पहिले युरोपियन लोक जहाजातून ईस्टर आयलंडवर उतरले ते जमिनीला खिळून, डोळे विस्फारून पाहत राहिले. त्यांच्या नजरेला पडले ते हजारो दगडी पुतळे! त्यातले शेकडो पुतळे निदान ३३ ते ६६ फूट उंचीचे आहेत आणि त्या प्रत्येक पुतळ्याचे वजन किमान ५० टन तरी सहज भरेल. आजही ते प्रत्येक प्रवाशाकडे तसेच त्याच्या नजरेला नजर भिडवत उभे आहेत, यंत्रमानवच जसे!

सुरुवातीला काही पुतळ्यांच्या डोक्यावर वेगवेगळ्या हॅटस्ही होत्या. ज्या दगडातून पुतळे कोरले त्याच दगडातून पुन्हा हॅटस् कोरून काढलेल्या नाहीत. त्या दगडी हॅटस्चे वजनही प्रत्येकी १० टन तरी असेल.

पुतळ्यांच्या डोक्यावर हॅटस् घालायच्या तरी हवेतून आधी त्या उचलायला हव्यात ना? तरच त्या डोक्यावर ठेवता येणार. त्या उचलल्या कशा?

सर्व मानव संस्कृती, सर्व खंडे यांच्यापासून ईस्टर आयलंड

इतके लांब आहे की तिथल्या लोकांना चन्द्र, सूर्य, तारे सुद्धा जास्ती जवळचे वाटावेत. ज्वालामुखीच्या उद्रेकातून निर्माण झालेल्या या छोट्या खडकाळ भागात एक झाड उगवेल तर नशिबच म्हणायचे! म्हणूनच या पुतळ्यांच्या बाबतीत तरी हे दगडी पुतळे लाकडी रोलर्सवरून त्यांच्या सध्याच्या जागांवर आणले हे स्पष्टीकरण द्यायला कुणी धजावलेले नाही. २००० हून अधिक लोक या बेटावर कधीच राहू शकणार नाहीत.

अशा या बेटावर आज त्याहूनही कमी लोक कित्येक वर्षे राहत आहेत.

पुतळे बनविणाऱ्या पाथरवटांना जहाजांनी अन्नवस्त्राचा पुरवठा होत होता ही कल्पना पुराणकाळात अशक्य आहे.

मग पुन्हा नेहमीचे प्रश्न आलेच. पोलादासारखा टणक दगड कोणत्या लोकांनी कोणत्या आयुधांनी लोण्यासारखा कापला? त्या दगडातून पुतळे कोणी कोरून काढले? सध्याच्या जागांपर्यंत ओढत कसे आणले?

ज्या दगडातून पुतळे कोरले आणि ज्या दगडातून त्यांच्या डोक्यावर घालण्यासाठी हॅटस् कोरल्या, ते दगड पुन्हा वेगवेगळ्या खाणींतून काढले आहेत. दगड अगदी गुळगुळीत केले कसे? पुतळे उभे केले कसे? नेहमीचेचे निरुत्तर करणारे प्रश्न. अशा प्रश्नांची उत्तरे आजपर्यंत कधीच सापडलेली नाहीत.

राहणाऱ्या सर्व २००० लोकांनी रात्रंदिवस काम केले असे गृहीत धरले तरी त्या काळातील आयुधे वापरून हे प्रचंड पुतळे बनवण्याचे काम होणे अशक्य होते. काही जणांना तरी थोडी फार जागा आहे तिथे शेती करणे, मासे पकडणे, कापड बनवणे या गोष्टी करणे आवश्यकच होते.

ज्वालामुखीच्या मुखातच संपूर्ण तयार असलेले, अर्धवट संपवलेले असे किती तरी पुतळे आहेत. जुनाट दगडी कुऱ्हाडी वापरून लाव्हाच्या भिंतीतून हे दगड काढणे अशक्य. अशा शेकडो जुनाट कुऱ्हाडी तिथे आढळतात पण त्या कशा काय? काय घडले असावे?

परग्रहांवरील अंतराळवीरांनी अत्याधुनिक साधनांचा वापर पौराणिक काळातल्या धर्मगुरुंना शिकवला असणार. त्यांनी लाव्हामधून दगड वेगळे काढले, त्यांचे पुतळे बनवले आणि एकाएकी अंतराळवीर बेट सोडून गेले. त्यांनी मागे ठेवलेली आयुधे बोथट झाली. वापरता येईनाशी झाली. ज्यांना ती वापरता येत होती ते लोक मरण पावले असतील, बेट सोडून गेले असतील आणि अंतराळवीर नसल्याने नवीन आयुधांचा पुरवठा होणे शक्यच नव्हते. त्या तऱ्हेची आयुधे बनविणे त्या मागासलेल्या जमातींना जमणे शक्य नव्हते. सर्व कामे अचानक थांबली आहेत हे तर स्पष्ट दिसते. कड्यावरच अर्धवट तयार असे दोनशेहून जास्त पुतळे दिसतात. अनेक वर्षे गेली. पुन्हा कधी तरी या जमातीमध्ये ते पुतळे

पूर्ण करण्याची प्रबळ इच्छा निर्माण झाली असेल. दिवसेंदिवस त्यांनी कुऱ्हाडी वगैरे साध्या साध्या आयुधांनी ते पुतळे पूर्ण करण्याचा प्रयत्न केला असेल पण शेवटी लाव्हाच्या भिंतींवरून एक पुतळा काही त्यांना वेगळा काढता आला नाही. निराशेने आपल्या कुऱ्हाडी तिथे टाकूनच तेही निघून गेले. तिथे सापडलेली आयुधे, त्यांचा वापर करून ते पुतळे त्या मागासलेल्या जमातीनीच बनवले नाहीत असेच स्पष्टपणे दाखवतात.

मग हे पुतळे बनवले कुणी? पुन्हा सर्व पुतळे समुद्रावर नजर ठेवून बेटाच्या सर्व बाजूंनी उभे आहेत. अंतर्भागावर त्यांची दृष्टी नाही. का?

दुर्दैवाने प्रथम उतरलेल्या युरोपियन मिशनऱ्यांनी सर्व नवीन जगात केले तेच इथे केले. बेटाचा काळा कालखंड तसाच राहील याची चोख व्यवस्था केली. काही पुतळ्यांवर चित्रलिपी लिहिलेल्या लाकडी चौकटी सापडल्या होत्या. त्या मिशनऱ्यांनी जाळून टाकल्या. जगातले सर्व म्युझियम्स् शोधले तरी अशा डझनभर लाकडी चौकटींचा पत्ता आज लागेल असे वाटत नाही. तिथल्या चालीरीती, पूजाअर्चा या सर्वांवर त्यांनी बंदी घातली. तिथल्या लोकांवर नाना अत्याचार केले. पण तरीही या मिशनऱ्यांना एक गोष्ट साधली नाही. तिथले लोक या बेटाला 'पक्षी मानवांचे बेट' म्हणतच रहिले. सांगोवांगी चालत आलेली प्रचलित आख्यायिका सांगते की उडती माणसे या बेटावर उतरली व त्यांनी पुराणकाळात प्रथमच या बेटावर अग्नी चेतवला. या आख्यायिकेनुसार मोठ्या मोठ्या डोळ्यांच्या उडत्या प्राण्यांची चित्रेही या बेटावर आढळतात.

ईस्टर आयलंडवर ज्या तऱ्हेचे पुतळे सापडतात तसेच ते टिआहुआन्को येथे सापडतात. या संस्कृतींचा काही संबंध असेल का? एकाच तऱ्हेचे पुतळे दोन्ही ठिकाणी का सापडावेत? १५३२ मध्ये टिआहुआन्कोबद्दल खोदून खोदून चौकशी केली तरी इंका लोक असेच म्हणत होते की टिआहुआन्को शहर भरभराटीत नांदताना कुणी पाहिलेलेच नाही. लोकांनी फक्त पाहिले आहेत ते विध्वंसक स्थितीतले त्या शहराचे भग्नावशेष! मानव जातीच्या अंध:कारमय काळातच ते बांधले गेले असावे. ईस्टर आयलंड टिआहुआन्कोपासून ३१२५ मैल तरी लांब आहे. अशा परिस्थितीत एका ठिकाणच्या संस्कृतीचा दुसऱ्या ठिकाणच्या संस्कृतीवर परिणाम होईल?

इंकांच्या आधीची पुराणे वीरकोचा या आदिदेवाच्या कथा सांगतात. त्यात या प्रश्नाचे उत्तर असेल का? संपूर्ण काळोख होता, सूर्यही नव्हता तेव्हा वीरकोचाने हे जग निर्माण केले. धिप्पाड अशी मानवजमात त्याने दगडातूनच कोरून काढली. पण त्यांच्यावर रागावून त्याने महापुरात त्या सर्वांना बुडवून टाकले. मग त्याने चन्द्र आणि सूर्य उगवण्याची व्यवस्था केली आणि पृथ्वी

प्रकाशमान झाली. टिआहुआन्कोच्या मातीतून मानव आणि इतर प्राणी त्याने बनवले आणि त्यांच्यात जीव ओतला. त्यांना त्याने भाषेची देणगी दिली. चालीरीती, कला शिकवल्या आणि आकाशमार्गाने जगातल्या निरनिराळ्या भागात पोहोचवून त्यांना त्या त्या भागात वस्ती करायला सांगितले.

काही काळाने त्याच्या सूचनेप्रमाणे काम चालू आहे की नाही, त्यात त्यांना यश प्राप्त होत आहे की नाही हे पाहण्यासाठी वीरकोचा आणि त्याचे दोन सहकारी जगप्रवासाला निघाले. म्हाताऱ्याचा वेश करून ॲन्डीज पर्वत आणि किनारपट्टीवर फिरत असताना त्यांचे कधी कधी चांगले स्वागत झाले, कधी नाही. काचा या ठिकाणी त्याचा फार अपमान झाला आणि खवळून त्याने तिथल्या डोंगराच्या कड्यालाच प्रचंड आग लावली. बघता बघता तो देशच अग्निच्या भक्ष्यस्थानी पडायला लागला. तिथल्या कृतघ्न लोकांनी त्याची क्षमा मागितल्यावरच त्याने एका क्षणात सर्व आग विझवून टाकली.

सल्ला देत, सूचना करीत वीरकोचाने पुढे प्रवास सुरू केला. अनेक ठिकाणी लोकांनी त्याची मंदिरेही बांधली. शेवटी सागराच्या लाटांवर आरूढ होऊन तो महासागरावर अदृश्य झाला. मी परत येईन असे सांगायला तोही विसरला नव्हता.

स्पॅनिश लोकांनी मध्य व दक्षिण अमेरिकेवर कबजा केला तेव्हा वीरकोचाची वीरगाथा सर्वत्र त्यांच्या कानावर पडली. आकाशमार्गाने आलेल्या धिप्पाड गोऱ्या लोकांबद्दल तोपर्यंत कोणीच कधी ऐकले नव्हते. चकित होऊन सर्व क्षेत्रात मानवप्राण्याला मार्ग दाखवणाऱ्या सूर्यपुत्रांच्या कथाही त्यांनी ऐकल्या. या प्रत्येक कथेत सूर्यपुत्र निश्चित परत येणार होते हे आश्वासन होतेच.

अमेरिका खंडाला जुन्या संस्कृतींचे माहेरघर म्हणत असले तरी या खंडाची जाणीव झाली आहे ती गेल्या हजार वर्षांतच.

मागावर वस्त्र विणण्याची कला अवगत नसताना ५००० वर्षांपूर्वी इंका लोक कापूस का पिकवत होते हे गूढच आहे.

माया लोकांना चाक माहीत होते. त्यांनी रस्तेही बांधले पण चाकाचा उपयोग कधीच केला नाही.

ग्वाटेमालातील टिकल येथील पिरॅमिडमध्ये हिरव्या जेडचा पाचपदरी नेकलेस सापडणे हा चमत्कारच! एव्हढ्यासाठी की हा दगड फक्त चीनमध्येच मिळतो.

ओलमेक जमातीच्या सुरेख शिरस्त्राणे घातलेल्या अप्रतिम मूर्तींचे कौतुक तिथेच जाऊन करायला पाहिजे. त्यापैकी एकही मूर्ती जगातल्या कुठल्याही म्युझियममध्ये आढळणार नाही. कारण? कारण जगात बांधलेला एकही पूल या मूर्तीचे वजन पेलू शकणार नाही.

आजपर्यंत ५० टनांच्या वर वजन उचलू शकतील अशा क्रेन्स अस्तित्वात नव्हत्या. हल्ली हल्ली काही शेकडो टन वजन उचलण्याची क्षमता असलेल्या क्रेन्स आपण बनवायला लागलो आहोत. पण आपले पूर्वज? काही वेळा तर वाटते की आपल्या पूर्वजांना प्रचंड शिळा पर्वत कपारींवर नाहीतर दऱ्याखोऱ्यात नेण्याचा मुलखावेगळा छंदच असावा.

इजिप्शियन लोकांनी पिरॅमिडचे दगड अस्वानच्या खाणीतून काढून नेले. ईस्टर आयलंडमधील लोकांनी त्यांचे प्रचंड पुतळे दूरदूरच्या खाणींपासून सध्याच्या जागांवर नेले. टिआहुआन्को येथे सापडलेले काही राक्षसी दगड कुठल्या खाणींतून काढले त्याचा उलगडाच होत नाही. आपले पुराणकालीन पूर्वज जरा चक्रमच वाटतात नाही? प्रत्येक गोष्टीत स्वत:चा छळ करून घ्यायची बहुधा आवडच असावी त्यांना. नाहीतर दगडांच्या खाणींपासून दूर दूर, नको नको त्या दऱ्याखोऱ्यात नाहीतर पर्वतांवर असे पुतळे उभारण्याची काही गरज पडली होती का त्यांना?

आपल्याला वाटतात तेवढे ते खरोखर मूर्ख असतील का? त्यांची भव्य मंदिरे, पिरॅमिडस्, मूर्ती वगैरे सर्व त्यांना खाणींजवळच बांधता आले असते, मग ते त्यांनी का केले नाही? कारण प्रत्येक ठिकाणच्या आख्यायिका सांगतात की, ही कामे अमुक ठिकाणीच व्हायला पाहिजेत म्हणून!

इंकांचा कुझको येथील सुप्रसिद्ध किल्ला सहज सुचले म्हणून त्या जागेवर बांधला नसणार; आख्यायिकाच सांगत होत्या की ती जागा पवित्र होती म्हणून! दुसरी गोष्टही निश्चित. भविष्यकालीन अंतराळ संशोधनाला चालना देणाऱ्या अनेक महत्त्वाच्या गोष्टी या पौराणिक इमारतीखाली, अवशेषांखाली, अजून दडून असल्याच पाहिजेत.

आपल्याला जितकी दूरदृष्टी आहे तितकी दूरदृष्टी हजारो वर्षांपूर्वी पृथ्वीला भेटी देणाऱ्या अंतराळवीरांना नक्कीच होती. त्यांना संपूर्ण खात्री होती की एक दिवस पृथ्वीवरील मानव स्वत:च्या कौशल्याने, स्वत:ची बुद्धी वापरून अंतराळात पाऊल टाकेल म्हणून!

आपल्या पृथ्वीवरील बुद्धिमान जमाती आपल्यासारख्याच जीवन जगणाऱ्या, बुद्धिमान असणाऱ्या, अनंत अवकाशातील जमातींशी संपर्क सांधण्याच्या प्रयत्नात आहेत; हे ऐतिहासिक सत्य आहे. कुठल्या ग्रहांवर अशा जमाती असण्याची शक्यता आहे, आपण अंतराळात कुठे संदेश पाठवावेत, आपल्या संदेशाचे उत्तर १०० वर्षांत मिळेल की १००० की १०००० वर्षांत याची थोडीशीही कल्पना नसताना आज आपण रेडिओ लहरींद्वारा अज्ञात अशा परग्रहांवरील बुद्धिमान जमातींशी संबंध जोडण्याचा प्रयत्न करीत आहोत.

पण ही सर्व माहिती आपल्या पृथ्वीवरच दडून आहे का? गुरुत्वाकर्षणाचे

परिणाम नष्ट करणे, अणू-परमाणू, ॲन्टिमॅटर या सर्व गोष्टींवर आपले प्रयोग चालू आहेत; पण पृथ्वीवर सर्वत्र दडलेले हजारो वर्षांपूर्वीचे आधुनिक तंत्रज्ञान शोधण्याचा आपण कितीसा प्रयत्न करीत आहोत? हजारो वर्षांपासून मानवाचा स्वत:चे अस्तित्व राखण्याचा, सुधारण्याचा जो प्रयत्न चालू आहे त्याचे खरे समर्थन एकच आहे. भूतकाळापासून शिकणे, अनंत विश्वातील आपले स्थान जाणून घेणे व इतर अशाच बुद्धिमान जमातींशी हात मिळवणे.

अंतराळावर स्वारी चढवण्याचे प्रयत्न करणे हाच मानवजातीचा प्रयत्न राहील, तेव्हाच पृथ्वीवर शांतता नांदेल आणि स्वर्गाची दारे उघडतील.

अंतराळ संशोधनाचे निष्कर्ष हाती आले की पृथ्वीवरील आपापसातील युद्धे किती मूर्खपणाची आहेत याची सर्वांनाच जाणीव झाल्याशिवाय राहणार नाही. सर्व देश एकोप्याने परग्रहांवरील स्वारीसाठी आपले आधुनिक तंत्रज्ञान वापरायला सुरुवात करतील; तेव्हा पृथ्वीवरील इतर प्रश्न त्यामानाने किती क्षुल्लक आहेत याची जाणीव होऊन, विश्वातील पृथ्वीचे स्थान शोधण्याचा प्रयत्न मार्गाला लागेल. एकदा का अंतराळाची कवाडे उघडली की मानवाचा भविष्यकाळ उज्ज्वल आहे. जगात शांतता व सुव्यवस्था स्थापन करण्याचे 'देवांचे' वचन त्याच वेळी प्रत्यक्षात उतरेल.

कल्पनाविश्वात रममाण होण्याचा हा प्रकार आहे असे ज्यांना वाटत असेल त्यांना थॉमस मानचे एक वाक्य सांगावेसे वाटते. 'संशयी माणसाचे महत्त्व एकच! त्याला कोणतीही गोष्ट अशक्य वाटत नाही.'

दक्षिण अमेरिकेतील रहस्ये आणि इतर काही गोष्टी

गेल्या दोन हजार वर्षांच्या इतिहासाबद्दल तसा प्रश्न नाही. तो आपल्याला व्यवस्थित माहिती आहे तरी सुद्धा रोमन, ग्रीक यांच्या देवदेवतांवर इतर महाकाव्ये, दंतकथा, आख्यायिकांवर आपल्या प्राचीन भूतकाळाची छाया पडल्यासारखी वाटते. अगदी अलिकडच्या अशा संस्कृतींचा विचार केला तरी त्यांच्या आख्यायिका आपली नजर प्राचीन भूतकाळाकडेच वळवतात.

दक्षिण अमेरिकेतील ग्वाटेमाला आणि मेक्सिकोतील जंगलात दडलेल्या मायांच्या प्राचीन अवशेषांची तुलना फक्त इजिप्तमधल्या प्रचंड बांधकामांशीच होऊ शकते. मेक्सिकोच्या राजधानीच्या दक्षिणेस ६० मैलांवरील चोलुला येथील पिरॅमिडचे क्षेत्रफळ खुफूच्या पिरॅमिडहून जास्त आहे. तर उत्तरेकडील ३० मैलांवर असलेल्या टिओटिहुआन्का येथील पिरॅमिड ८ चौरस मैल जागा व्यापतो.

मायांची आख्यायिका सांगते की १०,००० वर्षांपूर्वी एक अत्यंत पुढारलेली अशी संस्कृती नांदत होती. माया लोक आले

कुठून हे आपल्याला कळलेले नाही अणि कुठे गेले तेही माहीत नाही. म्हणूनच त्यांनी दिलेली माहिती महत्त्वाची आहे.

मेक्सिकोतील युकातान भागात उतरल्यावर बिशप डीयागो डी लांडा यानेसुद्धा मायांच्या कित्येक हस्तलिखितांची होळी केली आणि वर प्रौढी मारली की त्या भारुडात विशेष काही नसल्याने तेथील सर्व लोकांचा विरोध मोडून काढून आम्ही सर्व गोष्टींचा नाश केला म्हणून! या विध्वंसातून मायांची फक्त तीन हस्तलिखिते वाचली आहेत आणि आज ज्या ठिकाणी ती ठेवलेली आहेत त्याच नावाने ती ओळखली जातात.

माद्रिद कोडेक्समध्ये ११२ रंगविलेल्या चित्रांची पाने आहेत. त्या चित्रांवरून काय अर्थ काढायचा हे प्रत्येकाने ठरवावे अशी परिस्थिती आहे.

ड्रेस्डेन कोडेक्सची ७४ पाने शिल्लक आहेत. खगोलशास्त्राची गणिते आणि चन्द्र, शुक्र यांच्या भ्रमणाबद्दलची माहिती त्यात आहे.

मूळच्या पॅरिस कोडेक्सची तर फक्त दोनच पाने शिल्लक आहेत. मिळाली तेव्हाही बावीसच होती पण उरलेल्यांच्या प्रती तरी गेल्या शतकाच्या शेवटी काढल्या गेल्या होत्या हे नशिबच. या कोडेक्समध्ये कॅलेन्डरवर आधारित भविष्ये वर्तविली आहेत.

मायांच्या लिखाणाचा अर्थ लागत नाही याचे कारण म्हणजे वेगवेगळ्या खुणा आणि आकृत्या यांची त्यात असलेली रेलचेल. त्याच खुणा आणि तीच चिन्हे वेगवेगळ्या तऱ्हांनी वापरली की अर्थ वेगळा होतो.

मायांचे कॅलेन्डर आणि त्यांचा व्हेनुशियन फॉर्म्युला यांचा उल्लेख पूर्वीच केला आहे. मेक्सिकोतील पालेन्क, चिचेन इट्झा, ग्वाटेमालातील टिकल, होंडुरासमधील कोपान या सर्व ठिकाणची बांधकामे मायांच्या कॅलेन्डरला धरूनच झाली आहेत हे आज सिद्ध झाले आहे. त्यांना गरज होती म्हणून काही त्यांनी देवालये, पिरॅमिड बांधले नाहीत. त्यांनी पिरॅमिड आणि देवालये बांधली कारण त्यांच्या कॅलेन्डरची आज्ञा होती की इमारतीच्या इतक्या इतक्या पायऱ्या अमुक दिवसात बांधल्या पाहिजेत, प्लॅटफॉर्म इतक्या महिन्यांनी आणि मंदिर इतक्या वर्षांत! मायांच्या प्रत्येक इमारतीच्या दगड न् दगडाचा संबंध त्यांच्या कॅलेन्डरशी आहे. पूर्ण झालेली प्रत्येक वास्तू कॅलेन्डरप्रमाणे बांधलेली आहे.

पण मग काही तरी अघटित प्रकार घडला आणि तसे काहीच कारण दिसत नसताना त्यांची हजारो वर्षे टिकतील अशी बांधकामे, भव्य शहरे, सधन मंदिरे, पिरॅमिड यांचा मायांनी संपूर्ण त्याग केला आणि माया लोक निघून गेले. परत कधीही न येण्याकरता! त्यांची अप्रतिम शहरे बघता बघता फोफावणाऱ्या जंगलांनी व्यापून टाकली.

माया लोक का निघून गेले? याबाबत अनेक मते व्यक्त झाली आहेत. त्यांच्यावर परचक्र आले असेल असे म्हणावे तर माया त्यावेळी त्यांच्या प्रगत आणि संपन्न अशा संस्कृतीच्या अगदी अत्युच्च शिखरावर होते. त्यांच्यावर चढाई करण्याची आणि त्यांचा पराभव करण्याची ताकद त्यावेळी कुणातच नव्हती.

की हवामानात जबरदस्त फरक झाल्यामुळे मायांना देशत्याग करणे भाग पडले? पण या विचारालाही अर्थ दिसत नाही. मायांचे जुने राज्य आणि नवे राज्य यात २२५ मैलांचेसुद्धा अंतर नाही. हवामानातल्या फरकामुळे देशांतर करावे लागले असते तर माया लोकांना हजारो मैलांवर कुठल्या कुठे जावे लागले असते.

की भयानक अशा कुठल्या रोगाचा प्रादुर्भाव झाल्यामुळे सर्व पळापळ झाली? यालाही दुजोरा मिळण्यासारखे काही दिसत नाही.

की मायांमध्ये यादवी युद्ध माजले? नवीन विचारांचे तरूण आणि कर्मठ मतांची जुनी पिढी यांच्यात संघर्ष निर्माण झाला का? पण ही शक्यता विचारात घेतली तर सर्वच मायांना देशत्याग करण्याची आवश्यकता नव्हती. पराभूत मायाच देशोधडीला लागले असते. विजयी माया आपले पाय रोवूनच त्या साम्राज्यात राहिले असते. पण पुराणवस्तू संशोधकांना माया जमातीतील एक माणूस सुद्धा मागे शिल्लक राहिला होता याचा पुरावा सापडत नाही. बुद्धिमान, गणितज्ञ, खगोलशास्त्रात पारंगत सर्वच्या सर्व माया जमात आपली शहरे, आपली पवित्र स्थाने, आपली देवळे, पिरॅमिड यांचा त्याग करून नाहीशी झाली.

आजपर्यंत अनेक बाजूंनी विचार करून ज्या प्रश्नाचे उत्तर मिळत नाही त्याबाबत आणखी एक शक्यता विचारात घेण्यासारखी आहे. तिलाही तसा पुरावा नाहीच. इतर स्पष्टीकरणाची शक्यता गृहीत धरूनसुद्धा एक नवीन विचार मांडायला हरकत नाही.

मायांच्या पूर्वजांना देवांनी (म्हणजे अंतराळवीरांनी) भेट दिली असावी. खगोलशास्त्र, गणित, कॅलेन्डर या सर्वांबाबात माया धर्मगुरू अत्यंत गुप्तता बाळगून होते. हे सर्व ज्ञान परिश्रमाने गुप्त ठेवून जतन करण्यात येत होते; कारण देवांनी मायांना वचन दिले होते की अमूक अमूक वर्षांनी ते परत येतील म्हणून!

देवांनी धर्मगुरुंना दिलेल्या आज्ञांप्रमाणे कॅलेन्डरमध्ये दिलेल्या स्पष्ट सूचनांप्रमाणे मायांनी त्यांची भव्य बांधकामे करायला सुरुवात केली. ठराविक वर्षांत ही सर्व भव्य मंदिरे, पिरॅमिड बांधल्यावर देव परत येणार होते. देव परत येण्याचे वर्ष

माया लोकांच्या दृष्टीने आनंदोत्सवाचे वर्षच होते. त्यावर्षी देव परत येणार होते, त्यांनी बांधलेल्या अप्रतिम आणि भव्य मंदिरांचा, पिरॅमिडस्‌चा स्वीकार करणार होते आणि नंतर कायमचे त्यांच्यात राहणार होते.

मायांनी ते वर्ष जवळ येत असताना उत्साहाने सर्व भव्य इमारती पुऱ्या करीत आणल्या. देव परत येण्याच्या वर्षी त्यांच्या स्वागताची पूर्ण तयारी झाली होती. मंदिरे बांधून झाली होती, पिरॅमिडस्‌ तयार झाले होते, इतर भव्य वास्तू पूर्णपणे बांधून तयार होत्या. माया लोक उत्साहाने प्रार्थना करीत होते. देवांच्या स्वागताची स्वागतगीते पाठ करीत होते. आकाशातून देवांचा दैदिप्यमान रथ कधी उतरतो याकडे नजर लावून होते. वर्षाचे दिवस सरायला लागले. मायांच्या मनात चलबिचल निर्माण व्हायला लागली. देवांना धूप, दागदागिने, धान्य यांचे नजराणे, गुलामांचे बळी द्यायला सुरुवात झाली. पण अंतराळात संपूर्ण शांतता होती. गंभीर, मेघगर्जनेसारखा आवाज करीत येणारा देवांचा दैदिप्यमान रथ नजरेस पडत नव्हता. वर्ष संपले तरी देव आलेच नाहीत.

धर्मगुरू आणि सर्वच माया लोकांना निराशेचा किती जबरदस्त धक्का पोहोचला असेल याची कल्पना करवत नाही! शतकानुशतके देव परत येणाऱ्या दिवसाची वाट पाहत उत्साहाने केलेली भव्य बांधकामे मातीमोल ठरत होती. माया लोकांच्या मनात किती तरी संशय निर्माण झाले असतील. कॅलेन्डर बनवण्यात काही चूक झाली का? की देव चुकून भलतीकडेच उतरले होते? की आणखी काही भयानक घोटाळा झाला होता? त्यांनी पुन:पुन्हा सर्व गणिते करून बघितली असतील. काहीच चूक नव्हती. सर्वांचा अर्थ एकच होता. देवांनी वचन देऊन ते मोडले होते. त्यांनी माया लोकांची घोर फसवणूक केली होती. सर्व गोष्टींवरचा विश्वास उडून दारूण निराशेच्या धक्क्यानेच मायांनी सर्व गोष्टींचा त्याग केला होता असेच म्हणावे लागते.

१९३५ मध्ये मेक्सिकोतील पालेन्क येथील मायांच्या पिरॅमिडमध्ये अगदी वरच्या बाजूने खाली खाली जाणाऱ्या पायऱ्या सापडल्या. जमिनीखाली सहा फुटापर्यंत पोहोचलेल्या. अगदी सापडू नयेत अशा उद्देशानेच बांधल्यासारख्या वाटत होत्या. खालची खोली १४ फूट लांब आणि ७ फूट रूंद अशा दगडी शिळेने बंद केली आहे. चारही कडांना मायांची चित्रलिपी, की जिचा अर्थ आपण आजपर्यंत लावू शकलेलो नाही. या शिलेवरील अप्रतिम अशा कोरीव कामाकडे समोरून, बाजूने कशीही नजर टाकली तरी अंतराळयानात बसलेला अंतराळवीरच आपण पाहात आहोत ही भावना काही मनातून जात नाही.

मोटारसायकलची रेस असली तर मोटारसायकलवरचा स्पर्धक पुढे वाकून बसेल त्याच थाटात त्या चित्रातील माणूस वाकून बसला आहे. त्याच्या डोक्यावर

शिरस्त्राण आहे. त्यातून दोन ट्यूबस् मागच्या बाजूला जातात. दोन्ही हातांनी तो कोणत्या तरी वाहनावर नियंत्रण ठेवत आहे असा भास होतो. डाव्या हाताचा पंजा क्लच, ॲक्सिलेटर, पेडल वगैरे सारख्या कुठल्या तरी भागावर ठेवलेला आहे; वर असणाऱ्या हाताची बोटे पाहिली की वाटते-की तो रेडिओच्या बटणासारखे काही तरी फिरवत आहे. मोटारसायकल वापरताना पेट्रोलचा कमी-जास्त पुरवठा करण्यासाठी हाताने थ्रॉटल ओढावे, अशाच प्रकारे त्याची दुसऱ्या हाताची बोटे वळलेली आहेत. त्याचा पोषाख तसा अगदी आधुनिक पद्धतीचा आहे. अंगालगत घट्ट बसणारा फुलस्लीव्हज्चा पुलओव्हर, पुलओव्हरच्या लांब हातांची मनगटावर घडी, अर्धी पॅन्ट, तिला रूंद कमरपट्टा, पायात मोजे; सर्वच अगदी घट्ट, अंगाला बसेल असे; अगदी आजच्या विसाव्या शतकातील अंतराळवीरच जसा काही! त्याची बसण्याची ढब सुद्धा आजच्या अंतराळवीरांसारखी आहे. आपण पाहत आहोत तो प्राचीन काळातील अंतराळावीरच असणार याबद्दल कोणाच्याही मनात शंका येऊ नये. तो दुसरा कोणी असूच शकणार नाही.

तांत्रिक भाषेतच बोलायचे तर त्याच्या चेहऱ्यासमोर ऑक्सिजनचे उपकरण आहे. कम्युनिकेशन सिस्टिम्स् आणि ऊर्जा मर्यादित करणारी यंत्रेही समोरच आहेत. सर्व यंत्रांवर हाता-पायांनी नियंत्रण ठेवण्यात येत आहे. अंतराळयानातून बाहेरच्या बाजूला बघण्याचीही सोय आहे. या सर्व यंत्रांच्या पुढे दोन लोहचुंबक असावेत. अंतराळयानाभोवती चुंबकीय क्षेत्र निर्माण करून अंतराळात अफाट वेगाने प्रवास करताना काही आदळू नये म्हणून! अंतराळवीरांच्या मागे ऊर्जा निर्माण करणारी अणुभट्टी असावी आणि चित्राच्या बाहेर रॉकेटचा एक्झॉस्ट दाखवला आहे.

हे शिलाचित्र खरेच आपल्याला काहीच दर्शवत नाही? निश्चितपणे माया लोकांना त्यांच्या अंतराळ पाहुण्यांची माहिती इतरांना द्यायची होती आणि त्यांना माहीत असलेल्या एकाच पद्धतीने त्यांनी ती दिली. शिलाचित्र कोरून! पण त्या कारागिरांना त्या चित्रातील ज्ञानाची माहिती असणे अशक्य आहे. मग या तांत्रिक बाबी त्यांनी कशा कोरल्या असतील? नुसते बघून हे अंतराळयान लक्षात राहणे कठीणच! मग त्यांनी अंतराळवीरांचाच सल्ला घेतला असेल का? आणि सोप्या पद्धतीने काढता येईल असे चित्र त्यांनी माया लोकांना दिले असेल का? यात काही अशक्य नाही. या सर्व देवांनी त्यांच्या पृथ्वीला दिलेल्या भेटी गुप्त राहाव्यात असा प्रयत्न कधीच केलेला नाही. त्यांनी त्यांचे ज्ञान पुढील पिढ्यांना देण्यासाठी जतन करून ठेवा असे सांगून नेहमीच उघड केले आहे. त्यांनी दिलेल्या पृथ्वी भेटीचा वृत्तांत आपल्यापर्यंत पोहोचावा या हेतूनेच त्यांनी ते केले असेल यात अशक्य काय आहे? की पुन्हा प्रत्येक गोष्टीचा संबंध अंतराळ

प्रवासाशी लावण्यात येतो असे म्हणणार?

प्राचीन काळातील अंतराळ प्रवासाच्या सिद्धान्ताला देत असलेल्या पुराव्यातून हे शिलाचित्र जर वगळले जाणार असेल तर अशा अलौकिक पौराणिक वस्तूंवर संशोधन करणाऱ्या विद्वानांच्या दानतीबद्दलच शंका घ्यावी लागेल.

मायांनी आपली शहरेसुद्धा नद्यांच्या काठी, समुद्राच्या काठी न बांधता जंगलात का बांधली? त्यांना समुद्र माहीत नव्हता असा भाग नाही. समुद्रात किंवा समुद्रकिनाऱ्यावर मिळणाऱ्या गोष्टींपासून त्यांनी बनवलेल्या शेकडो गोष्टी सापडल्या आहेत. पण जंगलात राहून मग तिथे पाणी पुरवठ्यासाठी प्रचंड टाक्या बांधण्याचा खटाटोप त्यांनी कशासाठी केला? ग्वाटेमालातील टिकल येथे अशा तेरा टाक्या आहेत की ज्यात एक लाख चौरस मीटर एवढे पाणी मावेल.

त्यांनी चिचेन येथे बांधलेली वेधशाळा त्यांची अगदी पहिली आणि सर्वात जुनी गोलाकार इमारत आहे. या तीन मजली इमारतीला आतून गोल गोल जिना आहे. बाहेरच्या भिंतीवर पर्जन्य देवाची आणि उडणाऱ्या मानवांची चित्रे आहेत.

मायांना युरेनस आणि नेपच्यून या ग्रहांचीसुद्धा कशी माहिती होती? पालेन्क येथील पिरॅमिडमधला, अग्निबाणात बसलेला अंतराळवीर आपल्याला काय सुचवतो? मायांच्या कॅलेन्डरमध्ये चार कोटी वर्षांची गणिते का करून ठेवली आहेत? व्हेनुशियन सिद्धान्त शोधून काढण्याइतके ज्ञान त्यांनी कसे मिळवले? खगोलशास्त्राच्या इतक्या अफाट ज्ञानाची प्राप्ती त्यांना झाली तरी कुणाकडून?

मायांच्या सर्व इमारतींवर सर्पाचे चिन्ह का? जंगलात शहरे वसवणाऱ्या मायांनी एखादे फूल आपले चिन्ह म्हणून का निवडले नाही? किंवा एखादा जंगलातला प्राणीच? तिरस्करणीय सर्पाचे चिन्हच आपल्याला मायांच्या साम्राज्यात पावलोपावली का आढळते? आणि अशा या सर्पाला पुन्हा उडण्याची शक्ती त्यांनी का सूचित करावी? त्याचा देव म्हणून का स्वीकार करावा?

आधीच होत असलेला बौद्धिक गोंधळ पूर्ण करण्यासाठी प्राचीन काळातल्या आणखी काही चमत्कारिक गोष्टींकडे नजर टाकायला हरकत नाही.

१९०० साली ग्रीक पाणबुड्यांनी एक बुडालेले जहाज शोधून काढले. त्यातून संगमरवरी आणि ब्रॉन्झच्या अनेक कलाकृती त्यांनी वर काढल्या. नंतरच्या संशोधनात हे जहाज जवळ जवळ २००० वर्षांपूर्वी बुडाले होते असे कळले. जहाजातून वर काढलेल्या अनेक गोष्टींमध्ये एक कसला तरी गोळाही दिसत होता; धड कुठला आकार नसलेला, रूप नसलेला हा गोळाच आपल्या दृष्टीने

सर्वांत महत्त्वाचा ठरला. संशोधकांनी हळुहळू काळजीपूर्वक त्याच्यावरची घाण काढून टाकली व साफ केला तेव्हा तो ब्रॉन्झचा एक पत्रा होता असे लक्षात आले. त्याच्यावर निरनिराळ्या वर्तुळाकृती चकत्याही दिसत होत्या. एकेक भाग साफ केल्यावर त्या पत्र्यावर अनेक गोष्टीही लिहिलेल्या आढळल्या. सर्वांचा संबंध खगोलशास्त्राशी होता. शेवटी लक्षात आले की ते एक यंत्र होते. त्याच्यावर एकमेकात अडकणाऱ्या अनेक वर्तुळाकृती चकत्या, डायल्स, पट्ट्या वगैरे काय काय होते. एका बाजूचे चाक फिरवले की या सर्व चकत्या वेगवेगळ्या वेगाने फिरायला लागत. काट्यांना ब्रॉन्झची संरक्षक आवरणे होती. त्यांच्यावरही अनेक गोष्टी लिहिलेल्या होत्या. आज हे यंत्र कोणत्या तरी कुशल यंत्रज्ञ कामगारांनी बनवले आहे याबद्दल कुणालाच शंका नाही. अमेरिकन प्रोफेसर सोला प्राईस यानी ते एक गणकयंत्र आहे आणि त्याच्या मदतीने सूर्य, चन्द्र, तारे यांच्या भ्रमणकक्षा शोधून काढता येतील असे सिद्ध केले आहे. नक्षत्रदर्शन घडवणारे छोटे तारांगणच!

हे यंत्र २१०० वर्षांपूर्वी बनवलेले आहे हे महत्त्वाचे नाही. अशा तऱ्हेने बनविलेले हे पहिले यंत्र नसणारच. कुतूहल एकाच गोष्टीचे– असे पहिले यंत्र कोणी, कधी व कसे बनवले असेल?

१३ व्या शतकाच्या सुरुवातीला धर्मयुद्धावरून परत येताना सम्राट फ्रेड्रिक याने एक आगळाच तंबू परत आणला होता. तंबू उघडला की त्याचे छत घुमटासारखे दिसत असे. तंबूत एक छोटे यंत्रही होते. हे सुरू केले की या घुमटात नक्षत्रे त्यांच्या जागांवरून भ्रमण करायला लागत. हा सुद्धा एक छोटा प्लॅनेटोरियमच! पण त्या काळात तो बनविण्याइतके तंत्रज्ञान तरी उपलब्ध होते; पण दोन हजार वर्षांहूनही जुने जे यंत्र ग्रीक पाणबुड्यांनी शोधून काढले आहे त्याचे काय? त्या काळात स्थिर तारे, नक्षत्रे, पृथ्वीचे भ्रमण या सर्व गोष्टी लक्षात घेणारे कोण होते? चिनी आणि अरबी खगोलशास्त्रज्ञसुद्धा याबाबतीत विशेष काही सांगू शकत नाहीत. गॅलिलिओ गॅलिली जन्माला यायला अजून १५०० वर्षे हाती. फेड्रिकच्या तंबूबद्दल अनेक ठिकाणी वाचायला मिळते पण ग्रीक पाणबुड्यांनी शोधून काढलेले यंत्र अथेन्सच्या म्युझियममध्ये जाऊन कोणीही पाहू शकतो.

प्राचीन काळाने आपल्यासाठी सोडलेली ही आणखी काही कोडी!

दहा हजार वर्षांपूर्वी दक्षिण अमेरिकेत ज्यांचे अस्तित्वच नव्हते अशा सिंह आणि उंट या प्राण्यांची चित्रे दक्षिण अमेरिकेतच समुद्रसपाटीपासून १२५०० फूट उंचीवर असलेल्या पठारांवरील खडकांवर कोरलेली आढळतात.

तुर्कस्तानमध्ये काचेच्या किंवा मातीच्या अर्धवर्तुळाकृती वस्तू सापडतात.

त्या काय आहेत ते अजून कळत नाही.

अमेरिकेत नेवाडा वाळवंटात 'डेथ व्हॅली'मध्ये कोणत्या तरी प्रचंड उत्पाताने नष्ट झालेल्या शहरांचे अवशेष सापडतात. आजही वितळलेले खडक आणि वितळलेली वाळू तिथे दिसते. अगदी ज्वालामुखीचा उद्रेक झाला तरी, खडक वितळण्याइतकी उष्णता निर्माण होऊ शकत नाही. अशी उष्णता कोणत्याही कारणाने निर्माण झाली असती तर त्या शहरातल्या इमारतींवर परिणाम झालेला दिसला असता. तसा तो आढळत नाही. आज खडक वितळवण्याइतकी उष्णता निर्माण करणारी एकच गोष्ट आपल्याला माहिती आहे. ती म्हणजे लेसर किरण!

लेबॅनॉनमध्ये दोन लक्ष पौंड वजनाचा, ठराविक आकारात कापून गुळगुळीत केलेला दगड आहे. हा तरी कोणत्या मानवी हातांनी हलविलेला असणे शक्य नाही.

ऑस्ट्रेलिया, फ्रान्स, लेबॅनॉन, चिली, दक्षिण आफ्रिका, भारत इत्यादी देशात ॲल्युमिनियम, बेरिलियम असणारे विचित्र काळे दगड सापडले आहेत. अगदी अलीकडे केलेल्या संशोधनात आढळून आले आहे की, प्राचीन काळात भयंकर उष्णता आणि किरणोत्सर्गाचा वर्षाव या दगडांवर झाला असला पाहिजे. प्राचीन काळात किरणोत्सर्ग?

ब्रिटिश म्युझियममध्ये भूतकाळातील आणि भविष्यकाळातील चन्द्रग्रहणांची माहिती वाचायला मिळते. पण ती लिहिली आहे बाबिलोनियन मृत्तिकापत्रांवर!

चीनमध्ये युनान प्रांतात झालेल्या एका भीषण धरणीकंपात कुनमिंग या सरोवरातून एक प्राचीन पिरॅमिडच वर आला. या पिरॅमिडवर अंतराळात झेप घेणाऱ्या अग्निबाणांची चित्रे कोरून काढलेली आहेत. पृथ्वीच्या पोटात आणखी किती रहस्ये, कुठे कुठे दडून राहिली आहेत हे कोण सांगणार?

या सर्व गूढ गोष्टींचा उलगडा कोण करील आपल्यासाठी? प्रत्येक जुनी आख्यायिका, दंतकथा, पुराणकथा खोटी आहे, चुकीची आहे अशी त्यांची वासलात लावणे म्हणजे मूळ मुद्दे डावलण्यासारखे आहे. कसली भीती वाटते या लोकांना की नवीन सत्य समोर दिसले की हे डोळे झाकून घेतात आणि दुसरा कोणी नवीन सिद्धान्त मांडायचा प्रयत्न केला तर यांच्या कानांना जसे काही दडेच बसतात आणि त्यांना ऐकू येत नाही?

आज तर जगात अशी परिस्थिती आहे की दर दिवशी काही तरी नवीन घडत आहे, नवीन गोष्टी उघडकीला येत आहेत, नव्या गोष्टींचा शोध लागत आहे. आजच्या दळणवळणाच्या, वाहतुकीच्या, संदेश पाठवण्याच्या सोयींमुळे या गोष्टी तात्काळ जगाच्या कानाकोपऱ्यात पोहोचत आहेत. ज्या उत्साहाने नवीन

गोष्टींच्या शोधांकडे आपण बघतो, त्याच उत्साहाने भूतकाळातील गोष्टींकडेही आपण बघायला पाहिजे. आपल्या भूतकाळाच्या शोधाचा पहिला टप्पा संपत आला आहे. आता मानवी इतिहासाच्या नवीन साहसी पर्वाला सुरुवात होत आहे.

अंतराळ प्रवासाच्या!

दंतकथा, पुराणकथा का स्वानुभव?

पश्चिम आफ्रिकेतील 'माली' या देशात डोगॉन या जमातीचे वास्तव्य आहे. ज्याचा काळ ठरविणेही अवघड अशा जुन्या काळातील त्यांच्या पौराणिक कथा व्याध सीरिअस-अ (Sirius- A) या ताऱ्याची आणि त्याच्या 'न दिसू शकणाऱ्या' अशा जोडताऱ्याची माहिती कशी देतात हे कोडे मात्र उलगडत नाही. त्या जोडताऱ्याला ते म्हणतात 'डिजिटारिया.'

डोगॉनच्या पुराणकथा सांगतात की डिजिटारिया हा आपल्याला दिसत नसलेला 'उपग्रह' व्याधाभोवती ५० वर्षांत एकदा फिरतो. तो एक अत्यंत जड तारा आहे आणि व्याधाभोवती फिरताना तो व्याधाच्या कक्षेवरही परिणाम करतो. त्यांना 'अदृश्य' अशा या ताऱ्याची माहिती, त्याची कक्षा, त्याची घनता, त्याचा भ्रमणकाळ या सर्व गोष्टींची माहिती कशी होती?

व्याध आणि त्याचा उपग्रह यांची माहिती आपल्याला गेल्याच शतकात झाली आहे. सूर्य सोडला तर व्याध हा आपल्याला सर्वात जवळ असलेला तारा. रंगाने पांढरा, आपल्यापासून ८१/२

प्रकाशवर्षे दूर आणि दक्षिण गोलार्धातील अत्यंत तेजस्वी असा हा तारा आहे. त्याचा उपग्रह व्याध-ब (Sirius-B) १८४४ मध्ये विल्यम फ्रेड्रिक बेसेल याने 'शोधून' काढला तरी दुर्बिणीची भिंगे तयार करणाऱ्या अमेरिकन यंत्रज्ञ अल्वन क्लार्क याने तो खरोखरच प्रथम 'बघेपर्यंत' १८६२ साल उजाडावे लागले.

व्याध हा सर्वसामान्य तारा आहे तर व्याध-ब हा एक पांढरा ठिपकाच (White Dwarf) म्हणावा लागेल. त्याची घनता मात्र खूप जास्त आहे.

१८३४ मध्येच बेसेलच्या लक्षात आले की व्याधाची गती सरळ रेषेत नसून ती पाण्यातल्या तरंगांप्रमाणे वक्र असावी. मृग नक्षत्रात आपण व्याधाने मारलेला बाण पाहतो. मग नेहमी बाणाच्या सरळ रेषेत व्याध दिसायला हवा. तो तसा दिसत नाही. कधी तो बाणाच्या वरच्या बाजूला दिसतो तर कधी खालच्या बाजूला. बेसेल व त्याचे साथीदार यांनी ठराविक कालाने व्याधाच्या गतीची नोंद घ्यायला सुरुवात केल्यावर तर त्यांचा संशय दृढ झाला. याचा अर्थ व्याधाच्या गतीवर दुसरा कुठला तरी तारा परिणाम करीत होता; पण तो दिसत मात्र नव्हता. या अदृश्य ताऱ्यालाच त्याने नाव दिले 'व्याध-ब'. त्याकाळच्या अत्यंत चांगल्या दुर्बिणीतूनही तो दिसू शकत नव्हता. तेव्हा तो 'अप्रकाशित' असावा असा निष्कर्ष खगोलशास्त्रज्ञांनी काढला.

पण त्यावेळी अल्वन क्लार्क याने दुर्बिणी बनवण्यात नाव कमवायला सुरुवात केली होती. १८६२ मध्ये त्याने बनविलेल्या ४७ सेंटिमीटर व्यासाच्या दुर्बिणीतून बेसेल याने सांगितलेल्या ठिकाणीच क्लार्क याला 'व्याध-ब' सापडला, दिसला. तो अप्रकाशित नव्हता, व्याधाच्या सावलीत नव्हता, पण तेजस्वी व्याधाच्या सान्निध्यात तो पाहताच येत नव्हता; त्याची तेजस्विता लुप्त होत होती.

मध्यंतरीच्या काळात 'व्याध-ब' ची 'पांढरा ठिपका' अशी नोंद झाली होती. अशा ताऱ्यांची घनता पुष्कळच असते; पण तेजस्विता कमी असते. व्याधाशी तुलना करता व्याध-ब ची घनता ०.४२:२७००० या प्रमाणात आहे. व्याध पहिल्या प्रतीचा तेजस्वी तारा आहे तर व्याध-ब नवव्या प्रतीचा तेजस्वी तारा आहे. (तिसऱ्या, चौथ्या प्रतीच्या पलिकडील तारे नुसत्या डोळ्यांनी पाहणेही तसे अशक्यच.) व्याध-ब चा व्यास ४१००० किलोमीटर आहे पण त्याचे वस्तुमान (Mass) मात्र सूर्याएवढे आहे. उगीच नाही व्याधाच्या भ्रमणकक्षेवर तो इतका जबर परिणाम करीत असतो.

सूर्य परिमाणांप्रमाणे

	वस्तुमान	त्रिज्या	घनता
व्याध-अ (Sirius-A)	२.४	१.८	०.४२
व्याध-ब (Sirius-B)	०.९६	०.०३४	२७०००

व्याधाबद्दलचे आजचे आपले ज्ञान आणि पुराणकाळापासून डोगॉन जमातीला असलेले ज्ञान यांची तुलना केली तर काय दिसेल?

प्रचलित ज्ञान	डोगॉनचे ज्ञान
व्याध-ब हा व्याधाच्या कक्षेवर परिणाम करतो हे गेल्या शतकात प्रथम लक्षात आले.	डिजिटारिया हा व्याधाच्या कक्षेतील एक बिंदू आहे. डिजिटारिया डोगॉन लोकांनी कधी पाहिलेलाच नाही.
व्याध-ब दिसू शकत नव्हता. अद्ययावत दुर्बिणींच्या सहाय्याने सततच्या संशोधनाने तो शोधता आला आणि त्याची कक्षा ठरवता आली.	डिजिटारियाच्या अस्तित्वाबद्दल डोगॉनना कधीच शंका नव्हती. तो अदृश्य आहे हे माहीत असूनही !
व्याध-ब हा अगदी छोटा तारा आहे.	डिजिटारिया फारच लहान आहे त्याच्या निर्मितीत त्याने आपल्या जवळचे सर्व देऊन टाकले.
व्याध-ब कक्षेतून फिरण्याला ५०.४ ± ०.०९ वर्षे लागतात.	डिजिटारियाच्या भ्रमणाला साधारणत: ५० वर्षे लागतात.
व्याध-ब ची घनता प्रचंड आहे.	डिजिटारिया हा सर्वांत जड तारा आहे. तो व्याधाची कक्षा ठरवितो व स्वत:च्या कक्षेप्रमाणे त्याच्याभोवती फिरतो.

रॉबर्ट टेम्पल हा भाषाशास्त्रज्ञ असला तरी रॉयल अॅस्ट्रॉनॉमिकल सोसायटीचाही सदस्य आहे. त्याने डोगॉनच्या पुराणकथांप्रमाणे आणि आजच्या खगोलशास्त्रातील ज्ञानाप्रमाणे व्याध-ब च्या भ्रमणकक्षा काढल्या व निष्कर्ष काढला की अगदी बारीकसारीक बारकाव्यांसह या दोन्ही आकृत्यात इतके साम्य आहे की शास्त्रज्ञांना फूटपट्टी घेऊन मोजमाप करण्याची काहीही आवश्यकता नाही. ही वस्तुस्थिती स्वयंसिद्ध आहे. अद्ययावत ज्ञानाची पुराणकथांशी ही सांगड कशी बसली?

डोगॉनच्या आख्यायिका सांगतात की डिजिटारियाला स्वत:भोवती फिरण्याला एक वर्ष लागते. ते पृथ्वीवरील वर्षाबद्दल बोलत आहेत की डिजिटारियाच्या वर्षाबद्दल हे कळत नाही; पण तरीही आकाशस्थ ताऱ्यांचे स्वत:भोवतीचे भ्रमण डोगॉन जमातीला पुराणकाळापासून ज्ञात आहे हे कसे काय? आपली पृथ्वी स्वत:भोवती फिरते हे आपल्याला तसे हल्लीच कळायला लागले आहे. तरी विश्वाच्या या मूळ गतीची कल्पना आफ्रिकेतील 'रानटी' जमातीला हजारो वर्षे असावी हे आश्चर्य नाही का?

खरे सांगायचे म्हणजे आज आपल्याला माहीत नाही अशा आणखी काही गोष्टींचे ज्ञानही डोगॉनना हजारो वर्षे आहे. कदाचित आपले खगोलशास्त्रज्ञ या गोष्टी भविष्यकाळात शोधून काढतीलही.

डोगॉनच्या पुराणांप्रमाणे तेजस्वी व्याधाचा व्याध-ब हा एकच उपग्रह नाही. व्याध-ब पेक्षा मोठा पण वजनाने त्याच्या १/४ वजनाच्या 'एमी या' या आणखी एका दुसऱ्या उपग्रहाबद्दलही ते बोलतात. त्याची भ्रमणकक्षा व्याध-ब पेक्षा मोठी असून तो व्याध-ब च्या दिशेने ५० वर्षांत एक प्रदक्षिणा करतो आणि शिवाय 'एमी या' ला स्वत:चा एक उपग्रह आहे. व्याधाला शूमेकर (Shoemaker) असा तिसराही एक उपग्रह आहे. व्याधापासून सर्वांत लांबचा उपग्रह आणि तो उलट्या दिशेने फिरतो.

'एमी या' किंवा 'शूमेकर' यांची माहिती जमविण्याइतके ज्ञान आपल्याजवळ आज नाही. आपल्यापासून ८ १/२ प्रकाशवर्षे दूर असलेल्या व्याधाचे उपग्रह लवकर शोधून काढू अशी आजची परिस्थिती नाही.

पण ज्या पौराणिक काळापासून डोगॉनच्या आख्यायिका चालत आल्या आहेत, त्या काळात तर 'अदृश्य' अशा या ताऱ्यांबद्दलचे ज्ञान कुणालाच नव्हते. मग डोगॉनना ही सर्व माहिती कशी झाली? कोणी दिली? याचा उलगडा कोण करणार?

डोगॉनच्या दंतकथा एक गोष्ट स्पष्ट करतात. हजारो वर्षे दंतकथा, आख्यायिका जे सांगत आहेत त्यात सत्याचा अंश नक्कीच आहे, त्या काल्पनिक नाहीत. त्यांचा उगम प्राचीन काळातल्या आपल्या पूर्वजांनी स्वत: डोळ्यांनी पाहिलेल्या,

अनुभवलेल्या गोष्टीत आहे. या आख्यायिकांचा अर्थ अक्षरन्‌अक्षर किंवा शब्दन्‌शब्द जुळवून लावण्याचा प्रयत्न मात्र निरर्थक आहे. शब्दांचे अवडंबर झटकून टाकून त्यांचे एकूण सार शोधले पाहिजे. ज्यांनी हे वृत्तांत लिहिले त्यांना ते पाहत असलेल्या तंत्रविज्ञानाबद्दल काहीही माहिती नव्हती. त्यांच्या दररोजच्या आयुष्यातील संबंधित अशा गोष्टी सांगून पटतील अशा शब्दात, त्यांचे अनुभव सांगण्याच्या प्रयत्नात ते काही वेळा शब्दांच्या जंजाळात फसले आहेत हे खरे! पण म्हणून ते वृत्तांत काही खोटे ठरत नाहीत.

पुराणकाळात उल्लेख केलेले 'देव' तरी होते कोण? कोणत्या परिस्थितीत ते पृथ्वीवर आले होते? ते काल्पनिक असतील तर लोक त्यांना बघू शकत होते, त्यांच्याशी बोलू शकत होते हे कसे काय? त्यांना तसे पृथ्वीवर येण्याचे कारणच काय होते? पण ते आले, बऱ्याचदा आनंदाने राहिले. का? त्यांनी त्यांची शक्ती दाखवली, त्यांचे ज्ञान, प्रगत विज्ञान या गोष्टी दाखवल्या. जमेल तेवढे ज्ञान दिलेही. ज्ञानदानाचे हे पुण्य त्यांना कशासाठी पदरात पाडून घ्यायचे होते? आणि ते नेहमी आपल्या ज्या घरी परत निघून गेले ते घर होते कुठे? परत येऊ असे वचन त्यांनी नेहमीच का दिले? सर्व जगभर खळबळ माजवली ते देव खरे होते का खोटे?

सर्व पुराणकथात देवांचे आगमन, त्यांची वागणूक, विश्वाची निर्मिती, वनस्पती जीवन, प्राणी जीवन, मानव यांची निर्मिती यांची अचूक माहिती आहे. ती काय खोट्या काल्पनिक देवांनी दिली असेल?

आफ्रिकेतील सर्व जमातींच्या कथा तपासल्या तर त्यात आश्चर्यकारक साम्य आढळून येते.

स्वर्गाचीच गोष्ट घ्या. आपल्या पूर्वजांची स्वर्गाबद्दलची कल्पना तरी काय होती? तो अनंत विश्वातील पोकळीत कुठे तरी होता. त्यावेळी अंतराळप्रवास नव्हता, टेलिस्कोप नव्हते. अब्जावधी ताऱ्यांनी भरलेले हे अज्ञात विश्व त्यांना संपूर्ण अज्ञात होते. तरीही आफ्रिकेतील वेगवेगळ्या धर्मांच्या, चालीरितींच्या, संस्कृतींच्या सर्व जमातींच्या आख्यायिकांप्रमाणे स्वर्ग हा अगदी 'गजबजलेला' होता. त्यांचे मूळचे लाल, निळे, गोरे, काळे सर्व देव 'ढगावरील विश्वातून' आले होते. या गजबजलेल्या स्वर्गातून आलेल्या शक्तिमान देवांबद्दल आफ्रिकेतील निरनिराळ्या जमातींच्या आख्यायिका काय सांगतात?

मसाई : स्वर्गीय जोडप्याने अमर अशा शक्तिमान देवपुत्रांची निर्मिती केली आणि त्यापैकी काही जणांना पृथ्वीवर पाठवले. तसे हे देवही भांडखोरच! कोणत्याही गोष्टीबद्दल त्यांचेही एकमत होत नसे. एका देवाने एखादी गोष्ट बनवली की दुसरे देव कित्येकदा ती मोडून-तोडून टाकीत असत.

मदी-मोरुई : पहिले मानव स्वर्गातच रहायचे. निळ्या पक्ष्याने पृथ्वी आणि स्वर्ग जोडणारी शिडी तोडून टाकीपर्यंत स्वर्गातून पृथ्वीवर आणि पृथ्वीवरून स्वर्गाकडे बराच प्रवास चाले.

अशांती : देवाने निर्माण केलेली सात माणसे दोरखंडाने पृथ्वीवर उतरली. इथे मानवांचा जन्म झाल्यावर ती स्वर्गाला परत गेली.

झुलू : झुलू या शब्दाचा अर्थच मुळी स्वर्ग. सर्व झुलू लोक, त्यांचे प्राचीन वंशज थेट स्वर्गातून उतरले म्हणून सांगतात. त्यांच्या देशाला ते 'स्वर्गीय मानवांचा देश' असेच म्हणतात.

मसाई म्हणतात, स्वर्गात प्राणीही होते. सूर्य, चन्द्र व तारे यांची निर्मिती करणाऱ्या देवाने पृथ्वीवर वनस्पती जीवन निर्माण केले आणि मगच त्या प्राण्यांना पृथ्वीवर आणले.

टांझानियातील झिबा जमातीचा मूळ देव 'रुगाबा.' त्यांनी त्याची कधी पूजा केली नाही किंवा त्याला बळी वगैरे दिले नाहीत; कारण त्यांना माहीत होते की रुगाबा 'फार दूर-अनंत विश्वात' राहतो. अंतराळात अंधारच असतो. रुगाबाने पहिला माणूस 'अंधार नाहीसा झाल्यावर' (आपल्या पृथ्वी या ग्रहावर पोहोचल्यावरच) निर्माण केला.

स्वर्ग म्हणजे अमरत्व, स्वर्ग म्हणजे सुखाचे आगर असे आपल्या 'मागासलेल्या' पूर्वजांना वाटत होते; असे आजचे विद्वान लोक सांगतात. खोटे आहे ते! स्वर्गातही माणसे मरत असत असे किलिमांजारो येथील जग्गा जमात सांगते. जन्म-मरणाचा फेरा स्वर्गातही चुकत नव्हताच. सत्य आहे. स्वर्ग काल्पनिक नव्हताच मुळी ते होते अंतराळ यांत्रिकांचे निवासस्थान. ते कसे अमर असतील?

पृथ्वी प्रथम कशी होती? विश्वाची निर्मिती झाली कशी?

झांबियामधील वेम्बा या निग्रो जमातीची आख्यायिका सांगते की त्यांचा देव 'मुकुला' हा स्वर्गात रहायचा. प्रथम त्याने तारे, मग सूर्य आणि चन्द्र निर्माण केले. मग प्रकाश निर्माण करून त्याने पृथ्वी निर्माण केली, तिच्यावर प्राणी निर्माण केले. वनस्पतींचे बी पेरले आणि प्राणी आणले. मग त्याने कियोम्बे आणि दोन स्त्रियांना पृथ्वीवर पाठवले. त्याने अग्नी निर्माण करणारी वस्तू आणली होती. त्याने प्रथम निरनिराळ्या वस्तुंना नावे ठेवली आणि त्यांचा वापर शिकवला.

बुशोंगो त्यांची निर्मिती कशी झाली म्हणतात ?

पहिल्या प्रथम पृथ्वीवर सर्वत्र अंधार होता आणि पाणी. मग बुम्बा हा धिप्पाड आणि गोरा माणूस आला. त्याचे एक दिवस इतके पोट दुखायला लागले की तो ओकायलाच लागला. प्रथम त्याच्या पोटातून बाहेर पडले ते तारे,

सूर्य आणि चन्द्र! सूर्याच्या उष्णतेने पाण्याची वाफ होऊन सागर निर्माण झाले, किनारे निर्माण झाले. मग तो झाडाचे एक रोपच ओकला आणि त्यातून वनस्पती जीवन निर्माण झाले. मग त्याच्या तोंडातून प्राणिमात्र पडले व शेवटी मानव, औषधे, आयुधे आणि अग्नी!

त्याने एका माणसाची पृथ्वीवरील देव, पृथ्वीवरील राजा म्हणून नेमणूक केली व तो उडून अंतराळात नाहीसा झाला.

बुम्बाची जग निर्मितीची घाणेरडी तऱ्हा सोडली तर जग निर्मितीबद्दलचे त्याचे ज्ञान आश्चर्याने थक्क करणारे नाही? प्रथम काहीच नाही. मग वाळवंट, चिखल, पाऊस, सूर्याची उष्णता, जमीन, वनस्पती, प्राणी, माणूस, औषधे, आयुधे, अग्नी हा क्रम कोणत्याही जमातींच्या आख्यायिका चुकवत नाहीत.

मसाईंच्या आख्यायिका विचार करायला लावतात. त्यांच्या 'गोऱ्या' देवाने प्रथम माईतुम्बे हा पहिला माणूस निर्माण केला. स्वर्गातच! पृथ्वीवर त्याच्या खाण्या-पिण्याची सोय झाल्यावर त्याने त्याला पृथ्वीवर पाठवले आणि तो आफ्रिकेतील 'नोहा' च बनला. जगाचा निर्माता स्त्री नव्हतीच. तेव्हा त्याने स्वत:पासून सात पुरूष निर्माण केले; कारण माईतुम्बे एकाच वेळी स्त्री होता आणि पुरूषही.

आपले पूर्वज कसेही असोत. आपला पहिला मानव एकाच वेळी स्त्री आणि पुरूष होता हे जगातल्या सर्व आख्यायिका कशा सांगतात? ही गोष्ट विचार करण्यासारखी नाही ?

आपले पूर्वज मागासलेले असतील पण मूर्ख नक्कीच नव्हते. एकाच शरीरातून स्त्री-पुरूष निर्माण होतात ही कथा मानवाची निर्मिती कृत्रिमपणे केली होती असे नाही दर्शवत ?

न्होंगा अमो जमातीत एक कथा आहे. चन्द्र आणि सूर्य एकदा जेवायला बसले. स्वयंपाक बिघडला होता. सूर्य इतका रागावला की त्याने चन्द्राचा चेहराच जाळून टाकला. तेव्हापासून चन्द्रावर खड्डे पडले. साधीच गोष्ट; पण चन्द्राच्या पृष्ठभागावर खड्डे आहेत याचे ज्ञान हजारो वर्षे चालत आले आहे हेच नाही का सिद्ध होत?

माणसाचे आयुष्य एकदा का ठराविक साच्याचे बनले की त्याच त्याच गोष्टींचे त्याचे कौतुक नाहीसे होते. मेंढपाळ दररोज सूर्योदय पाहतो. त्याची नवलाई त्याला नाही. ती असते शहरात राहणाऱ्या माणसाला. चन्द्रावर प्रथम माणसाने पाऊल टाकले तेव्हा श्वास रोखून सर्व जग त्या प्रसंगावर नजर ठेवून होते; पण हीच गोष्ट पुन:पुन्हा घडायला लागल्यावर त्यातले नाविन्यच नाहीसे झाले. टीव्हीवर सुद्धा बातमीत फक्त एकच ओळ वाचायला सुरुवात झाली.

आफ्रिकन आख्यायिकांकडे आधुनिक नजरेने पाहिले तर त्यातल्या किती तरी रिकाम्या जागा भरतील.

आख्यायिका तरी कशी जन्म घेते?

कल्पना करा की १५००० वर्षांपूर्वी ऑस्ट्रेलियात एक अंतराळवीर उतरला. रानटी मागासलेले पूर्वज भीतीने घाबरून त्यांच्या गुहेत पळून गेले. हळुहळू दररोज त्याला पाहून त्यांच्यातली भीती नाहीशी झाली. त्यांच्यात विश्वास निर्माण झाला. हा परका माणूस त्यांना इजा करू इच्छित नाही याबद्दल तरी त्यांची खात्री पटली. ते काय म्हणत होते यापेक्षा तो त्यांना स्वत:बद्दल जे सांगायचा प्रयत्न करीत होता हे त्यांना कळू शकत नव्हते हे महत्त्वाचे.

त्यांना ज्या थोड्या फार खाणाखुणा कळत असतात त्यात 'मी देव नाही' असे दर्शवणारे चिन्हच नाही. तो कसे समजवणार त्यांना? त्या रानटी लोकांनी त्याला आकाशातून उतरलेले पाहिलेले असते. तिथे देवच असतात. तो त्यांच्या दृष्टीने देवच राहतो.

त्यांची भाषा येत नसल्याने तो स्वत:शीच बडबडत असतो, 'अरे बाबांनो! मी देव नाही. मी तुमच्यासारखाच रक्तामांसाचा माणूस आहे. हात लावून पहा मला. वर आकाशात पहा. तुमच्यासारखाच आकाशात एक ग्रह तिकडे आहे. ते माझे घर. मी उतरताना झालेल्या चकचकाटाने घाबरू नका. मला उतरण्यासाठी जागा शोधताना सर्चलाईटस् वापरावे लागल्याने तो प्रखर प्रकाश पडला होता. हा पहा जनरेटर. या केबल्स.'

यातले काहीही त्यांना कळत नव्हते. कळले असते तरी त्यांनी तो देव नाही हे मान्य केले असते की नाही शंकाच आहे. त्यांनी स्वत:च्या डोळ्यांनी त्याला आकाशातून उतरताना पाहिलेले असते. ही दैवी शक्तीच की! फक्त देवांकडेच ती असते.

काही काळाने तो अंतराळवीर आपल्या 'घरी' निघूनही जातो.

त्या काळात घडलेला अघटित असा प्रकार होता तो. हा अनुभव इतरांना कसा समजावणार? देव एका दैदिप्यमान मागे अग्नी सोडणाऱ्या वाहनातून उतरला होता. दैदिप्यमान म्हणजे कसे? सूर्य सर्वांना माहिती आहे. प्रखर, उष्ण गोळा. मग असेच सांगू या. आकाशातून 'काही तरी' उतरले. सूर्याहून प्रखर, प्रकाशमान, स्वत:भोवती फिरणारे. ते 'काही तरी' जबरदस्त आवाज करीत होते. मेघगर्जनेसारखा! मेघगर्जना सर्वांना कळते ना! ढगातून आलेले 'ते' वाहनासारखे वाटत होते पण वाहने तर जमिनीवर फिरतात. हे वाहन तर उडत होते. सर्वांनी पाहिले होते. कसे समजावणार? पण पक्षी तर उडतात ना? बरोबर, असेच सांगायला पाहिजे. अत्यंत प्रकाशमान वस्तू उतरली. स्वत:भोवती फिरणारी.

सूर्याहून चमकदार, अग्निने वेढलेली आणि पक्ष्याप्रमाणे उडणारी. तशी ती धोकादायकच वस्तू होती पण धोकादायक म्हणजे कशी? जमिनीवर सरपटणाऱ्या सर्पाएव्हढी. त्याची सर्वांनाच भीती वाटते आणि ती वस्तूही पूर्ण गोलाकृती नव्हती. अंड्यासारखी वाटत होती. त्यातून उतरलेल्या देवाने झगझगीत कपडे घातले होते. काही प्राण्यांची शरीरे चमकतात तसे. बरोबर, देवाने घातलेले कपडे चमकणाऱ्या चांदीच्या कातड्यासारखे होते.

अशा तऱ्हेने रचली जात जात ती कथा जन्म घेते आणि तरीही तिचा अर्थ आज आपण समजू शकतो. हजारो वर्षांपूर्वीच्या कुठल्या अप्रतिम दृश्याचे वर्णन चालले आहे ते आपण गेल्या ३५-४० वर्षांत जाणून आहोत.

आख्यायिका? अजूनही आख्यायिकाच? ही तर सत्यकथा आहे. स्वानुभव आहे.

निनेव्ह येथे उजेडात आलेल्या मृत्तिकापत्रात आणखी एक महाकाव्य आहे. एटना! गिलगामेशच्या महाकाव्यात याचा थोडा भाग समाविष्ट आहे पण या महाकाव्याचा उगम तर मानवी इतिहासाच्या आरंभापासून वाटतो. ५००० वर्षांपूर्वीच्या सिलेंडर सीलवर एटनाचे चित्र आहे. ही काय आख्यायिका आहे?

एटना समासदेवाला विनंती करतो की त्याला अमरत्वाची औषधी वनस्पती द्यावी म्हणून. देव त्याला गरुडाकडे पाठवतो. गरूड त्याला विचारतो तुझी काय इच्छा आहे म्हणून. एटना म्हणतो, मला अमरत्वाची औषधी वनस्पती हवी म्हणून. गरूड त्याला घेऊन स्थिर ताऱ्यांच्या दिशेने अंतराळात उड्डाण करतो. या उड्डाणात सहा वेळा गरूड एटनाचे लक्ष नाहीशा होणाऱ्या पृथ्वीकडे वळवतो.

थोडा वेळ झाल्यावर गरूड म्हणतो, 'मित्रा, बघ! जमीन कशी वेगळी दिसते आहे. समुद्र बघ, पर्वत बघ; जमीन आता टेकडीसारखी आणि समुद्र कालव्यासारखा दिसत आहे.'

थोड्या वेळाने गरूड पुन्हा म्हणतो, 'मित्रा बघ! जमीन कशी वेगळी दिसते आहे. आता ती जंगलासारखी वाटत आहे.' थोड्या वेळाने जमीन एखाद्या झोपडी एव्हढी तर समुद्र अंगणासारखाच दिसायला लागला.

आणि उंच उंच गेल्यावर गरूड एटनाचे लक्ष पृथ्वीकडे वळवतो. शेवटी म्हणतो. 'बघ! आता जमीन दिसेनाशीच झाली आहे.'

एटना ते बघतो आणि म्हणतो, 'जमीन कशी दिसेनाशी झाली ते मी पाहिले, आता तर समुद्रही दिसेनासा झाला आहे; माझी स्वर्गात जायची इच्छा नष्ट झाली आहे. तू मला परत पृथ्वीवर घेऊन जा.'

'गरूड उतरला आहे!' चन्द्रावर उतरल्यावर ह्यूस्टन इथे आपल्या अंतराळ

यात्रिकांकडून ऐकू आलेले पहिले शब्द! आता इतिहासात नोंद केले गेलेले !

एटनाचा प्रवासही तितकाच सत्य आहे. स्पष्ट आहे.

जग निर्मितीबद्दलसुद्धा या मृत्तिकापत्रांमध्ये लिहिले आहे.

प्रथम अंतराळालाही काही नाव नव्हते.

आणि खालच्या पृथ्वीलाही.

प्रथम फक्त सागर होता.

आणि त्याच्या लाटांचा गंभीर आवाज.

त्यावेळी शेते नव्हती, कुठल्या जमाती नव्हत्या.

एकही देव अस्तित्वात नव्हता.

कुणालाच नावे नव्हती.

कुणाचेच भविष्य ठरत नव्हते.

मग देवाची निर्मिती झाली.

लुहुमु आणि लहामु जन्माला आले.

आणि अनंत काळ निघून जातच होता.

आख्यायिका? की सत्यकथा?

गेल्या महायुद्धात जपानचा पराभव केल्यावर अमेरिकेने पहिली कोणती गोष्ट केली असेल तर शिंटो या त्यांच्या धर्मावर बंदी घातली. जपानचा सम्राट हाच या धर्माचा अधिपती. पृथ्वीचा अधिपती आणि देवांचा राजा हा एकच! जपानी सम्राट! ही रूढी मोडणे अमेरिकेला भागच पडले नाही तर देव म्हणून जपानी लोक ज्याची पूजा करीत होते, त्या सम्राटाला कोणत्याही आज्ञा अमेरिकन देऊ शकले नसते. तेव्हा प्रथम त्यांनी जपानी सम्राटाला त्याच्या देवपदावरून भ्रष्ट केले.

या धर्मात महत्त्वाची तीन पुस्तके. कोयिको, कोऊयिकी आणि निहोंगी! तसे हे धर्मग्रंथ प्रथम आठव्या शतकात लिहिले गेले असले तरी त्यांचा उगम वादातीतपणे अत्यंत जुन्या अशा आख्यायिकात आहे. पुन:पुन्हा तीच गोष्ट लिहायचे, टाळायचे म्हटले तर सांगता येईल की, इतर सर्व धर्मग्रंथांप्रमाणेच विश्वाची, विश्वनिर्मितीची, अंतराळयानांची माहिती निहोंगी या धर्मग्रंथात व्यवस्थित दिली आहे. इतर धर्मग्रंथांचा अर्थ लावताना जी अडचण येते ती यांच्या बाबतीतही येते.

१९१२ मध्ये आल्फ्रेड वेगनर याने पृथ्वीवरील खंडे कशी तयार झाली याबाबत मांडलेला सिद्धांत सागरतळाचे संशोधन केल्यावर खरा ठरला आहे. पॅसिफिक महासागरात प्रथम प्रचंड भू-भाग होता. पुरातन काळात एकदा त्याचे तुकडे उडले आणि आपल्या जागेवरून ढळले. वेगवेगळे होत त्यातून तयार

झाली ती अमेरिका, आफ्रिका खंडे.

निहोंगीत याबद्दल काय म्हटले आहे?

जग निर्मितीच्या सुरुवातीच्या काळात वेगवेगळे देश जे वाहत जात होते त्यांची तुलना फक्त पाण्यात पोहणाऱ्या माशांशीच होऊ शकते.

निहोंगीमध्ये दिलेली सर्वच माहिती तंतोतंत बरोबर आहे. अचूक आहे. मग ज्यांनी प्रथम मानव निर्माण केला त्या स्वर्गात निर्माण झालेल्या 'देवांनी' (अंतराळवीरांनी) त्यांना हे ज्ञान दिले होते असे म्हटले तर संशयास्पद का ठरावे?

सर्व धर्मग्रंथांत या नवीन घटनांचा वृत्तांत सांगताना होणारी गडबड अगदी साहजिकच आहे. कोणत्याही नवीन गोष्टींना नावे द्यायची म्हटले की विसाव्या शतकातील आपण 'हुशार' माणसेही एक पाऊलसुद्धा पुढे टाकू शकलेलो नाही.

चाळीस वर्षांपूर्वी मानवाने आकाशात उडणारी एक वस्तू पाहिली. कशी दिसत होती? कपबशी मधल्या बशीसारखी! बरोबर! उडती बशी! उडती तबकडी!

जग जर अणुयुद्धात नष्ट झाले तर विसाव्या शतकातल्या आख्यायिकेचे संशोधन करण्याची पाळी चाळिसाव्या शतकातल्या संशोधकांवर येईल. या उडत्या तबकड्यांबद्दल त्यांना किती तरी ठिकाणी उल्लेख सापडेल. आख्यायिकांप्रमाणे आकाशातून उडणाऱ्या, रंग बदलणाऱ्या, प्रचंड वेगात कशाही तऱ्हेने दिशा बदलणाऱ्या वस्तुंची माहिती त्यांना मिळेल पण त्यांना काही समजू शकेल असे वाटत नाही. तबकडी फेकणाऱ्या एखाद्या खेळाडूचा ब्रॉन्झचा पुतळा त्यांना मिळाला तर उडत्या तबकड्या हा एक वेगळा खेळच होता, असे जर त्यांना वाटले तर त्यात नवल काहीच नाही.

आल्बर्ट आईनस्टाईन यांनी त्यांचा सापेक्षतावादाचा सिद्धान्त मांडला (Theroy of Relativity) आणि त्यामुळे पुराणकाळातील काही अफलातून गोष्टींचा अर्थही या शतकात लागला आहे.

जपानची अत्यंत जुनी अशी ही आख्यायिका!

हेकि प्रांतात जोसा जिल्ह्यातील त्सुत्सुकाहा या सागर किनाऱ्यावरील एका खेड्यातएक तरूण राहत असे. अत्यंत देखणा. त्याला लोकांनी नाव ठेवले होते 'आयलंड चाईल्ड.' एक दिवस मासेमारीसाठी तो एकटाच समुद्रात गेला. त्याला त्या दिवशी काहीच मासे मिळेनात आणि कंटाळत असतानाच त्याला डुलकी लागली. डोळे उघडतो तो एकाएकी त्याला नावेत शेजारीच एक अत्यंत सुंदर तरुणी बसलेली दिसली. तो तिला म्हणाला. 'माणसांची घरे तर फार दूर किनाऱ्यावर राहिली आहेत. समुद्रावरही काही दिसत नाही. तू आहेस तरी कोण

आणि अचानक इथे आलीसच कशी?'

ती तरुणी उत्तरली 'मी आकाशातूनच आले.'

'म्हणजे कुठून? स्वर्गातून?'

'तू मनातला संशय काढून टाक. माझ्याबरोबर प्रेमाने रहा. अनंत काळपर्यंत आपण सुखाने राहू या. जरा तुझे डोळे मात्र क्षणभर मीट.'

थोड्याच वेळात ते एका सुरेख बेटावर पोहोचले. तो तिच्या आई-वडिलांना भेटला. त्यांनी त्याला स्वर्ग आणि पृथ्वी यांच्यातला फरक समजावून सांगितला. त्यांचे लग्नही लावून दिले.

त्यांनी तीन वर्षे अगदी सुखात काढली पण नंतर आपल्या घराच्या आठवणीने तो व्याकुळ झाला. त्याचे कशातच लक्ष लागेना. तो दुःखी बनला. शेवटी तिने त्याला सांगितले की, 'तू क्षणभर डोळे मीट आणि मी तुला घरी पोहोचवते.'

थोड्या वेळाने त्याने डोळे उघडले तर तो गावात आला होता पण त्याला ते अनोळखी भासत होते. त्याला त्याचे घर सापडेना. त्याने एका खेडुताला आयलंड चाईल्डचे कुटुंब कुठे राहते म्हणून विचारले. खेडुताने तो कुठुन आला आहे याची चौकशी करून म्हटले, की तो फार जुनी गोष्ट विचारतो आहे म्हणून. जुन्या कथा सांगणाऱ्या वृद्ध माणसांकडून त्याने आयलंड चाईल्डची गोष्ट ऐकली आहे. अशा नावाचा एक तरूण त्या खेडेगावात राहत होता. एकदा तो मासेमारीला समुद्रावर म्हणून जो गेला तो परत आलाच नाही. त्या गोष्टीला आता तीनशे वर्षे होऊन गेली.

हा तरूण अफाट वेगाने जाणाऱ्या अंतराळयानातून दुसऱ्या ग्रहावर गेला होता हेच खरे असणार. म्हणूनच काळातला हा फरक. तशी साधीच गोष्ट पण ही गोष्ट किती सत्य सांगून जाते हे नाकबूल करता येईल?

दक्षिण अमेरिकेतील ही आख्यायिका तर अजून अप्रकाशितच आहे. कार्ल ब्रजरने बरीच वर्षे दक्षिण अमेरिकेत पत्रकार म्हणून वास्तव्य केले होते. तो इतिहासकारही आहे. १९७२ मध्ये त्याची आणि तिथल्या भोंगुलाला जमातीच्या प्रमुखाची प्रथम गाठ पडली. तातुन्का नारा हे त्याचे नाव. दोघांच्या नंतर अनेक भेटी झाल्या आणि ते मित्रही बनले. नाराचा कार्लवर विश्वास बसला आणि जगाला एका आश्चर्यकारक कथेचा लाभ झाला.

भोंगुलाला जमात ही देवांनी त्यांची जमात मानली होती. त्यावेळेपासूनचा सर्व इतिहास त्यांनी व्यवस्थित लिहून ठेवलेला आहे. तातुन्का नारा त्यांचा जो इतिहास सांगतो तो अगदी थक्क करणारा आणि विलक्षण आहे.

आमचा इतिहास देव पृथ्वीवरून निघून गेल्या क्षणापासून सुरू होतो.

भोंगुलाला जमातीचा त्यावेळचा राजपुत्र इना याने घडलेला सर्व इतिहास पद्धतशीरपणे आणि व्यवस्थित लिहून ठेवण्याची आज्ञा दिली आणि आजपर्यंत आम्ही ती आज्ञा पाळत आलेलो आहोत.

त्यावेळी या खंडात फक्त आम्ही होतो. त्यावेळी माणसात आणि जनावरात तसा विशेष फरक नव्हताच. अंगावर वस्त्रे नाहीत, शेती करायची माहिती नाही, समाजव्यवस्था वगैरे काही प्रकारच अर्थात नाही. आणि मग एक दिवस देव उतरले. ही घटना अगदी नक्की कधी घडली माहीत नाही पण साधारण १५००० वर्षांपूर्वी घडली. अचानक अंतराळात उडती जहाजे दिसायला लागली. त्या जहाजातून प्रखर प्रकाशझोत बाहेर पडत होते. धरणी हादरत होती. गडगडाटाचा आवाज टेकड्यांपलिकडेही घुमत होता. ही दैदिप्यमान जहाजे उतरली आणि त्यातून पृथ्वीचा ताबा घेण्यासाठी आलेले देव उतरले. ते विश्वातल्या ज्या ठिकाणाहून आले होते त्या ठिकाणाचे नाव होते श्वेरता! आमचे धर्मगुरू म्हणतात की, खरे म्हणजे त्यांचे साम्राज्य अनेक ग्रहांवर पसरलेले होते. त्यांना तारे कसे फिरतात माहीत होते. निसर्गाचे नियम माहिती होते. त्यांचे ज्ञान इतर जगांना देण्यासाठी ते आले होते.

अकाकुर या किल्ल्यावरून देव राज्य करीत. त्यांची प्रथम १३० कुटुंबे पृथ्वीवर आली होती. त्यांची आकाशातून उडणारी जहाजे पक्ष्यांहून जास्ती वेगाने जात असत. रात्र असो किंवा दिवस असो शिडांशिवाय, सुकाणुंशिवाय उडत असत, परत येत असत. त्यांच्याकडे एका तऱ्हेच्या धातूचे दगड होते. जगात कुठेही, काहीही घडले तरी त्या दगडात स्वच्छ दिसत असे. त्यांनी जमिनीखाली राहण्यासाठी उत्कृष्ट व्यवस्था केली होती.

परत जाण्याच्या दिवशी त्यांनी इनाला बोलावून सांगितले की, त्यांचे इथले काम झाले आहे. त्यांना आता निघून जायला पाहिजे. पण तुम्ही कधी संकटात सापडलात तर आम्ही नक्की परत येऊ. आता एक महाभयंकर संकट कोसळणार आहे. त्यातून निभाव लागण्यासाठी तू तुझ्या लोकांना घेऊन जमिनीखाली, आम्ही बनवलेल्या घरात रहायला जा. प्रचंड गडगडाट करीत आणि अग्निवर्षाव करीत देवांची जहाजे अंतराळात नाहीशी होईपर्यंत इना एकटाच उभा होता. ही घटना साधारण १२००० वर्षांपूर्वीची आहे.

आता आमच्या हृदयातच फक्त देवांच्या प्रतिमा होत्या. डोळे पाण्याने भरून येत असताना आम्ही पुन:पुन्हा आकाशाकडे पाहत होतो पण ती सोनेरी जहाजे परत आली नाहीत.

तातुन्का नारा या ठिकाणी जगावर कोसळलेल्या दोन आपत्तींचे वर्णन करतो की, ज्यात सर्व मानव जमातच नष्ट होणार होती.

मग बारा वर्षांनी पुन्हा महापूर आला. पृथ्वीवर काय घडत आहे याचा उमज पडत नव्हता. सगळीकडे थंडीच थंडी, नाहीतर भयंकर उष्णता. भीतीने माणसे आणि जनावरे सैरावैरा पळत होती. झाडांवर चढावे तर झाडेच उन्मळून लांबवर पडत होती. फेकली जात होती. गुहेत लपायला पाहावे तर त्या कोसळून पडत होत्या. वरचे सर्व खाली जात होते, खालचे सर्व वर येत होते.

पण तरीही या आपत्तींतून आणि दुसऱ्याही भीषण संकटांतून भोंगुलाला जमातीचे थोडे जण बचावलेच.

आणि एके दिवशी संध्याकाळी पुन्हा एकदा सोनेरी जहाजांनी आकाश व्यापून टाकले. देव परत आले होते. आम्हाला खूप आनंद होत होता पण देवांच्या स्वागताला आता थोडेसेच लोक शिल्लक राहिले होते. आमच्या जमातीचा खूपच नाश झाला होता.

अकाकुर येथे एका मंदिराखाली जमिनीवर चालणारे, पाण्यावर चालणारे, टेकड्यासुद्धा चढणारे देवांचे एक वाहन आणि अंतराळात उडणारे दुसरे एक वाहन आम्ही अगदी जपून ठेवून दिले आहे. उडणारे वाहन कोणत्या धातूचे आहे हे माहीत नाही पण ते सोनेरी आहे. दोन माणसे एकावर एक उभी राहतील एवढी त्यांची लांबी-रूंदी आहे. त्यात दोन माणसांना बसायची सोय आहे. त्याला शीड नाही, सुकाणू नाही पण आमचे धर्मगुरू म्हणतात, त्यात ल्हासा (?) बसला तर गरुडापेक्षा जास्ती वेगाने जाईल आणि ढगांमध्ये तरंगेल. ह्या वाहनाचा मुख्य भाग चांदीच्या वाटीसारखा आहे. ते वाहन अगदी रहस्यमय आहे. त्याला सात पाय आहेत. तीन पुढल्या बाजूला आणि चार मागच्या बाजूला.'

हे असे सर्व संभाषण कार्ल ब्रजरने टेप करून घेतले आहे. भोंगुलाला जमातीच्या १५००० वर्षांच्या इतिहासात काय नाही? त्यांना त्यांच्या देवांनी सर्व गोष्टींची नावे शिकवली, भाषा शिकवली, लिपी शिकवली, शेतीभाती करायला शिकवली, नियम घालून दिले, की जे आजही पाळले जातात. तातुन्का नाराचा वृत्तांत आश्चर्याने थक्क करतो. म्हणून तो अशक्य?

१८ ऑक्टोबर १९७६ रोजी मेक्सिको शहरातील एका वृत्तपत्र संस्थेने बातमी दिली की, एका अज्ञात अशा प्राण्याचा सापळा मिळाला आहे. हा प्राणी पृथ्वीवर कधीही अस्तित्वात नव्हता. या प्राण्याचा जन्म परग्रहावरच झाला असावा. त्याला पाठीचा मणका, खांद्याची हाडे आहेत, हातांची सुरुवात दिसते. कुत्र्यासारखे डोके, अगदी लहान डोळे आणि मोठे नाक येईल अशी घडण आहे.

हे वाचल्यावर तातुन्का नारा याने सांगितलेली आणखी एक गोष्ट आठवते.

खोलीच्या चारही भिंतींतून रहस्यमय प्रकाश येत होता. मध्यभागी पारदर्शक दगडी पेट्यात चार गूढ प्राणी दिसले. तीन पुरूष आणि एक स्त्री! त्यांच्या छातीपर्यंत कुठला तरी द्राव होता. ते अगदी आपल्यासारखेच होते पण त्यांच्या हाता-पायांना सहा सहा बोटे होती. ते झोपलेले देवच भासत होते.

पृथ्वीच्या पोटातून मेक्सिकोमध्ये असेच काही बाहेर आले होते का?

आख्यायिकांप्रमाणे काही जुन्या चालीरिती म्हणजे सुद्धा 'देवांच्या' स्मृतीच जागृत ठेवण्याचा प्रयत्न वाटतो.

ब्राझिलमधल्या कियापो जमातींच्या दंतकथांप्रमाणे शेकडो पिढ्यांपूर्वी त्यांच्या जवळच्या पर्वतावर धूर व ज्वाळा सोडत एक धरणीकंप झाला. सर्वजण त्यांच्या जवळच्या खेडेगावातच पळून गेले पण काही दिवसांनी काही तरूण योद्ध्यांनी धीर केला आणि ते पर्वताकडे निघाले. त्यावेळी तिथून एक अनोळखी इसम बाहेर आला. लाकडी दांडुके, विषारी बाण, तलवारी त्याच्यावर आपटूनच उडत. त्याच्यावर या सर्वांचा काहीच परिणाम झाला नाही. त्याने उलट हसत राहूनच त्यांची टर उडवली. तो अनोळखी माणूस त्यांच्याबरोबर त्यांच्याच गावात रहायला आला. हळुहळू त्याचे अस्तित्व लोकांच्या अंगवळणी पडले. कियापोंची भाषा या अज्ञात माणसानेच त्यांना शिकवली आहे. शिकार कशी करावी, साधी आयुधेच पण ती कशी वापरावीत, शेती कशी करावी या गोष्टी शिकवण्यासाठी त्याने स्वत:च्याच घरी शाळा काढली होती. त्याचे नाव होते 'बेप कोरोरोटी' म्हणजे 'मी अंतराळातून आलो.'

आणि एक दिवस विचित्र दिसणारा चकचकीत पांढरा सूट त्याने अंगावर चढवला आणि तो त्यांना म्हणाला, 'त्याला बोलावणे आले आहे. त्याची इथे रहायची वेळ संपली आहे. आता त्याला परत जायला पाहिजे. इलाज नाही; पण कोणीही त्याच्यामागे यायचा प्रयत्न करू नये.' पण तरीही कुतुहलाने काही जण लपत छपत त्याच्या मागोमाग पर्वतापर्यंत गेले. तो त्या पर्वतावर गेला आणि पुन्हा एकदा त्यांनी पर्वतावर धूर व ज्वाळा पाहिल्या आणि भूमी हादरवून सोडणारा प्रचंड गडगडाटही ऐकला. अंतराळात झेप घेऊन बेप कोरोरोटी अदृश्य झाला.

आजसुद्धा समारंभात कियापो लोक गवताचे सूट अंगावर चढवतात. फुगीर ओबडधोबड आकाराचे. कियापो लोकांशी पहिला संपर्क १९५२ मध्ये साधला गेला. युरी गागारिन यान १९६१ मध्ये अंतराळात पाऊल टाकले. अवकाशयात्रिकांचे सूट तेव्हापासून आपल्याला माहिती आहेत. पण कियापो शेकडो वर्षे अशा तऱ्हेचे सूट घालून समारंभात वावरत आहेत, त्यांना एक अक्षर लिहिता-वाचता येत असेल तर शपथ. आज आपण अंतराळ प्रवासात करीत असलेल्या प्रगतीची

त्यांना थोडीसुद्धा जाणीव नाही. बाहेरच्या जगात काय चालले आहे याची त्यांना कल्पना नाही. आपले अंतराळवीर कसा पोषाख करतात याची त्यांना माहिती नाही. पण अंतराळातून उतरलेल्या 'देवांची' स्मृती शेकडो वर्षे अंतराळवीरांसारखाच पण गवती सूट घालून जतन केली आहे हे तर सत्य आहे.

तिबेट! कायमचाच, अगदी आजसुद्धा अत्यंत गूढ आणि रहस्यमय वाटणारा देश! तिबेटी लोकांचे दोन धर्मग्रंथ आहेत. किती मोठे असावेत? त्यांचे २२५ खंड होतात. लाकडी फळ्यांवर कोरलेले हे धार्मिक ग्रंथ इतकी प्रचंड जागा व्यापतात की, तिबेटमधल्या अनेक खेड्यांतील तळघरांमध्ये या फळ्या विभागून ठेवल्या आहेत. अत्यंत गुप्तपणे. हे ग्रंथ मुळी सर्वसामान्य लोकांसाठी नाहीतच. त्यातले ज्ञान सुद्धा 'गुप्त' ठेवण्यात आले आहे. तरीही त्या खंडांचा साधारण १/१०० वा भाग भाषांतरित केला गेला आहे.

त्याच्यात २७ राजांची मूळ नावे दिली आहेत. त्यातले सात म्हणे शिडीवरून आकाशात चढून अदृश्य झाले. त्यांना प्रकाशाचे देव मानतात. आपले पृथ्वीवरील काम आटोपून ते परत गेले. जिथून आले होते तिथे परत गेले.

आख्यायिकेप्रमाणेच त्यांचा पद्मसंभव हा शिक्षक अंतराळातून आला. त्याने स्वत:बरोबर अनेक ग्रंथ आणले होते. पण ते कुणालाही न समजणाऱ्या भाषेत लिहिले होते. ज्या काळापर्यंत ती भाषा सर्वांना समजणार नाही, त्यावेळेपर्यंत जतन करून ठेवण्यासाठी ते ग्रंथ त्याने गुहांमध्ये लपवून ठेवले होते. इथे राहत असताना त्याने त्याचा आवडता शिष्य पागुर वैरकाना याला तो निघून गेल्यावर या पुस्तकांचे भाषांतर करायची परवानगी दिली होती. खरे सांगायचे तर आजही कित्येक तिबेटी पुस्तकांची नावे या गूढ भाषेत लिहिलेली आढळतात. ती नावे कुणालाच समजत नाहीत. आख्यायिका सत्यकथांवरच आधारित असतात या गोष्टीचा हा धडधडीत पुरावा आहे.

पद्मसंभवाचा आवडता शिष्य पागुर वैरकाना याने पद्मसंभव स्वर्गाला जायला निघतो त्याचे वर्णन केले आहे.

'आकाशात इन्द्रधनुष्य आणि एक ढग दिसत होता. पाहता पाहता तो ढग अगदी जवळ आला. देवांना भेटण्यासाठी पद्मसंभव चांदी-सोन्यासारख्या लखलखणाऱ्या घोड्यावरून बसून निघाला हे सर्वांना दिसत होते. राजा आणि इतर सर्वजण बघत होते तोपर्यंत पद्मसंभव एखाद्या मोठ्या पक्ष्यासारखा दिसायला लागला. पुन्हा बघेतो तो एखाद्या छोट्या पक्ष्यासारखा वाटत होता. थोड्या वेळातच तो अगदी माशीएव्हढा लहान झाला आणि नंतर दिसेनासाच झाला. चांदी-सोन्याच्या घोड्यांवर बसून पद्मसंभव अंतराळात अदृश्य झाला होता.'

बहुतेक सर्व धर्मग्रंथांत आकाशातून देव पृथ्वीवर उतरताना होणाऱ्या गोष्टींची नोंद आहे, पण तिबेटी धर्मग्रंथ देव परत जाताना काय घडते याचे वर्णन करतात.

बायबलमधल्या अशा वर्णनांवर कोणीही अविश्वास दाखवणार नाही; पण तिबेटी धर्मग्रंथांत अशी वर्णने आली तर मग त्या दंतकथा, आख्यायिका का ठराव्यात?

तिबेटी लोकांना त्यांचा अद्वितीय गुरू माहिती होता. तो त्यांच्यात राहिला होता. गुरुने त्यांच्याबरोबर वास्तव्यच केलेले होते. त्यांना अनेक गोष्टी शिकवलेल्या होत्या. त्यांच्याशी संभाषण केलेले होते. पद्मसंभव इतका हुशार होता की कुणालाही न येणारी एक भाषा त्याला अवगत होती; आणि एक दिवस सर्वांच्या देखत अंतराळात उडून तो नाहीसा झाला. त्याच्या घरी परत गेला. त्याला एकट्यालाच येणाऱ्या भाषेतील पुस्तके आजही तिबेटमध्ये अस्तित्वात आहेत. आजही ती भाषा कुणाला कळत नाही. तरी ही आख्यायिकाच म्हणणार? कोणता 'काल्पनिक' देव अशी पुस्तके देऊन गेला असता?

जगातल्या सर्व महाकाव्यात आख्यायिका आहेत, जगातील कानाकोपऱ्यात चितारलेल्या चित्रात आहेत, धार्मिक ग्रंथांत आहेत.

जग निर्मितीच्या जगभरच्या कथात कोणाच्याही लक्षात यावे इतके साम्य आहे.

निर्मितीला जबाबदार असलेले सर्व देव आकाशातूनच आले आणि त्यांचे काम झाल्यावर आकाशातच परत गेले.

त्या सर्वांची वाहने चमकदार होती. दुसऱ्या सूर्याएवढी दैदिप्यमान दिसायची. ती उडताना पृथ्वीचासुद्धा थरकाप उडत असे, मेघगर्जनेसारखा गडगडाट होत असे.

याच देवांनी आपली पृथ्वी राहण्यालायक बनवली. त्यांनीच पृथ्वीवर वनस्पती जीवन, प्राणी जीवन निर्माण केले.

त्यांच्यासारखीच बुद्धिमान जमात देवांनीच प्रथम या जगात निर्माण केली, शेती करण्याचे ज्ञान दिले, स्वच्छतेचे, समाजसुधारणेचे पहिले नियम घालून दिले.

देवांनी निघून जाण्यापूर्वी पृथ्वीवर राज्य करण्यासाठी त्यांच्यासारखे राजे निर्माण केले.

आपापली कामे झाल्यावर देव जेव्हा परत गेले तेव्हा येण्याचे आश्वासन देऊनच परत गेले.

अजूनही या सर्व आख्यायिका आहेत, दंतकथा आहेत, काल्पनिक, बनवून

सांगितलेल्या गोष्टी आहेत असे म्हटले तर ते संपूर्णत: अव्यवहार्य ठरेल.

प्राचीन काळातील आपल्या पूर्वजांनी पाहिलेल्या, अनुभवलेल्या गोष्टींच्या चक्षुर्वैसत्यम् हकिगती म्हणजेच या आख्यायिका!

परग्रहांवरील अंतराळवीरच मानवाच्या अज्ञात इतिहासातील आपल्या प्राचीन पूर्वजांनी पाहिले होते ही गोष्ट अगदी नक्की आहे. वादातीत आहे.

देव म्हणजे आपल्यासारखी रक्तामांसाची माणसेच की!

आकाशातून दैदिप्यमान रथातून येऊन एखाद्या तेज:पुंज 'विभूती'ने 'दर्शन' देणे आणि ज्वाळा व धूर सोडत तसेच परत जाणे, एव्हढ्यापुरताच देवांचा आणि आपला संबंध कधीच नव्हता. त्यांनी आपल्याला दिलेले ज्ञान आपल्या पूर्वजांनी पवित्र ग्रंथांद्वारे आजच्या पिढीपर्यंत पोहोचवलेही असेल; पण या सर्व धर्मग्रंथांकडे आज जर नजर टाकली तर ती आपल्यासारखीच माणसे होती ही भावना हल्ली मनातून काही केल्या जात नाही.

'अवेस्ता' हा पारशी लोकांचा धर्मग्रंथ. 'अवेस्ता' हा मूळचा पर्शियन शब्द. त्याचा अर्थ आहे 'मूळ ग्रंथ' किंवा 'सूचना.' या ग्रंथात पृथ्वीच्या निर्मितीबद्दल म्हटले आहे की थिमाने मग पृथ्वी एवढी मोठी केली की ती पूर्वीच्या तिप्पट झाली. तिच्या एक तृतीयांश भागात जंगली जनावरे, गुरेढोरे आणि माणसे रहायला लागली.

पृथ्वीचा ७०.८ टक्के भाग पाण्याने व्यापलेला आहे आणि

२९.२ भागावर जमीन आहे. म्हणजे पृथ्वीचा जवळ जवळ एक तृतीयांश भाग जमीन आहे हे आज आपल्याला माहीत झाले आहे.

पण ज्या पर्शियन पूर्वजांनी अवेस्ता ग्रंथ लिहिला त्यांच्या काळात काही कोणी पृथ्वीचा नकाशा काढला नव्हता. त्यांना कळले कसे की पृथ्वीच्या एक तृतीयांश भागावरच जमीन आहे म्हणून?

'एखादा माणूस मरण पावतो. पर्वतशिखरांवरील, टेकड्यांवरील पक्षी खाली येतात. त्याचे मांस खातात. तसेच ते कुठल्या तरी झाडांवर जातात, त्याच्यावर घाण करतात. एखाद्या माणसाला जळणासाठी लाकडाची आवश्यकता भासते. तो तेच झाड तोडतो. त्या घाणीमुळे तोही अशुद्ध होतो, अस्वच्छ होतो.'

अवेस्तामधलाच हा आणखी एक उतारा. आजच्या काळात हे ज्ञान आपल्या अंगवळणी पडले आहे. पण रोग कसे फैलावतात याची माहिती ज्याने प्रथम दिली, रोगजंतू कुठे आणि कसे निर्माण होतात हे ज्याने प्रथम सांगितले ती माणसे आपल्या संशोधकांसारखीच हुशार असणार.

सर्व धर्मग्रंथ वाचल्यावर लक्षात येते की प्रत्येक तऱ्हेचे ज्ञान मानवाला प्रथम देवांकडूनच मिळाले आहे. क्षणभर येऊन दर्शन देणाऱ्या देवांना, पृथ्वीच्या फक्त एक तृतियांश भागावर जमीन आहे ही माहिती, रोग कसे फैलावतात ही माहिती मानवाला द्यायला वेळच मिळाला नसता.

पारशी लोकांचे कॅलेन्डर कधी पाहिले आहे?

शनीच्या सूर्याभोवतीच्या एका फेरीचा काळ म्हणजे या कॅलेन्डरचा एक दिवस होतो. आजच्या गणिताप्रमाणे–

२९ $^{१}/_{२}$ वर्षांचा काळ म्हणजे एक दिवस.

असे ३० दिवस म्हणजे एक महिना- ८८५ वर्षांचा!

असे १२ महिने म्हणजे एक वर्ष- १०६२० वर्षांचे!

असा १० लाख वर्षांचा काळ म्हणजे- एक फर्द!

असे १० लाख फर्द म्हणजे- एक वर्ट!

असे १० लाख वर्ट म्हणजे- एक मर्ट!

१० लाख मर्ट म्हणजे- एक थाड!

३००० थाड म्हणजे एक वाड, २००० वाड म्हणजे एक झाड!

आणि स्वर्गातून राज्य चालवणाऱ्या पहिल्या राजाने १०० झाडांइतका काळ राज्य केले होते. २५ आकडी संख्या यावी इतकी वर्षे?

या अशा कॅलेन्डरचा आपण अर्थ तरी काय लावायचा ?

पारशी लोकांना त्यांच्या दररोजच्या आयुष्यात अशा कॅलेन्डरचा काहीही उपयोग नसताना, या लोकांना अशा अनंत आकड्यात काळ मोजण्याचे

टिआहुआन्को येथील १० टन वजनाच्या अखंड शिलेवर कोरलेल्या या सूर्यद्वारावर उडता देव आणि भोवती रहस्यमय ४८ आकृत्या कोरलेल्या आहेत. आख्यायिका आकाशातून येणाऱ्या सोनेरी अंतराळयानांबद्दल सांगतात.

सूर्यद्वारावरील दोन चित्रे. दोन्ही आकृत्यांत डोळ्यांच्या ठिकाणची चित्रे काय दर्शवतात? पहिल्या चित्रात डोळ्यांच्या ठिकाणी एखादा अंतराळवीर किंवा खोल पाण्यात सूर मारणारा पाणबुड्या वाटतो, तर दुसऱ्या चित्रात जेट इंजिनावर उडणारे एखादे यान असावे, असे वाटते.

रशियामधील नेवॉय येथे खडकावर कोरलेले चित्र. अंतराळातून प्रवास करून आल्यावर घडलेला एन्किडचा मृत्यू कुठल्या तरी विषारी प्राण्याच्या फूत्कारानेच झाला, असे गिलगामेशला वाटले होते. या चित्रकाराला तशीच काही कल्पना होती, म्हणून तर अंतराळयानांजवळ असलेल्यांना त्याने मुखवटे चढवले आहेत का?

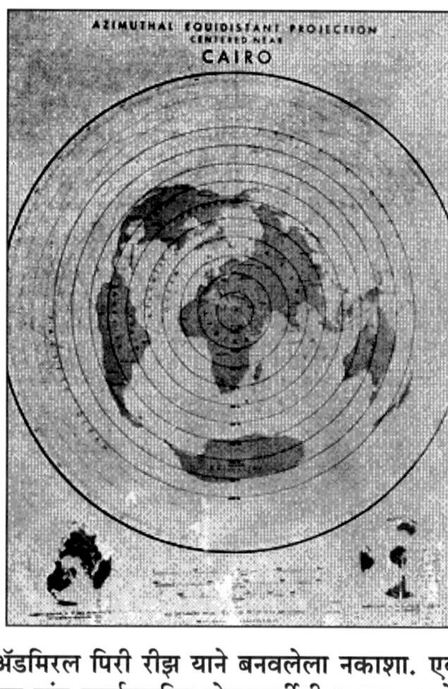

पाचशे वर्षांपूर्वी ॲडमिरल पिरी रीझ याने बनवलेला नकाशा. एक महान आश्चर्य. त्यात अन्टार्क्टिका खंड बर्फाच्छादित होण्यापूर्वीची भूरचना आहे, रेखांश आहेत आणि आज उपग्रहाद्वारे कैरो शहराच्या खूप उंचीवरून काढलेल्या फोटोशी तो तंतोतंत जुळतो.

मेक्सिकोमधील पालेन्क
येथील माया लोकांच्या
पिरॅमिडमधील अंतराळवीर.

६०-६० फूट लांबीची एक बाजू आणि २००० टन वजनाचे दगड वापरून बांधलेला हा बालबेळचा टेरेस किती जुना आहे, ते कळत नाही. अस्तित्वात असलेल्या या टेरेसवरच ग्रीक आणि रोमन लोकांनी त्यांची भव्ये मंदिरे बांधली.

धार्मिक वस्तू, पक्षी अशी ज्यांची बोळवण केली त्या वस्तूंचा अभ्यास केल्यावर त्यांचे असे आराखडे बनले. अगदी खात्रीपूर्वक उडू शकतील, अशी विमाने.

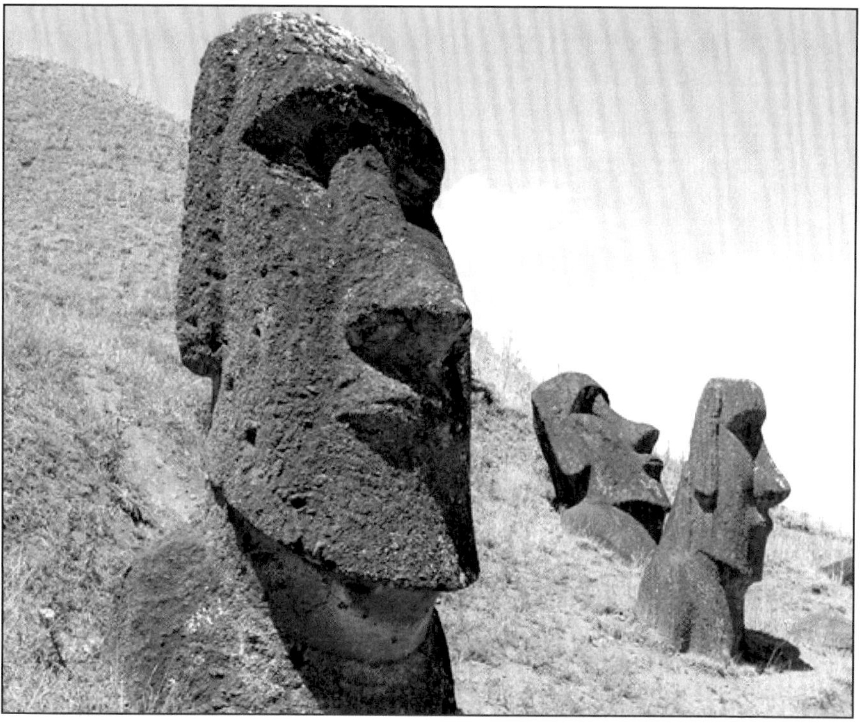

ईस्टर आयलंडवर ३३ ते ६६ फूट उंचीचे असे शेकडो पुतळे सागराकडे नजर लावून आहेत. ज्वालामुखींच्या खडकांतून ते कोरले कसे? सध्याच्या जागांपर्यंत आणले कसे?

नाझकाच्या पठारावरील मैलन्‌मैल सरळ जाणाऱ्या रेषा! देवांच्या अंतराळयानांच्या सोयीसाठी बांधलेला हा प्रचंड विमानतळ तर नसेल ना?

नाझकाच्या पठारावर आढळणारी काही कोरीव चित्रे.

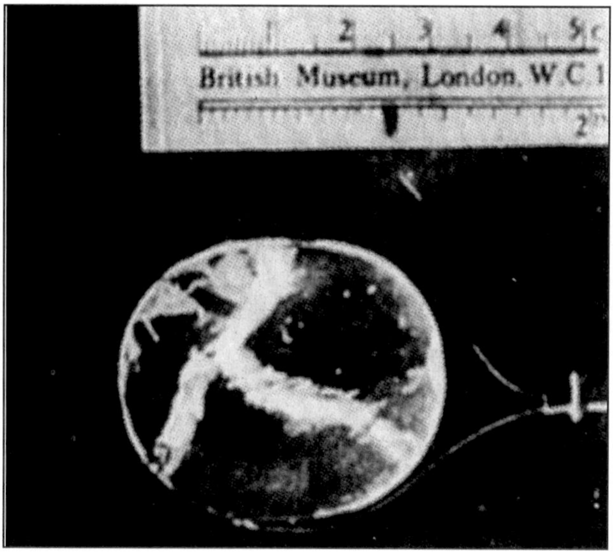

इजिप्तमधील हेलवान या ठिकाणी एका कबरीत सापडलेले हे भिंग ब्रिटिश म्यूझियममध्ये आहे. कमीत कमी २८०० वर्षांपूर्वी असीरीयन लोकांनी यंत्रांवर घासून ते कसे बनवले?

बगदाद येथील म्यूझियममधील प्राचीन ड्राय बॅटरीज्. आजही यातून दीड व्होल्ट्सचा विद्युत्प्रवाह निर्माण करता येतो.

पेरूमधल्या लिमा येथील डोंगरावरील नाझकाची दिशा दाखविणारा ८२० फूट लांबीचा त्रिशूळ.

बगदाद येथील म्यूझियममधील प्राचीन ड्राय बॅटरीज्. आजही यातून दीड व्होल्ट्सचा विद्युत्प्रवाह निर्माण करता येतो.

फर्गाना – उझबेकिस्तान इथले प्राचीन चित्र.
यावर काही भाष्य करायची आवश्यकता आहे?

शिरस्त्राण घातलेले प्राचीन अंतराळवीर? पहिला आहे मायांच्या अवशेषात सापडलेला (ब्रिटिश होन्डुरास). नंतरचे दोन आहेत ॲन्थ्रोपॉलॉजिकल म्यूझियम, मेक्सिको येथील.

कारणच काय होते?

आज आपण एक शतक पुरे केले तरी नवीन शतकाचे किती उत्साहाने स्वागत करतो आणि नवीन शतक म्हणजे तरी उज्ज्वल भविष्यकाळाची नांदी ठरेल अशी आशा प्रकट करतो; पण पारशी कॅलेन्डरप्रमाणे एक हजार वर्षे म्हणजे सुद्धा एखादा महिनाच होतो.

या कॅलेन्डरचा अर्थ लागेल तो फक्त खगोलशास्त्र आणि अनंत काळाशी संबंध येणाऱ्या गोष्टींशीच आणि अशा गोष्टी कुठल्या आहेत?

हिन्दुंचे वेद किती जुने आहेत कळत नाही आणि वेद हे साध्या मर्त्य मानवांनी लिहिलेले नाहीतच अशी त्यांची धारणा आहे. तरीही हे कमीत कमी ७००० वर्षांपूर्वीचे नक्की आहेत.

जुन्या अनेक भारतीय संस्कृत ग्रंथात उडणाऱ्या यंत्रांची वर्णने आहेत. विमानांची! रामायण-महाभारत हे ग्रंथही याला अपवाद नाहीत.

अर्जुन तप करून अस्त्रे मिळवण्यासाठी इंद्राला भेटायला निघतो व अनेक संकटांना तोंड देत शेवटी जेव्हा तो या देवांच्या राजाला भेटतो तेव्हा तो काही वाटेल तिथे भेटत नाही. इंद्र अर्जुनाला त्याच्या स्वर्गीय रथात घेतो व मेघगर्जनेसारखा गडगडाट करीतच तो रथ ढगांच्या दिशेने उडतो.

पण त्यावेळी अर्जुनाला जमिनीवर आपटून निकामी झालेली, नुसती जमिनीवर उभी असलेली, आकाशात घिरट्या घालत असलेली विमानेही दिसतात. स्वत: पाहिल्याशिवाय कोणीही असे वर्णन करू शकणार नाही.

भीमाने दुसऱ्या सूर्याप्रमाणे प्रखर अशा प्रकाशकिरणांवरून त्याचे विमान उडवल्यावर ते वादळाप्रमाणे घोंघावत गेल्याचा उल्लेख आहे. काल्पनिक वर्णन? पण कल्पनाविलासासाठी सुद्धा प्रथम काही तरी घडायला हवे ना? काही तरी अनुभव हवा. कशाची तरी जाणीव हवी. प्रचंड आवाज करीत आकाशात उडणाऱ्या अग्निबाणाची काही तरी कल्पना असल्याशिवाय हे कसे लिहिणार?

महाभारतातला हा आणखी एक उतारा!

'सर्व पंचमहाभूतांनी थैमान मांडले आहे की काय असा भास होत होता. अस्त्राच्या प्रखर उष्णतेने पृथ्वीचीच लाही लाही होत होती. जिवंत हत्ती सुद्धा या उष्णतेने जळायला लागून सैरावैरा पळायला लागले. पाण्याचे सर्व साठे उकळायला लागले. हजारो प्राणी नाश पावले. जंगलातील प्रचंड वृक्ष ओळीने कोसळायला लागले. रथ, हत्ती, घोडे सर्व जळून त्या भागात अग्निचे तांडवनृत्य चालू आहे असे वाटत होते आणि नंतर त्या भागात भयानक शांतता पसरली. स्मशानशांतता! तो प्रकारच भीषण होता. रणभूमीवरची प्रेते जनावरांची का माणसांची हे सुद्धा ओळखता येईना इतकी त्यांची दुर्दशा उडाली होती. पूर्वी अशा अस्त्रांबद्दल

कोणी कधी ऐकलेही नव्हते. पाहिले तर नव्हतेच.'

कसली आठवण होते? हिरोशिमा? नागासाकी?

हिरोशिमावर अणुबॉम्ब टाकल्यावर अडीच लाख माणसे मरण पावली. नागासाकीमध्ये दीड लाख जखमींची आणि इतर भयानक प्रकारांना बळी पडलेल्यांची संख्या विचारापलीकडची आहे. त्या उष्णतेने धिप्पाड माणसेसुद्धा आकसून मुलांच्या खेळण्यातल्या मोठ्या बाहुल्यांएवढी झाली होती. केस नाहीत, कातडीसुद्धा नाही, या अवस्थेत मरण पावलेल्यांच्या यातनांचे वर्णन करताच येणे शक्य नाही. किरणोत्सर्गांनी झालेल्या रोगांनी सुद्धा पीडित होऊन, वर्षानुवर्षे जिवंत राहून ज्यांनी नरकवास भोगला त्यांच्याबद्दल काय लिहिणार?

'आकाशातून विजाच कोसळत होत्या तर जमिनीवरून आकाशाकडे अग्निप्रलयाच्या ज्वाळा झेप घेत होत्या. आकाशातून पडलेला पाऊस तर मृत्यूचाच ठरला. मग विजांचा चकचकाट नाहीसा झाला, अग्निचे तांडवनृत्य नाहीसे झाले. उरली ती फक्त राख!'

हिरोशिमा? नागासाकी? भारत?

हे वर्णन आहे गिलगामेशच्या महाकाव्यातले.

जगातल्या सर्व धर्मग्रंथातून येणारी अशी वर्णने एकाच गोष्टीची खात्री पटवतात. सर्व देवांनी त्यांच्या अंतराळयानातून कधी ना कधी एकदा तरी अणुबॉम्ब, हायड्रोजन बॉम्ब यांचा वापर निश्चित केला होता याबद्दल संशयच नाही.

मृत्यूचे हे भीषण तांडव कोणी तरी अनुभवलेले आहे, सत्य आहे. अशा गोष्टी नुसत्या कल्पनाशक्तीने लिहिता येणार नाहीत.

काल्पनिक देव काय अशी अस्त्रे वापरतील? अशक्य! आपल्यासारख्याच रक्तामांसाच्या देवांना अशा शस्त्रास्त्रांचा वापर शक्य आहे.

रामायणातले रामाचे विमान एखाद्या पिरॅमिडसारखे प्रचंड होते. धरणी हादरवत, जवळपासची झाडे जाळत, घनगर्जनेसारखा आवाज करीत हे उत्तुंग अंतराळयान उभेच्या उभे आकाशात उडत असे असा रामायणात उल्लेख आहे.

मानवाचा विकास, मानवाची उत्क्रांती ही टप्प्याटप्प्याने झालेली गोष्ट आहे, हा सिद्धान्त सर्वजण मानत आले आहेत. हे जर खरे असेल तर तंत्रज्ञान, विज्ञान अशा गोष्टींची प्रगतीही अगदी उघडच, तशीच टप्प्याटप्प्याने व्हायला नको? पण देवांची अंतराळयाने, त्यांची शस्त्रास्त्रे यांचा उल्लेख तर जगाच्या कानाकोपऱ्यातील सर्व धर्मग्रंथात समाविष्ट झाला आहे.

एका खंडातून दुसऱ्या खंडात प्रवास करू शकणारी ही अंतराळयाने एकाएकी आली कुठून? आपल्या प्राचीन पूर्वजांना दररोजच्या आयुष्यातील धडे सुद्धा

कोणत्या अज्ञात स्वर्गातले देव देत होते? ते आपली कामे झाल्यावर कुठल्या स्वर्गात परत जात होते? का जात होते? अंतराळयानांची तपशिलवार वर्णने आपले सर्व धर्मग्रंथ कशी काय करतात? अंतराळयानांच्या आराखड्यांचे सविस्तर नकाशे आपल्या पूर्वजांना कोणी दिले होते? आणि ती कोणत्या धातूची बांधायची, त्यात दिशा दाखविण्यासाठी कोणती अचूक यंत्रे वापरायची हे सर्व ज्ञान होते कुणाला? पुन्हा ही अंतराळयाने छोटी नव्हती. एकटा-दुकटा ती बांधू शकला नसता. त्यातली कित्येक अंतराळयाने अनेक मजली उंचीची, मंदिरांसारखी प्रचंड होती. मग तशीच त्यांची टप्प्याटप्प्याने सुधारणा झाली असती तर शेकडो वर्षांपूर्वीच मानवाने चन्द्रावर पाऊल टाकले असते.

इथे वाद निर्माण होत आहे तो सरळ सरळ दोन सिद्धान्तात! पौराणिक धर्मातील अत्याधुनिक तंत्रज्ञान आणि एकूण झालेली प्रगती, अगदी अचानकपणे झालेली सुधारणा, मानवाच्या सावकाश होणाऱ्या प्रगतीच्या टप्प्यात बसत नाही पण परग्रहांवरील अंतराळवीरच पृथ्वीवर उतरले असतील, मानवाच्या उत्क्रांतीला कृत्रिमपणे त्यांनी हातभार लावला असेल, त्यांची बुद्धी जाणीवपूर्वक प्रगल्भ बनवली असेल तर हा पर्यायी सिद्धान्तच सर्व गोष्टींचा खुलासा करतो.

सॅटर्न रॉकेटस्‌ची योजना नासाने हाती घेतली, तेव्हा तिच्या संशोधनात हजारो तंत्रज्ञ, शेकडो कारखाने यांचा हातभार लागला होता; पण पौराणिक वाङ्मयात अंतराळयानांचे संशोधन, कारखाने, त्यांची चाचणी, उड्डाणे यांचा एका अक्षराने उल्लेख नाही. देवच त्यांची निर्मिती करीत होते, त्यांच्यावर संशोधन करीत होते. पण कुठे? पृथ्वीवर तर नक्कीच नाही. संशोधन, आराखडे, बांधणी, चाचणी या सर्व गोष्टी देव त्यांच्या ग्रहांवरच करीत होते. त्यांची देखभाल, त्यांची दुरूस्ती या गोष्टीही देव स्वतःच करीत असले पाहिजेत. अशा कोणत्याही गोष्टींशी मानवांचा थोडासुद्धा संबंध आला होता असा संदर्भ कुठल्याही पौराणिक वाङ्मयात एकदाही सापडत नाही. हे सर्व ज्ञान तरी त्यांनी स्वतःजवळच ठेवले होते. हा निर्णय खरा म्हणजे किती शहाणपणाचा होता, हे आज तरी आपल्याला सांगायलाच नको.

रामायण-महाभारतात उल्लेख केलेली विमाने पृथ्वी प्रदक्षिणा करू शकत होती, आकाशात एका ठिकाणी स्थिर राहू शकत होती आणि ताऱ्यांच्या दिशेने झेपावताना दुसऱ्या सूर्यासारखी दैदिप्यमान दिसत होती. कधी काळी फोटॉन प्रॉपल्शन युनिटस्‌वर चालणारी अंतराळयाने आपण वापरू शकलो तर आपलीही अंतराळयाने अंतराळात संचार करताना अशीच दैदिप्यमान दिसतील आणि अफाट उंचीवर गेल्यावर ताऱ्यांसारखीच चमकतील. जसा काही दुसरा सूर्यच उगवला आहे. विज्ञानाचा तेवढा टप्पा आपण अजून गाठलेलाच नाही. आता

कुठे आपण स्पेस शटल वापरायला लागलो आहोत.

महाभारत कालीन देवांकडे सुद्धा भयानक शस्त्रास्त्रे होती याबद्दल वादच नाही. अर्जुनाच्या भक्तीवर प्रसन्न होऊन शंकराने त्याला पाशुपत अस्त्र दिले होते पण ते चुकीने वापरू नकोस, दुर्बलांवर फेकू नकोस अशा सूचना द्यायलाही तो विसरला नव्हता. कारण त्याच्या वापराने सर्व जगाचा नाश होण्याचाच संभव होता. या अस्त्राला तोंड देण्यास कोणीही समर्थ नाही असे सांगून शंकराने त्याचा वापर कसा करावा, हेही अर्जुनाला गुप्तपणे शिकवले होते.

महाभारताचा मुख्य धागा म्हणजे कौरव-पांडव यांच्यातले युद्ध. या युद्धात नेहमीच देवांनी कुणाचा ना कुणाचा तरी पक्ष घेतला होता.

नारायणास्त्राचे वर्णन कसे आहे? युद्धभूमीवर प्रचंड गडगडाट करीत नारायणास्त्र आकाशातून उडाले आणि त्याच्यातून शेकडो बाणांचा योद्ध्यांवर वर्षाव झाला.

दुसऱ्या महायुद्धात रशियन सैन्याने वापरलेल्या 'स्टालीन ऑर्गन' ची (कात्युशा) आठवण इथे झाल्याशिवाय राहत नाही. आठ रॉकेटस्‌चा मारा यातून एकाच वेळी केला जात असे. ही सोडण्याची पद्धत आणि ती आकाशातून सैन्यावर कोसळताना येणारा आवाज यावरून त्याला ऑर्गन असे नाव पडले होते.

अर्जुनाने इतकी अस्त्रे गोळा केली होती की देवांनी अ, ब, क अशी त्यांची वर्गवारी केली होती आणि स्पष्टपणे सांगितले होते की, त्यामानाने कमीत कमी नासधूस करणारी खालच्या दर्जाची आयुधे तू वापर; पण 'अ' वर्गाची अस्त्रे तू वापरू नकोस म्हणून!

तरीही एका वेळी दोन्ही पक्षांनी त्यांच्या प्रथम दर्जाच्या अस्त्रांच्या वापराची तयारी केल्यावर वेद व्यासांनी हस्तक्षेप केला आणि सांगितले की 'तुम्ही ही अस्त्रे मागे घ्या, नाहीतर दहा वर्षे तरी प्रचंड दुष्काळ पडेल. न जन्मलेले गर्भही मृत होतील. कोण जिंकले, कोण हरले याला महत्त्वच रहाणार नाही.'

अग्निप्रलयाने भाजून निघालेली भूमी, पर्णहीन वृक्ष, अनेक तऱ्हेची व्यंगे घेऊनच जन्माला आलेली पिढी, मरणोन्मुख प्रजा हा व्हिएतनामचा इतिहास आपल्याला ताजाच आहे.

वेगवेगळ्या नवीन अस्त्रांचा वापर शिकवणारे देव काय काल्पनिक? शस्त्रे काय, विमाने काय त्यावेळच्या संस्कृतींचा विचार करता या गोष्टी फार प्रगत होत्या. अशा तऱ्हेचे तंत्रज्ञान प्राप्त होण्यासाठी टप्प्याटप्प्यावर एकेक अस्त्र, एकेक विमान दिसायला हवे होते. तसा प्रकारच दिसत नाही. अंतराळयाने जशी एकाएकी दिसायला लागली तशीच भयानक शस्त्रास्त्रेही. ही उदाहरणे स्वच्छ दर्शवतात की, प्रथम या गोष्टी आणणारे देव, पृथ्वीवरील युद्धात त्यांचा वापर करणारे देव हे आपल्यासारखेच रक्तामासांचे देव होते.

जुन्या धर्मग्रंथातील वर्णने काल्पनिक आहेत हे विधान आता घोळत बसणेच शक्य नाही. आजपर्यंत अशा धर्मग्रंथांचा विचार करताना अंतराळप्रवास आणि भयानक शस्त्रास्त्रांचा वापर या गोष्टींकडे कोणीच विशेष लक्ष दिले नव्हते कारण या गोष्टी आपल्यालाही अज्ञातच होत्या. आता त्यांच्याकडे दुर्लक्ष करता येणार नाही, कारण त्या कथांचा खराखुरा अर्थ आज आपण घेऊ शकतो. आज आपल्याला अण्वस्त्रांची माहिती आहे. अंतराळ प्रवासाची आपण सुरुवात करतो आहोत. जुन्या धर्मग्रंथांचा नवा अर्थ लावत असताना मानवाच्या उत्क्रांतीचे सर्व सिद्धान्त उलटेपालटे होतील हे खरे असले तरी त्यालाही इलाज नाही.

भारतीयांच्या पुराणांतही, वेदांतही अशा गोष्टींची उदाहरणे कमी नाहीत.

'या जगातून बाहेर प्रवास करायचा झाला तर प्रथम चन्द्रावर जावे लागेल, त्या प्रवासाचे ज्ञान प्राप्त करून घ्यावे लागेल. चन्द्रावरचे पहिले पाऊल हीच अंतराळ प्रवासाची चावी आहे.'

अगदी बरोबर! उगीच नाही रशिया आणि अमेरिका या दोघांचेही अंतराळ प्रवासाचे पहिले लक्ष्य चन्द्रच होते. चन्द्रावर पहिले पाऊल ठेवण्याचे तंत्रज्ञान जे हस्तगत करतील त्यांनाच चन्द्रापलीकडे अफाट आणि अज्ञात अंतराळात जाता येणार आहे. आज आपली मानवरहित यांत्रिक याने मंगळ, शुक्र, गुरु, शनि यांना ओलांडून गेली आहेत ती चन्द्राबाबतच्या चाचणी परीक्षेत उतरल्यावरच. इतर कुठल्या प्रगत ग्रहांवरील अंतराळयात्रिकांनी पूर्वी असाच विचार कधी केला असेल का?

'अंतराळाचा स्वामी असलेल्या वायुदेवाला आमचा नमस्कार असो. स्वर्गाची द्वारे, अंतराळाची द्वारे आमच्यासाठी खुली कर म्हणजे अनंत अंतराळाचे साम्राज्य आमच्या नजरेस पडेल. आमच्यासाठी जागा शोधता येईल की जिथे आम्ही जाऊ शकू.'

अंतराळ प्रवासाचा एवढा ध्यास तरी या देशांना का लागावा? त्यासाठी अविश्रांत श्रम करावे लागत आहेत. अतोनात खर्च करावा लागत आहे. पृथ्वीवरील इंधनाचा, खनिजांचा साठा आज ना उद्या संपणार आहे; याची आज जाणीव व्हायला लागली आहे. त्यासाठी इतर ग्रहांवरच शोध घ्यावा लागेल आणि त्यासाठीच अंतराळप्रवास! त्यामागे लष्करी हेतू असणारच. ती बाबसुद्धा महत्त्वाची आहे. पण आजपर्यंत आपण उपलब्ध साधनसामुग्रीचा जो अव्याहतपणे बेदरकार वापर केला, त्यामुळे पृथ्वीवर राहणे नजिकच्या भविष्यकाळात अशक्य होणार आहे ही टोचणारी जाणीव आहेच.

अत्यंत प्रगत संस्कृती आज अंतराळात अस्तित्वात आहेत आणि आपल्यापूर्वीही अस्तित्वात होत्या. कोणत्या ग्रहांवर अशी परिस्थिती निर्माण झाली की ते ग्रह

सोडून जाण्याची पाळी त्या संस्कृतींवर आली? हे वायुपुत्रा, आमच्यासाठी अंतराळात रहायला जागा शोध अशी प्रार्थना करावी लागली?

'अंतराळात सूर्य आहे आणि चन्द्र आहे. प्रकाश आहे, तारे आहेत. मानवाचा जन्म अंतराळात झाला, अंतराळासाठीच झाला. जो कोणी अंतराळाची भक्ती करील त्यालाच तिथले राज्य मिळेल. अमर्याद, प्रकाशमान आणि जिथपर्यंत अनंत विश्व पसरले आहे तिथपर्यंत मानव इच्छेप्रमाणे पाऊल टाकू शकेल.'

आज अंतराळ स्थानके ही विज्ञानकथा, लेखकांच्या कल्पनेच्या भराऱ्या राहिलेली नाहीत. त्यांचे आराखडे तयार आहेत आणि ती व्यवस्थित बांधण्याचे तंत्रज्ञान आपण आत्मसात केले आहे. शेकडो वैज्ञानिक आणि तंत्रज्ञ राहू शकतील अशी अंतराळ स्थानके आपण सहज बांधू शकू. इतकेच काय तर अंतराळात हॉस्पिटल्ससुद्धा बांधण्याच्या योजना आहेत. इथे बरे होऊ न शकणारे काही तऱ्हेचे रोगी अंतराळात त्यांच्यावर उपचार केले तर बरे होऊ शकतील अशी डॉक्टरांना खात्री वाटते.

मानवाचा जन्म अंतराळात झाला, अंतराळासाठीच झाला हे त्रिकालाबाधित सत्य आहे.

हिंदुंच्या वेदात सांगितलेल्या या गोष्टी संपूर्ण खऱ्या आहेत.

सर्वच पौराणिक ग्रंथात अंतराळ प्रवासाबाबत उल्लेख केलेल्या सर्व गोष्टी खरोखर अस्तित्वात येण्याचा दिवस लांब नाही.

प्रश्न केवळ पैसे उपलब्ध होण्याचा आहे. तंत्रविज्ञानाचा तेवढा पल्ला आपण कधीच गाठला आहे.

बायबलमधला इनोचचा उल्लेख आपण वाचलाच आहे. इनोचने सांगितल्याप्रमाणे स्वतःचा मुलगा समजून नोहाला सांभाळण्याचे लॅमेचने कबूल केले; ती गोष्टही सांगितली आहे. त्यानंतर लवकरच इनोच देवांच्या दैदिप्यमान अंतराळयानात बसून निघून जातो. ओल्ड टेस्टॅमेंटमध्ये इनोचला जास्त महत्त्व दिलेले नाही.

खरे म्हणजे 'बुक ऑफ इनोच' या पुस्तकाचा तो कर्ता पण चर्चने या पुस्तकाचा समावेश बायबलमध्ये केलाच नाही. त्यांना ते पुस्तक आक्षेपार्ह वाटले. सर्व लोकांसाठी योग्य वाटले नाही.

बायबल अपूर्ण आहे. देव अंतराळवीर होते, ती आपल्यासारखीच माणसे होती अशी जाणीव देणारी जी जी पुस्तके होती त्यांचा समावेश बायबलमध्ये करण्यात आलेला नाही. ते धाडस चर्चला झालेले नाही. अशी पुस्तके, असे लिखाण कटाक्षाने गाळण्यात आले आहे पण या लेखकांच्या इतर कथा मात्र बायबलमध्ये आहेत. पण बायबलमधले हे गाळलेले भागच आपल्या दृष्टीने फार महत्त्वाचे ठरत आहेत.

'बुक ऑफ इनोच' वाचले की ते बायबलमध्ये का घेतले नाही याची कल्पना येते. चर्चच्या दृष्टीने 'बुक ऑफ इनोच' मध्ये दिलेली माहिती इतकी स्फोटक आहे, की देवांचा रथ कधीच कोलमडून पडला असता.

हे पुस्तक प्रथम हिब्रू किंवा अरेमिक भाषेत लिहिले गेले असावे. मूळ पुस्तक जे नाहीसे झाले ते कधी मिळालेलेच नाही. या पुस्तकाबद्दल कुणाला कधी काही कळलेही नसते; पण कुठल्या तरी काळात अबिसिनीयन चर्चने या पुस्तकाचा समावेश त्यांच्या धर्मग्रंथात केला होता. ही बातमी कळल्यावर अठराव्या शतकाच्या उत्तरार्धात याच्या तीन प्रती इंग्लंडमध्ये आणण्यात आल्या.

'गुप्तज्ञान' किंवा 'सर्वांसाठी नाही' अशा ज्या बायबलच्या प्रती आहेत त्यात मात्र या पुस्तकाचा समावेश आहे.

इनोच ३६५ वर्षांचा असताना एक दिवस 'देवाने' त्याला 'बोलावणे' पाठविले. इनोच म्हणतो, 'मी कधी पाहिलीच नव्हती अशी दोन उंच माणसे आली. त्यांचे चेहरे सूर्यासारखे चमकत होते. डोळेही. त्यांच्या ओठातून अग्नी येत होता असे वाटत होते. त्यांची वस्त्रे उंची आणि झगमगीत सोनेरी रंगाची होती. माझ्या बिछान्याशेजारी उभे राहून त्यांनी मला हाक मारल्यावर भीतीने थरकाप होत असतानाच मी त्यांना प्रणाम केला.' ते मला म्हणाले, 'इनोच ! घाबरू नकोस ! तुला आमच्याबरोबर देवाकडे न्यायला आम्ही आलो आहोत. तुझ्या मुलांचा आणि नोकराचाकरांचा निरोप घे. देवाने परत पाठवीपर्यंत त्यांनी तुझा शोध करू नये असेही त्यांना सांग.'

इनोच जागा (?) होतो. खरे म्हणजे ते स्वप्न नसतेच. आभास नसतोच, तरी इनोच स्वत: पुन्हा खात्री करून घेतो. आणि कुणाला इनोचचा हा 'स्वर्गप्रवास' म्हणजे मृत्यूचे बोलवणे वाटत असेल तर ती कल्पनाही संपूर्णत: चुकीची आहे. नंतर इनोच परतही आला आहे.

इनोच त्याप्रमाणे सर्वांचा निरोप घेतो. ते नसताना इतरांनी काय काय करावे वगैरे सूचना देतो आणि त्यांच्याबरोबर जातो.

त्यांनतर कित्येक दिवस तो अजिबात कुणाच्याही दृष्टीस पडत नाही. त्याकाळात खरे म्हणजे कठीणच गोष्ट ही आणि नंतर त्यानेच सांगितले नसते तर तो कुठे गेला होता हेही कळलेच नसते.

कारण इनोच अंतराळ प्रवासालाच गेलेला असतो.

'मी एका काचेच्या भिंतीजवळ आलो. तिच्याभोवती आगच आग पसरली आहे असे वाटत होते. मला फार भीती वाटत होती. मी त्या भिंतीतून आत गेल्यावर एका मोठ्या घरातच आलो. त्या घराची जमीनही स्वच्छ काचेची होती. छतातून तारे आणि विजा चमकताना दिसत होत्या.

मग आणखीनच मोठ्या अशा घराजवळ आम्ही आलो. त्या घराचे सर्व दरवाजे उघडे होते. त्या घराची जमीनही आगीचीच बनलेली होती. छतावर तारे फिरत होते आणि मग सिंहासनावर बसलेला राजा मी पाहिला.

त्यांनी मला त्या घरात रहायला जागा दिली. मी विजांची घरे पाहिली आणि मेघांचीही. पृथ्वीवरील ढग पळवून लावणारा वारा मी पाहिला. आगीचे मोठेमोठे स्तंभ पाहिले. मग पृथ्वीही दिसत नव्हती. पाणी नाही, पक्षी नाही, काहीच दिसत नव्हते. ती अगदी एकाकी जागा वाटत होती. पृथ्वी आणि स्वर्ग दोन्ही संपतात अशी जागा.'

इझिकेल काय, इनोच काय अशा सर्वांनाच अंतराळप्रवास हा अनुभवच इतका विलक्षण होता, की त्या काळातील त्यांच्या जगातील वास्तव्याच्या अनुभवाने इतरांना कळतील अशा उपमा देऊन ते सांगणे, हे खरे म्हणजे त्यांच्या शक्तीबाहेरचे काम होते. मोठमोठ्या इमारतीत नोकरांना जा-ये करण्यासाठी इमारतींच्या मागे गोल गोल जिने असतात. हात न वापरता त्यांचे व्यवस्थित वर्णन करता येईल? त्यांचीही शब्द शोधताना पंचाईत होत होती. कुचंबणा होत होती. तरीही इनोचने काय पाहिले असावे याची स्पष्ट कल्पना आज आपण निश्चित करू शकतो. त्याला कारण एकच. आपण ते पाहिले आहे, अनुभवले आहे.

पृथ्वीवरील स्पेस शटलसारख्या अंतराळयानातून इनोच निघाला होता. या अंतराळयानाचा धातूचा बाहेरचा भाग उष्णता परावर्तित करणारा असल्याने त्याला आग लागल्याचा भास होत होता. स्पेस शटल निघण्याच्या वेळी अग्निबाणांच्या इंधनांची जेटस् पेटवली होती आणि ती त्याला आगीच्या जिभांसारखीच वाटली. छत म्हणजे आतून बाहेर किंवा बाहेरून आत येण्यासाठी असलेला फायबर ग्लाससारखा दरवाजाच होता. पृथ्वीच्या वातावरणाबाहेर गेल्यावर सूर्यकिरणांची प्रखरता कमी करायला वातावरणच नसते आणि धातूचे बनविलेले अंतराळयान त्याला आगीप्रमाणेच दिसत होते. रशियन आणि अमेरिकन अंतराळवीरांनी दोन अंतराळयाने एकमेकांना जोडली होती आणि रशियन अंतराळवीर सरपटत दुसऱ्या यानात गेले होते. इनोचनेही तेच केले होते. स्पेश शटलमधून पृथ्वीभोवती घिरट्या घालणाऱ्या दुसऱ्या मोठ्या अंतराळयानात तो गेला होता. आत पाऊल टाकल्याबरोबर त्याला धक्काच बसतो. ते मोठं घर एकदम थंड असते. बरोबर आहे. वातानुकूलित अंतराळयानांची कल्पना बिचाऱ्या इनोचला का असावी? तंबूत राहणाऱ्या इनोचला ते अंतराळयान राजवाड्यासारखे अप्रतिम वाटणारच. तिथे त्याला राजा सिंहासनावर बसलेला दिसणारच. राजा? तो त्या अंतराळयानाचा कमांडर असणार. सर्व जण त्याच्या आज्ञा ऐकत असतात हे इनोच पाहत असतो. ज्याच्या सर्व आज्ञा पाळल्या जात असतात तो राजा नसणार तर कोण

असणार? इनोच साधा सुती झगा वापरणारा माणूस. अंतराळयानाच्या कमांडरचे कपडे त्याला भरजरी वाटणारच.

या सर्व गोष्टी काही स्वप्नात घडल्या नव्हत्या. त्याच्या भाषेचा योग्य अर्थ लावला की इनोचची वर्णने स्पष्ट आणि अचूक आहेत हे पटल्याशिवाय राहत नाही.

अफाट अंतराळात मध्ये काहीच नसते अशा भागाचे तो वर्णन करतो. ग्रह नाहीत, तारे नाहीत, पक्षी नाहीत आणि क्षितीजही नाही.

'मग मला मेघगर्जना आणि विजांचा कडकडाट दिसला. ते दोन्ही वेगळे करता येत नाहीत.' विजा चमकल्या की मेघांचा गडगडाट होतो आणि त्या काळापुरते त्या मेघगर्जनेला नियम असतात.

इनोचला चांगले शिक्षक लाभले होते. अंतराळाच्या एका सफरीत त्याने जे ज्ञान मिळवले ते शोधायला आपण मात्र हजारो वर्षे घेतली. विजाच्या कडकडाटाने हवा गरम होते आणि प्रसरण पावते. त्यावेळी मेघगर्जना होते. तो आवाज सेकंदाला ३३३ मीटर या वेगाने प्रवास करतो. मेघगर्जनेला त्या काळात खरेच नियम असतात.

'मग मी विजेची कोठारे पाहिली.'

जेव्हा वादळी पावसाचे ढग आकाशात तयार होतात तेव्हा ढगांच्या तळाकडून वर जाणारे आणि वरून खाली येणारे जोरदार वारे ढगांमध्ये वाहत असतात. वर जाणाऱ्या वाऱ्याबरोबर पाण्याचे ढग ३५००० ते ४०००० फूट वर नेले जातात तेथे त्यांचे हिमकण बनतात आणि ते हिमकण खाली पडू लागतात. खाली पडणारे हिमकण आणि वर जाणारे पाण्याचे कण यांच्या टकराटकरीत धन (Positive) आणि ऋण (Negative) स्थिर विद्युतभार तयार होतात. (हे असे का व कसे होते हे मात्र आजपर्यंत कुणालाच पूर्णपणे समजलेले नाही.) खाली येणारे हिमकण आपल्याबरोबर ऋणभार घेऊन येतात; तर वर जाणारे पाण्याचे कण आपल्याबरोबर धनभार घेऊन जातात. त्यामुळे ढगाच्या वरच्या भागात धनभार आणि खालच्या भागात ऋणभार साठत राहतो.

वादळी ढगांचा विस्तार ३ ते ४ चौरस मैल असतो. त्यामुळे या ढगांवर प्रचंड विद्युतभार साठतो. त्याच्या खाली असलेल्या जमिनीवर आपोआप धनभार उत्पन्न होतो. (विद्युत प्रवर्तनाने) या विद्युतभारामुळे ढग आणि जमीन यांच्यामध्ये इतका विद्युत दाब निर्माण होतो की ढगाच्या तळाकडून जमिनीकडे इलेक्ट्रॉन्सचा लहानसा प्रवाह वाहू लागतो. तो सरकत सरकत जमिनीजवळ आला की जमिनीवरील धनभारांचा साठा प्रवाहाच्या रूपाने त्याच्याकडे खेचला जातो. एकदा का हे दोन्ही प्रवाह एकत्र आले की ढगातील इलेक्ट्रॉन्सना खाली येण्याचा सुलभ मार्ग

तयार होऊन इलेक्ट्रॉन्सचा प्रचंड प्रवाह जमिनीवर येतो. याला म्हणतात विजा पडणे. विजेचे हे लोळ स्तंभासारखे किंवा नागमोडी असतात.

इनोचला बिचाऱ्याला इलेक्ट्रिसिटीची काहीच माहीत नव्हती. तेव्हा अशा ढगांना त्याने विजेची कोठारे म्हटले ते अगदी बरोबर आहे.

'आणि मग मी तारे पाहिले. त्यांची वजने, त्यांचे आकारमान, त्यांचा प्रकाश, ते प्रथम कधी दिसले या गोष्टी लक्षात घेऊन प्रत्येक ताऱ्याला नाव दिले होते.'

खगोलशास्त्रज्ञ ताऱ्यांची विभागणी करताना त्यांचा चमकदारपणा, त्यांचे स्थान, ते कधी दिसतात या गोष्टी लक्षात घेतात. इनोच खरेच सांगतो आहे पण या सर्व गोष्टी आपण कोपर्निकस, गॅलिलिओ, केपलर यांच्याकडून गेल्या साडेचारशे वर्षांत शिकलो आहोत. या गोष्टींचे ज्ञान ज्यांनी इनोचला दिले, ते त्यावेळच्या आपल्या प्रगतीचा विचार करता फारच पुढे गेलेले होते हे निश्चित. म्हणूनच ते अंतराळवीर इनोचला हे ज्ञान देऊ शकले.

'सूर्य दुसऱ्या दरवाजाने येतो. पश्चिमेला मावळतो. पूर्वेला परत येऊन तिसऱ्या दरवाजाने उगवतो. असे ३१ दिवस होते. त्या दिवशी रात्रीचे नऊ भाग पडतात आणि दिवसाचेही. रात्र आणि दिवस सारखे असतात आणि वर्षाचे ३६४ दिवस असतात. दिवसांची आणि रात्रीची कमी-जास्ती वेळ चंद्राच्या भ्रमणामुळे होते. तो दर महिन्याला वेगवेगळ्या ठिकाणी उगवतो आणि मावळतो इत्यादी.'

इनोचच्या पुस्तकातले ज्ञान पुन्हा शोधून काढायला आपल्याला सोळाव्या आणि सतराव्या शतकाची वाट पहावी लागली आणि त्यासाठी आपल्या शास्त्रज्ञांना चर्चशी झगडावे लागले होते.

बायबलची काटछाट करणाऱ्या चर्चच्या अधिकाऱ्यांनी अशी पुस्तके आपल्या नजरेसच पडू दिली नाहीत. एखादे वेळी सर्व नैसर्गिक नियम आपण कधीच शोधून काढले असते.

'मग देवदूत मला म्हणाले, जरा थांब. माहीत नसलेले सर्व ज्ञान तुला मिळेल. हे पृथ्वीवरचे पर्वत दिसतात तुला? हा आहे तांब्याचा, हा आहे लोखंडाचा, हा चांदीचा, हा सोन्याचा. मग तुला मातीतून चांदी कशी मिळवावी लागते, इतर धातू कसे निर्माण होतात ते कळेल. शिसे आणि कथिल चांदीसारखे मिळवावे लागत नाहीत. ते झऱ्यातून आल्यासारखे निर्माण होतात.'

चांदी, सोने वगैरे श्रेष्ठ धातू (Noble Metals) त्याच परिस्थितीत मिळू शकतात. ते शुद्ध स्वरूपात मिळतात. शिसे, कथिल वगैरे धातू या स्वरुपात कधीच सापडत नाहीत. त्यांची संयुगे सापडतात. त्यांच्यावर क्षपणाची क्रिया

(Reduction) केल्यावर शुद्ध धातू निर्माण होतात.

जमिनीवर, भूगर्भात कोणत्या प्रकारचे खडक तयार झाले आहेत, त्या खडकांमध्ये कोणकोणत्या प्रकारची खनिजे असू शकतात याचा आपण आज खूप अभ्यास केला आहे. कोठे कोणकोणत्या प्रकारचे खडक आहेत याचे नकाशेही शास्त्रज्ञांनी तयार केले आहेत. या प्रकारच्या जमिनींचे नकाशे तयार करण्यासाठी कृत्रिम उपग्रहांवरून घेतलेल्या रंगीत छायाचित्रांचा फार उपयोग होतो. आज आपण खनिजे, तेल, पाणी वगैरे कित्येक गोष्टींचा शोध घेण्यासाठी कृत्रिम उपग्रहांचा उपयोग करीत आहोत.

इनोचने प्रवास केलेल्या अंतराळयानात अशीच सोय होती का? कारण इनोचने सांगितलेले सर्व खरे आहे. चांदी पृथ्वीतून मिळवावी लागते ही गोष्टही तशी खरीच आहे. एका टनामागे पृथ्वीच्या पृष्ठभागातून $^{१}/_{१०}$ ग्राम चांदी मिळू शकते.

इनोच या शब्दाचा हिब्रूमध्ये अर्थ आहे बुद्धिमान, विद्वान! त्याच्या अंतराळ प्रवासात विद्वान अंतराळवीरांनी त्या काळात कुणालाही अवगत नसलेले ज्ञान त्याला दिले होते. इनोचचे सर्व अनुभव आज आपल्याला लिहिलेले आढळतात ही नशिबाची गोष्ट नाही. 'देवाने' त्याला स्पष्ट सूचना दिलेली असते की त्याला आलेले सर्व अनुभव त्याने लिहून ठेवावेत म्हणून!

'देव मला म्हणाला की इनोच या पत्रिकांवर लिहिलेले सर्व नीट वाच आणि लिहून ठेव म्हणून. मी सर्व पाहिले, सर्व वाचले आणि नीट लिहून घेतले.'

त्याच्या पुस्तकाबद्दल तो म्हणतो, 'या पुस्तकात सर्व काही लिहिलेले आहे. देवाने सांगितलेले आणि इनोच या लेखकाने लिहिलेले.'

त्याच्या पुस्तकात देव देवदूतांसह पृथ्वीवर येतात ती माहिती आहे. देवदूत देवाने त्यांना नेमून दिलेली कामे सोडून कसा अनाचार माजवतात, वेगवेगळ्या विश्वात इनोचने केलेल्या प्रवासाची वर्णने, चन्द्र, सूर्य, तारे, ग्रहमाला, त्यांचे भ्रमण ही माहिती आहे.

एकूण विश्वाबद्दलचे वर्णन, पृथ्वीचे अनंत विश्वातील स्थान यांची चर्चा आहे.

उरलेल्या भागात इनोच होणाऱ्या जलप्रलयाची आगाऊ माहिती त्याच्या मुलाला देतो आणि शेवटी आपण देदीप्यमान रथात बसून निघून जातो.

पण इनोचने खरोखर एकच पुस्तक लिहिले आहे का?

दुसऱ्या एका भाषांतरात, 'देवाने स्वत: मला सांगितले नाही पण ब्रेटिल या त्याच्या देवदूताने मला सर्व गोष्टींची, स्वर्गाची, पृथ्वीची, सागराची, ग्रहमालांची, दिवस आणि रात्र, त्यांच्यातील फरक, देवांची आज्ञा, त्यांची शिकवणूक या

गोष्टी सांगितल्या. तीस दिवस आणि तीस रात्री त्याचे ओठ बोलायचे थांबले नाहीत आणि माझी लेखणी लिहायची थांबली नाही. अशा तऱ्हेने मी ३६० पुस्तके पुरी केली;' असाही उल्लेख आहे.

अनेक देवदूतांबद्दलची माहिती इनोच देतो. त्यापैकी अनेकांनी पृथ्वीवरील स्त्रिया भ्रष्ट केल्या, काहींनी भयानक शस्त्रास्त्रांचा वापर पृथ्वीवरील मानवांना शिकवला. काहींनी ज्ञानही दिले. शिक्षण दिले. कागद आणि शाई यांचा वापर करून लिहायलाही शिकवले. पृथ्वीवर यातले कोणतेच ज्ञान नव्हते, नाहीतर या गोष्टींचे कुतूहल आणि आश्चर्य वाटून इनोचने त्या लिहिल्याच नसत्या.

इनोचचे लेखन एखाद्या इतिहासकारासारखे आहे. देवदूतांना देवाने (अंतराळयानाचा कमांडर) पृथ्वीवर ठराविक कामे नेमून दिली होती आणि तो परत गेला. देवदूतांनी त्याची पाठ वळल्यावर काय करावे? स्त्रियांशी संबंध ठेवून, त्यांना भ्रष्ट करून त्यांनी नवीन जमातीचा पायाच घातला. विजयी सैन्याने हरलेल्या राष्ट्रांवर करावे तसे अत्याचार केले.

कल्पना नसताना अचानकपणे देव परत आला आणि त्याने हा सर्व प्रकार पाहिला. वैतागून देव इनोचला म्हणतो, 'ज्यांनी लक्ष ठेवावे त्यांनीच अनाचार माजवला.' मुख्य म्हणजे एक मोठा धोका त्याच्या लक्षात येत होता. मर्त्य मानवांशी रक्ताचा संबंध ठेवण्यात देव अमर असतात या कल्पनेचा बुडबुडा फुटण्याचा धोका होता.

नाही! देवांनी या पृथ्वीवर काही कमी गोंधळ माजवला होता असे वाटायचे कारणच नाही. सुमेरियन लोकांच्या आख्यायिका काय सांगतात? देवांनी लिहिण्याची कला आणि धातू बनवण्याची कृती आणली. सूर्यदेव 'उडू' आणि वायुदेव 'एनलिल' अंतराळातूनच आले पण वायुदेवाने पृथ्वीवरील स्त्रियांशी अत्यंत क्रूरपणे आणि जबरदस्तीने व्यभिचार केला.

आख्यायिकासुद्धा सर्व देव हे सभ्य माणसांसारखे होते असे सांगत नाहीत.

देव आपण 'सर्वज्ञ' मानतो ना?

'तू विचारतो आहेस त्याचे थोडेसे उत्तर मी देऊ शकतो पण तुझ्या आयुष्याबद्दल मी तुला काही सांगू शकत नाही. कारण ते मला माहीत नाही.'

'सर्वज्ञ' देवाने अत्यंत प्रामाणिकपणे इझरा या त्याच्या प्रेषिताला दिलेले हे उत्तर आहे. जे इनोचच्या पुस्तकांबद्दल घडले तेच इझराच्या पुस्तकांबद्दल. 'बुक ऑफ इझरा' मधली दहा एक प्रकरणे बायबलमध्ये आहेत. त्याच्या दुसऱ्या दोन पुस्तकांना बायबलमध्ये थारा मिळाला नाही. त्याचे चौथे पुस्तक इतके गूढ आणि रहस्यमय आहे की त्यात काय लिहिले आहे ते सर्वांना कळूच शकत नाही. याचाही समावेश बायबलमध्ये नाही.

इझराला मिळालेले सर्व ज्ञानसुद्धा त्याचे त्यालाच इतके रहस्यमय वाटत होते की आपण बहुतेक स्वप्नातच देवाला भेटतो आहोत असे त्याला वाटत असते. पण नंतर त्याच्या साध्या प्रश्नाचे उत्तर त्याला देऊ न शकणारा 'सर्वज्ञ' देव, खरंच देव असेल?

देव त्यालाही सांगतो की सर्व लोकांना सांग 'तू त्यांना चाळीस दिवस भेटणार नाहीस म्हणून. लिहिण्याची साधने तयार कर. अमुक अमुक पाच जण भराभरा लिहू शकतात. त्यांना घेऊनच माझ्याकडे ये.'

आणि ४० दिवसात इझराने ९४ पुस्तके लिहून घेतल्यावर देव म्हणतो की 'पहिली २४ पुस्तके सर्वांसाठी आहेत. ती सर्वांनी वाचली तरी चालतील पण उरलेली ७० मागे ठेव. ती सर्वांसाठी नाहीत. फक्त शहाण्या माणसांसाठी आहेत.'

यावरून देवांना (अंतराळवीरांना) त्यांच्या पृथ्वीवरील अस्तित्वाची जाणीव निश्चितपणे भविष्यकालीन पिढ्यांना द्यायची होती. पण या अंतराळवीरांना कोणत्या तरी कारणांनी परत जायची घाई होती. नाहीतर चाळीस दिवसात जलद गतीने लिहिणारी पाच माणसे घेऊन सर्व पुस्तके संपवायचे त्यांना कारण नव्हते. परत जाण्याच्या घाईगर्दीत सुद्धा न विसरता त्यांनी हे केले हेच विशेष.

इझराला 'सर्व माहिती नाही' अशी स्वच्छ कबुली देणारा 'देव' हा अंतराळवीरच असणार यावर अजून नाही विश्वास बसत?

जगातल्या अनाचाराबद्दल देवांकडे तक्रार केल्यावर इतर पवित्र ग्रंथांतल्या देवांप्रमाणे अंतराळयानाचा मुख्य त्यालाही वचन देतो की एक दिवस परत येऊन तो त्याच्याबरोबर सर्व शहाण्या, विद्वान आणि नीतिमान माणसांना घेऊन जाईल म्हणून! परत येणार म्हणजे कुठून परत येणार? त्याच्याबरोबर घेऊन जाणार म्हणजे कुठे घेऊन जाणार? कुठल्या ग्रहावर? आपल्या सूर्यमालेपासून कित्येक प्रकाशवर्षे लांब असलेल्या ग्रहांवरच या देवांचे अस्तित्व होते हे निश्चित. कारण अंतराळ प्रवासात जाणाऱ्या काळाची आणि त्याच काळात पृथ्वीवर जाणाऱ्या काळाची तफावत तो इझराच्या लक्षात आणून देतो.

पुरातन काळातल्या ज्या ज्या पुस्तकात अंतराळ प्रवासाचा उल्लेख आहे ती सर्वच पुस्तके चर्चच्या रोषाला बळी पडली आहेत. त्यांचा बायबलमध्ये समावेश तर केला गेलाच नाही पण ती दडवून ठेवण्याचे, लोकांच्या नजरेसही न पडतील अशी व्यवस्था करण्याचे प्रयत्न झाले आणि ते बहुतांशी यशस्वी झाले. होणारच! त्या काळात चर्चची सत्ता अमर्याद होती. ही पुस्तके उजेडात आली असती तर देवांची सर्व रहस्ये कधीच उलगडली गेली असती.

तोच प्रकार ओल्ड टेस्टॅमेंटमध्ये Apocalypse of Abraham या पुस्तकाबाबत

घडला आहे. अब्राहमबद्दल ओल्ड टेस्टॅमेंटमध्ये जी थोडी माहिती मिळते, त्यातून 'तो आला कुठून ते आपल्याला कळत नाही आणि तो इनोच, इलायझा, इझिकेल यांच्याप्रमाणे स्वर्ग प्रवासाला गेला होता की काय' तेही समजत नाही.

ओल्ड टेस्टॅमेंटमध्ये मोजेस अब्राहमबद्दल सांगताना दुसऱ्या कुणी तरी सांगितलेली माहिती देतो आहे असे वाटते तर या पुस्तकात अब्राहम 'मी', 'माझे' अशी स्वत: माहिती देतो आहे. देवदूताचे पहिले दर्शनही त्याला इतके घाबरवून सोडते, की तो बेशुद्धच पडतो. ओल्ड टेस्टॅमेंटबाबतचे 'तज्ज्ञ' तो सर्व प्रकार अद्भुत देवदर्शनाचा होता असे सांगून गप्प बसतात. बायबलमधील इतर पुस्तकांच्या लेखकांचा कॉपीराईट सिद्धच झाला आहे या थाटात ते पुस्तक अब्राहमने लिहिलेच नसावे असे म्हणून ते मोकळे होतात, त्याचा समावेश ओल्ड टेस्टॅमेंटमध्ये करीत नाहीत. याची कारणेही सरळ आहेत. 'देवाचे अब्राहमवर फारच प्रेम बसले होते.' असा त्या पुस्तकात पुन:पुन्हा आलेला उल्लेख त्यांना सहन होत नसावा. देवाची म्हणून त्यांनी जी प्रतिमा उभी केली आहे त्याच्याशी हे विसंगत आहे.

'आणि सूर्यास्ताच्या वेळी ते घडले. भट्टीतून येणाऱ्या धुरासारखा धूर पसरत होता. अग्निच्या ज्वाळांच्या अगदी वरच्या टोकाला त्याने मला नेले. वाऱ्याच्या झोतासारखे आम्ही वर गेलो. वरती मला प्रखर प्रकाश दिसत होता. त्याचे वर्णनही करता येणार नाही. जवळ गेल्यावर आत अनेक जण दिसत होते. ते आपापसात काही तरी बोलत होते; पण ते मला कळत नव्हते.'

अब्राहमचे हे वर्णन इतर सर्व वर्णनांप्रमाणे अगदी स्वच्छ होते. अब्राहमसुद्धा स्पेस शटलमधून पृथ्वीभोवती फिरत असलेल्या दुसऱ्या यानात गेला होता. हे यान चमकणारच. चांगल्या दुर्बिणीतून आपले छोटे उपग्रहसुद्धा काय चमकताना दिसतात ! मग दुसऱ्याच सूर्यमालेतून आलेले हे धातूचे प्रचंड अंतराळयान प्रखर सूर्यप्रकाशात किती चमकत असेल?

अब्राहमला या अंतराळ प्रवासाची भीतीच वाटते.

'मी ज्या जागेवर उभा होतो ती जागा कधी वर दिसे तर कधी खाली. मला खाली पृथ्वीकडे परतण्याची इच्छा होती.'

भविष्यकाळातील अंतराळ प्रवासात कृत्रिमरित्या गुरुत्वाकर्षण निर्माण केलेली अंतराळयानेच आपल्याला वापरावी लागतील. अंतराळयान स्वत:च्या आसाभोवती फिरवून ते निर्माण करता येईल. अशा अंतराळयानातून बाहेर बघताना अब्राहम सांगतो तसेच वाटेल. कधी तारे वर दिसतील, कधी खाली; कधी पृथ्वी वर दिसेल तर कधी खाली.

बायबलच्या वाचकांपासून चर्चने दडवून तरी काय ठेवले आहे, या जिज्ञासेने

संशोधन केल्यावर अंतराळ प्रवासाचा उल्लेख असलेल्या सर्व गोष्टी त्यांनी लोकांपर्यंत पोहोचू नयेत याची काळजी घेतल्यासारखे वाटते. देव म्हणजे कोण हे उघडकीला येण्याची भीती त्यांना बहुधा वाटत होती.

ज्यूंच्या जुन्या वाङ्मयात (Remains of the Words of Baruch) हे पुस्तक आहे. जेरेमिया या प्रेषिताने जे सांगितले ते बरुचने लिहून घेतले आणि त्यांचा बायबलमध्ये समावेशही झाला; पण बरुचने बहुधा नको त्या गोष्टीही लिहून घेतल्या होत्या. त्या अर्थातच बायबलबाहेर राहिल्या.

त्या काळच्या इतर प्रेषितांप्रमाणे जेरेमियाही राजकीय चळवळीत भाग घेत असे. बाबिलोनची पकड काही करून ढिली केली नाही तर जेरुसलेमचा नाश होईल आणि ज्यू लोकांना बाबिलोनियात तुरुंगवास पत्करावा लागेल असे तो शिकवत असे. पण शेवटी ते घडलेच.

जेरेमिया आणि बरुच शहरात लपून छपून मंदिरातील संपत्ती वाचवण्याचा प्रयत्न करीत असतानाच आकाशातून देवदूत उतरले. जेरेमियाने देवाबरोबर बोलण्याची इच्छा दर्शविली. ठरल्या ठिकाणी देव त्याला भेटलाही. त्याने देवाला विनंती केली की, काहीही करून अबिमेलेच या त्याच्या तरूण मित्राला त्याने वाचवावे. देवाला सुद्धा जेरेमियाचे मित्रप्रेम बघून गहिवरून आले आणि त्याने अबिमेलेचला पर्वताकडे जाणाऱ्या रस्त्यावरील अग्रीप्पाच्या अंजिराच्या मळ्याशी थांबायला सांगितले.

देवाने सांगितल्याप्रमाणे दुसऱ्या दिवशी जेरेमियाने अबिमेलेचला सांगितले की, 'तू अग्रीप्पाच्या मळ्यात जा. बरोबर एक टोपली घे. त्यात अंजिराची पाने तोडून घे. आजारी माणसांसाठी.' त्याच दिवशी जेरुसलेमचा पाडाव झाला आणि इतरांबरोबर जेरेमियालाही पकडून बाबिलोनियात नेण्यात आले.

अबिमेलेचला याचा काहीच पत्ता नव्हता. तो मजेत रस्त्याने जात होता. मळ्यातली अंजिराची पाने तोडत होता. अचानक त्याला थकल्यासारखे वाटले. रस्त्याच्या कडेला पायाजवळ टोपली घेऊन तो जरा बसला. तो त्याला झोप लागली. जागा झाल्यावर जेरेमियाच्या भीतीने घाबरूनच तो उठला आणि परत जेरुसलेमच्या दिशेने निघाला.

परंतु त्याला ते शहर ओळखीचे वाटेना, घरे ओळखीची वाटेनात. त्याची माणसे सापडेनात. त्याला सारखे डोके जड झाल्यासारखे, मनात गोंधळ माजल्यासारखे वाटत होते. त्याचा मनात तरीही एकच विचार घोळत होता. जेरेमियाला मी चुकून झोपलो हे कसे सांगायचे? तो शहराच्या आत-बाहेर करीत होता. ते शहर जेरुसलेमच असले पाहिजे हे त्याला पटत होते पण ते जेरुसलेमसारखे वाटत नव्हते; त्याला काय करावे सुचेना.

तो पर्वताच्या रस्त्याला लागतो काय, पाने तोडतो काय, डोके गरगरल्यासारखे वाटल्याने बसतो काय आणि क्षणाच्या डुलकीने त्याचे जगच बदलून जाते काय! शेवटी काय करावे हे न सुचून तो खाली बसला. शेजारून जाणाऱ्या म्हाताऱ्यालाच विचारले की हे शहर कुठले? जेरूसलेम! अबिमेलेचने चौकशी केली. जेरेमिया कुठे आहे? बरुच कुठे आहे? अमुक अमुक इतर माणसे कुठे आहेत? क्षणभर विचार करून, अबिमेलेचकडे आश्चर्याची नजर टाकीत तो म्हातारा उत्तरला की, त्या सर्वांना कधीच बाबिलोनियाला पकडून नेले आहे.

अबिमेलेचला वाटायला लागले की तो म्हातारा माणूसच चक्रम आहे की काय. तरी त्याने त्याला सर्व हकिगत सांगितली आणि आपल्या टोपलीतील पाने दाखवून म्हटले, 'बघ ही पाने. आताच तोडल्यासारखी नाही का वाटत?'

ती पाने बघता क्षणीच म्हातारा उद्गारला, 'देवच तुझा रक्षणकर्ता असला पहिजे. जेरुसलेमचा पाडाव होऊन, तू विचारीत असलेल्या लोकांना कैदेत नेऊन ६६ वर्षे झाली आहेत आणि ही पाने तर तू आता तोडलेली असणेच शक्य नाही. विश्वास बसत नसेल तर इकडे तिकडे नजर टाक. आता कुठे झाडांना पालवी फुटायला लागली आहे.'

जरा कुठे अबिमेलेच डुलकी काढून उठतो तो त्या काळात ६६ वर्षे कशी काय गेलेली असतात याचे उत्तर पुन्हा मुद्दाम सांगायला नकोच.

हा सर्व वृत्तांत मुळात कोणी लिहिला ही वादाची गोष्ट असली तरी अशा तऱ्हेच्या अंतराळयानात जाणारा काळ आणि पृथ्वीवर जाणारा काळ यातील फरक दाखविणाऱ्या कथा अनेक धर्मग्रंथात मुद्दाम लिहिल्या गेल्या आहेत का?

ज्या परग्रहांवरील अंतराळवीरांनी पृथ्वीला भेटी दिल्या होत्या, त्यांना त्यांच्या अस्तित्वाची जाणीव, खाणाखुणा देण्यासाठी अशा तऱ्हेच्या गोष्टी निरनिराळ्या धर्मग्रंथात सांगून ठेवण्याशिवाय दुसरा काही मार्गच नव्हता. धर्मग्रंथात सांगितलेल्या गोष्टीच हजारो वर्षांनी पुढील पिढ्यांपर्यंत, ज्यांना त्यांचा अर्थ लागेल अशा पिढ्यांपर्यंत, म्हणजेच आपल्यापर्यंत पोहोचणार होत्या आणि त्यांचा निर्णय किती अचूक होता हे आता सांगायलाच नको.

पण परिस्थितीजन्य पुराव्याकडे नजर टाकली तर त्यांनी आणखीही एक गोष्ट केली असावी. पृथ्वीवरची त्यांनी ठरवलेली कामे करून आपल्या ग्रहावर परत जाण्यापूर्वी एका तऱ्हेची कालकुपीच आपल्याच सूर्यमालेत त्या अंतराळवीरांनी दडवली असावी असा संशय अनेक गोष्टींनी येतो. त्यांच्या पृथ्वीवरील वास्तव्याची सविस्तर माहिती त्यात असावी.

'स्कॉटिश असोसिएशन ऑफ टेक्नॉलॉजी ॲन्ड रिसर्च' या संस्थेचे अध्यक्ष डन्कन लुनान यांच्या मते आपल्या मरीनर, व्हॉयेजर सारखे एखादे मानवरहित

अंतराळयान पृथ्वीला पुराणकाळात भेटी दिलेल्या परग्रहांवरील अंतराळवीरांनी आपल्या सूर्यमालेत कुठे तरी सोडलेले आहे. पुन:पुन्हा काही रेडिओ सिग्नल्स पकडले जातात. त्यांच्या संशोधनावरून ते एपसीलॉन बूटस् या तारका पुंजावरून निघाले असावेत. तो आपल्यापासून १०३ प्रकाशवर्षे अंतरावर आहे. त्या मानवरहित अंतराळयानाचा उगम याच तारका पुंजावरून झाला असावा आणि आपल्या सूर्यमालेत ते यान १२६००० वर्षे तरी फिरत असावे. आपल्याला देण्यासारखी सर्व माहिती त्यात भरलेली असावी. पृथ्वीवरून पाठविलेले रेडिओ सिग्नल्स त्याच लहरीवर ठराविक काळानंतर परत येतात हे नक्की.

पण त्या परग्रहवासियांना आपल्यासारखे मागासलेले पृथ्वीवरील लोक त्यांची कालकुपी सूर्यमालेत एक दिवस शोधायचा प्रयत्न करतील अशी खात्री का पटावी? काही तरी संशय असल्याशिवाय असा प्रयत्नच कोणी करणार नाही.

अनुभवाने त्यांना एक गोष्ट निश्चित माहिती होती. कोणत्या तरी पुतळ्यात, प्रचंड शिलाखंडात त्यांच्या अस्तित्वाचे पुरावे ठेवण्यात अर्थ नव्हता. हजारो वर्षे ऊन, पाऊस, वादळे, भूकंप, महापूर या नैसर्गिक आपत्तींना तोंड देत काही शिल्लक राहिले नसते. मग हजारो वर्षे खात्रीपूर्वक टिकेल अशी जागा कोणती? आपली सूर्यमाला! पण या दृष्टीने आज ना उद्या मानव विचार करील याची त्यांना खात्री का वाटावी?

याचे उत्तर आहे आपल्या पौराणिक वाङ्मयात! पवित्र धार्मिक ग्रंथात! शेवटी देवांनी मानव जमात त्यांच्यासारखीच बनवली होती. अर्थातच ही जमात अशा तऱ्हेने प्रगती करील, प्रत्येक वेळी अशा तऱ्हेने विचार करील याची पूर्ण कल्पना देवांना होती. प्रत्येक गोष्टीबद्दलचे कुतूहल, जिज्ञासा आणि ज्ञानाची भूक मानवाला एक ना एक दिवस या टप्प्यावर आणून सोडणार हे त्यांना निश्चित माहिती होते. एक गोष्ट मिळाली की मानव दुसरी मिळवण्याच्या मागे लागणार आणि असे करता करता आज ना उद्या अंतराळावर प्रभुत्व गाजवायची महत्त्वाकांक्षा मानवाच्या मनात निर्माण होणार, याबद्दल या अंतराळवीरांच्या मनात अजिबात संशय नव्हता.

धर्मग्रंथ, आख्यायिका वगैरेमधून त्यांनी त्यांच्या अस्तित्वाच्या सोडलेल्या खुणा अंतराळ प्रवासाची शक्यता निर्माण झाल्यावरच मानवांना कळतील, हे त्यांना तरी उघड दिसत होते. कारण अंतराळ प्रवासावर लागणारी मानवाची नवीन दृष्टीच मानवाच्या मनात त्यांची पुराणे, त्यांचे धर्मग्रंथ नव्याने तपासावेत अशी इच्छा निर्माण करणार होती. त्यातल्या विसंगती तेव्हाच मानवाच्या डोळ्यात खुपणार होत्या. त्यावेळी मानव जमात पुन:पुन्हा एकच प्रश्न विचारणार होती.

अंतराळवीरांनी पृथ्वीला दिलेल्या त्यांच्या भेटींचे पुरावे कुठे लपवून ठेवले असतील?

आपल्या प्राचीन भूतकाळाच्या संशोधनाला चालना देणारा तो क्षण आज जवळ आला आहे.

देव हा शब्द तरी कसा अस्तित्वात आला याचा कधी विचार झाला आहे? कोणी केला आहे? अनेक भाषाशास्त्रज्ञांना विचारल्यावर त्यांनी आपापली अगदी जुन्यात जुनी पुराणे शोधली, जुन्यात जुने धर्मग्रंथ शोधले. त्यांना एकवचनी 'देव' कुठेही आढळला नाही. सर्व पुराणे नेहमी अनेक देवांचा उल्लेख करीत आली आहेत. प्रथमपासून 'देव' म्हणण्यासाठी जे शब्द वापरले आहेत त्यांचे साधारण भाषांतर 'ढगात फिरणारे ते' असेच फार तर करता येते. त्या काळात ढगात कोण फिरू शकत होते? सर्व शक्तीमान आणि सर्वज्ञ देव जर खरे नाहीत, काल्पनिक आहेत असे समजले किंवा त्यांनी आपल्या जगात कधी मुक्काम असा ठोकला नसेल तर आपल्या पूर्वजांना शेतीची, मिश्रधातू तयार करण्याची माहिती ते कसे देऊ शकले? आणि ते सर्वसामान्य जनांच्या नजरेला कधी पडलेच नसले, तर सर्वप्रथम त्यांची चित्रे रेखाटली गेली असतील ती कशी? आपले मागासलेले पूर्वज केवळ कल्पनेने न बघितलेल्या गोष्टींची चित्रे काढू शकत होते? अगदी प्रथमपासून देवांची म्हणून जी चित्रे काढलेली आहेत त्यातले देव माणसांसारखेच दिसतात. जन्म-मरणाच्या फेऱ्यातून आपल्या पूर्वजांपासून कुणाचीच सुटका झालेली नाही. मग हजारो वर्षे मानवासारखी दिसणारी देवांची मूर्ती सर्वांच्याच डोळ्यांना कशी दिसली? या सर्वांना पटणारे उत्तर एकच आहे. ढगात फिरणारे ते देव थोडा काळ पृथ्वीला भेटी देणारे अंतराळवीरच होते. हजारो वर्षांनी मध्येच एखाद्या संस्कृतीची जी अकस्मात आणि झपाट्याने प्रगती झाली, त्यामागे या अंतराळवीरांनी दिलेली भेट आहे, त्यांनी दिलेली प्रेरणा आहे. परग्रहांवरील अंतराळवीरांना देण्यासारखे दुसरे कुठले अचूक नाव न सुचल्यानेच आपल्या पूर्वजांनी अंतराळातून आलेल्या त्या वीरांना देव म्हटले.

'तुझी लेखणी उचलून लिही', किंवा 'मी काय दाखवतो आहे ते नीट बघ, लिहून ठेव आणि इतरांना सांग.' अशा अर्थांचे शब्द सर्व पौराणिक धर्मग्रंथात किती तरी वेळा येतात.

या सर्व वृत्तांतांचे अर्थ आजपर्यंत कुणाला कळूच शकले नाहीत. बरोबर आहे. हे सर्व वृत्तांत त्यांच्यासाठी नव्हतेच मुळी. ते होते अंतराळप्रवास, उपग्रह, त्यावरून घेतलेले फोटो, अंतराळातून केलेल्या सफरी या गोष्टींनी नवीन दृष्टी प्राप्त झालेल्या आजच्या पिढीसाठी! आपल्यासाठी! त्या कथातील सत्य जाणण्याची कुवत आजच प्रथम आपल्यात निर्माण झाली आहे. अनुभवलेल्या गोष्टींचीच नोंद

पौराणिक वाङ्‌मयात झाली आहे, हे आज आपल्याला कळू शकत आहे. मानव जातीचा खराखुरा इतिहास फक्त आपणच जाणून घेऊ शकतो.

प्रत्येक धर्मात आपल्या मनावर एक गोष्ट बिंबवली आहे. देव हा सर्वज्ञ आहे, सर्व संचारक आहे, सर्व शक्तीमान आहे. देवापासून लपून छपून कोणीही, कुठलीही गोष्ट करू शकत नाही. प्रत्येक माणूस केव्हा, कुठे, काय करीत आहे याच्यावर देवाची करडी नजर असते. शेवटी आपल्या पाप-पुण्याचा निवाडा करणारा तोच 'शेवटचा न्यायाधीश' आहे. मग अशा देवाला पुढे काय होणार याची माहिती नेहमीच असायला पाहिजे. त्याला स्वत:च्या अशा काही गरजा असू नयेत, त्याच्यामध्ये कोणतेच दोष असू नयेत आणि त्याने स्वत: तर कधीच चुका करता कामा नयेत. एका ठिकाणाहून दुसऱ्या ठिकाणी जाण्यासाठी कोणत्या वाहनांची वगैरे त्याला कधीच आवश्यकता भासू नये; कारण तो तर एकाच वेळी सर्व चराचरांत भरून राहिला आहे.

या सर्व गोष्टी मान्य झाल्या असत्या पण देवाची ही व्याख्या आणि त्याच्या कृती यात काही ताळमेळ कुठल्याही धर्मग्रंथात नाही. त्यातही जबरदस्त विसंगती आहेत. त्यांचा अर्थ लागत नाही आणि मग देवाची व्याख्याच अव्यवहार्य ठरते.

बायबलमधला देव सर्वज्ञ नव्हताच.

इझराच्या सर्व प्रश्नांची उत्तरे त्याच्याजवळ नाहीत अशी स्पष्ट कबुली तो प्रामाणिकपणे इझराला देतो.

तो चुकाही करीत होता.

प्रथम मानवाची निर्मिती केल्यावर जरी त्याला आनंद झाला असला तरी नंतर त्याला त्याच्या या निर्मितीचा पश्चात्तापच झाला होता. आपण काय करीत आहोत याची जाणीव देवाला होती असे यावरून वाटत नाही.

आणि नंतर तो इतका रागावला की जलप्रलय आणून त्याने त्याच्याच निर्मितीचा संपूर्ण नाश करण्याचा प्रयत्न केला.

ॲडम आणि इव्ह यांनी देवाच्या आज्ञेविरूद्ध ज्ञानवृक्षाचे फळ खाल्ले आणि घाबरून मग ते झाडाझुडपात लपून बसले.

देव ॲडमला हाक मारून विचारतो, 'ॲडम, तू कुठे आहेस?'

ॲडम उत्तरतो, 'तू येताना मला कळले होते पण मी नागवा असल्याने आता मला तुझ्यासमोर यायची लाज वाटत आहे.'

देव विचारतो, 'तू नागवा आहेस याची जाणीव आताच तुला कशी झाली ? तू ज्ञानवृक्षाचे फळ खाल्लेस का?'

हा सर्व कथाभाग काय दाखवितो?

देवाला ॲडम कुठे आहे हे माहीत नव्हते.

इव्हच्या नादाने ज्ञानवृक्षाचे फळ त्याने खाल्ले आहे याची जाणीव त्याला नव्हती.

हे काय देवाच्या सर्वज्ञतेचे पुरावे?

ॲडम आणि इव्ह त्याचीच निर्मिती. ते कसे वागतील याची कल्पना त्याला कशी आली नाही?

सर्वसंचारक देव फक्त या दोघांवरसुद्धा नीट लक्ष ठेवू शकला नाही. तर मग जगातल्या सर्व प्राण्यांवर तो कसा नजर ठेवू शकेल?

हा सर्व वृत्तांत मनात गोंधळ निर्माण करतो. सर्वज्ञ, सर्वसंचारक देवाच्या प्रतिमेला धक्का बसायला सुरुवात होते.

एकदा ज्ञानवृक्षाचे फळ खाल्ल्यावर ॲडम आणि इव्ह परस्परांच्या जवळ येतात. त्यांना दोन मुलेही होतात. पहिला केन, दुसरा एबल. केन हा शेतकरी बनतो, तर एबल मेंढपाळ होतो. पण सर्वांकडे सारख्या नजरेने पाहणारा, सर्वांवर सारखेच प्रेम करणारा देव त्यांच्याशी कसा वागतो?

केन आपल्या पिकाचा काही भाग देवाला अर्पण करतो, तर कळपात झालेल्या पहिल्या कोकराचे रूचकर मांस एबल त्याला अर्पण करतो.

त्या क्षणापर्यंत केन काय किंवा एबल काय दोघांनीही देवाने त्यांच्याकडे वेगवेगळ्या दृष्टीने पाहावे, कमी-जास्ती प्रेम करावे, त्यांना वेगवेगळा न्याय द्यावा असे काहीही केलेले नसते. पण एबलने दिलेला नैवेद्य त्याला एकदम पसंत पडतो आणि केनने तितक्याच प्रेमाने आणि उत्साहाने दिलेला नैवेद्य त्याला आवडत नाही. केनचा नैवेद्य तो नाकारतो. देवाची ही पक्षपाती वृत्ती पाहून केन साहजिकच खवळतो. आता तरी काय घडावे याची कल्पना देवाला यावी? पण तीसुद्धा त्याला येत नाही. त्याला काहीच कळत नाही. केन एबलला हाक मारून शेतात घेऊन जातो आणि त्याचा खूनच पाडतो. परंतु हीही गोष्ट देवाला समजत नाही. नंतर तो केनलाच विचारतो, 'एबल कुठे आहे?'

सर्वज्ञ देवाला, सर्वसंचारक देवाला हा खून होणार हे अजिबात कळत नाही. ही भ्रातृहत्या तो थांबवू शकत नाही.

देवाची व्याख्याच चुकीची आहे का? खोटी आहे का?

देवाला आपल्या सर्वच निर्मितीची इतकी घृणा येते की तो म्हणतो, 'पृथ्वीपासून बनवलेला मानव, जनावरे, सरपटणारे प्राणी, उडणारे पक्षी या सर्वांचा मी नाश करून टाकतो.' जलप्रलयाने सर्वनाश घडवून आणून तो आपली चूक सुधारतो.

नोहाने पर्वतावर नौका बांधून शेकोटी पेटवल्यावर देव म्हणतो की, 'मी पुन्हा मानवाला शाप देणार नाही; कारण मानवाच्या हृदयातच वाईट विचार असतात. आधी केला तसा सर्वनाश मी पुन्हा करणार नाही.'

आपली पहिली निर्मिती चुकीचीच होती असे त्याला वाटले का? सर्वज्ञ देवाला स्वत:ची निर्मितीसुद्धा कशी होणार हे कळले नाही की कुठल्याच गोष्टीची खात्री वाटली नाही? स्वत:चीच प्रजा कशी वागेल हे कळले नाही? आश्चर्य आहे!

आजची मानव जमात ही नोहा आणि त्याच्या नौकातील इतर स्त्री-पुरुषांची संतती आहे. निवडक अशा लोकांनाच देवाने वाचवलेले असते. तरी शेवटी पुन्हा काय होते? पुन्हा सर्वत्र अनाचार माजतो आणि आपली शपथ विसरून देव सोडोम आणि गोमारा या शहरांचा विनाश घडवून आणतो.

राग, लोभ, प्रेम, क्रौर्य हे सर्व गुण देवांकडे आहेत पण ते सर्व मानवाचे गुण-दोष आहेत. रागलोभापलिकडची, नि:पक्षपाती, सर्वांकडे सारख्याच दयाळूपणाने पाहणारी, न्यायाधिशासारखी वागणारी देवाची जी काल्पनिक प्रतिमा सर्व धर्मग्रंथातून आपल्यासमोर उभी केली होती ती आता निश्चितच ढासळून पडते.

बायबलमधला देव सर्वज्ञ नाही. सर्वसंचारक नाही. जगातले सर्व धर्मग्रंथ नीट तपासले तर त्यांचे उत्तरही याहून वेगळे असणार नाही.

रोमन आणि ग्रीक वाङ्मयातील देव अमर नव्हते पण त्या काळातील इतर मानवांपेक्षा त्यांचे आयुष्यमान खूपच मोठे होते. ते सर्व राग धरीत होते, लोभ धरीत होते. रागाच्या भरात नको त्या गोष्टी करत होते. चुका करीत होते. जमल्यास चुकीची दुरूस्ती करीत होते. पश्चात्ताप पावत होते आणि स्वत:ची मतेही बदलत होते. हे सर्व गुण-दोष अगदी उघडउघड मानवी स्वभाव धर्मातले आहेत. दैवी नाहीत. ईश्वरी नाहीत.

जास्त कशाला? कित्येक देव तर पृथ्वीवरच जन्मले होते आणि आजसुद्धा ज्या गोष्टीला लोकमान्यता नाही, अशी समलिंगी विषयवासना बाळगणारे हे देव होते. आपल्या मात्या-पित्यांविरुद्ध सुद्धा ते उठत होते आणि देवांमधले तंटेबखडे पिढ्यान्‌पिढ्या चालू होते.

स्वर्ग आणि विश्वाचा अधिपती देवाधिदेव झीस, त्याचा कप बेअरर गेनिमेडेच्याच प्रेमात पडतो. त्याचा मुलगा अपोलो, दुसऱ्या एका सुंदर तरुणाच्या प्रेमात पडतो आणि शेवटी ठरवून म्हणा, चुकून म्हणा तबकडी फेकून त्याला ठार मारतो. हा वध मग काय दैवी म्हणायचा? ईश्वरी म्हणायचा?

रोमन देव मार्स म्हाताऱ्या पेरेन्नाच्या पाशात अडकतो. जर्मन वाङ्मयातील देवाधिदेव ओडिन याला म्हणे वेगळीच आवड होती. वेगवेगळी रूपे घेऊन फिरण्याची. कधी सापाचे, कधी गरुडाचे, कधी आणखी कुणाचे. तशी तो स्वत:चीही खूप काळजी घ्यायचा. शूर सैनिकांचे कडेच त्याच्याभोवती सदैव त्याचे रक्षण करायला असायचे. (सर्व शक्तीमान देव?) पण सर्व शूर सैनिक

जवळ असताना एक लांडगाच शेवटी त्याला खाऊन टाकतो. हे कसे?

देवांबद्दल मला विरोध असण्याचे कारणच नाही, उलट माझे त्यांच्यावर प्रेमच आहे. त्यांच्या सर्व गुण-दोषांसह मला ते आवडतात. खरेतर त्यामुळेच ते जास्ती जवळचे वाटतात. उगीच नाही आपली निर्मिती त्यांनी त्यांची प्रतिकृती म्हणून केली आहे! उगीच नाही मानवाच्या इतिहासात कायमच देवांचा संबंध येतो.

मी म्हणतो तेच खरे! सर्व धर्मग्रंथातले देव हे अगदी आपल्यासारखे रक्तामांसाचे देव होते. ते काल्पनिक नव्हतेच. ते होते परग्रहांवरून आलेले अंतराळवीर!

एरिख् फॉन डॅनिकेन

आपल्या अज्ञात इतिहासाच्या काळ्या कालखंडात परग्रहांवरील अंतराळवीरांनी भेटी दिल्या होत्या आणि त्यांनाच आपण देव मानायला लागलो या क्रांतिकारक सिद्धांताचे जनक आहेत एरिख् फॉन डॅनिकेन. ज्यांचा अजिबात अर्थ लागत नव्हता अशा हजारो गोष्टींचा विचार करून त्यांनी मानव जातीच्या इतिहासाबाबत एक आगळाच सिद्धांत जगासमोर मांडला आहे. आपण किती वेगळा विचार मांडत आहोत याची जाणीव असल्यामुळेच की काय या त्यांच्या सिद्धांतासाठी त्यांनी अफाट परिश्रम घेतले आहेत. त्यांच्या पहिल्या पुस्तकाची पूर्वतयारी करायला त्यांना तब्बल दहा वर्षे लागली. अमेरिका, कॅनडा, मेक्सिको, पेरू, ब्राझिल, बोलिव्हिया, इराक, इजिप्त, इटली, दक्षिण अमेरिका, ऑस्ट्रेलिया, न्यूझिलंड, जपान इत्यादि सर्व खंडांतील कित्येक देशांना त्यांनी भेटी दिल्या आहेत. त्यांनी मांडलेले कित्येक पुरावे जिथे जाणेसुद्धा मुष्कील अशा दुर्गम पहाडांवर, गुहांत आहेत. मेक्सिकोमधील पालेन्क येथील पिरॅमिडच्या एका फरशीचे फोटो घेण्यासाठी त्यांना मेक्सिकन

सरकारकडे आठ वेळा अर्ज करावा लागला. त्यानंतर त्यांना कशीबशी परवानगी मिळाली. ती सुद्धा फक्त अर्ध्या तासापुरती! बोलिव्हियातील टिआहुआन्को या शहरात पोहोचण्यासाठी पेरू या देशातील कुझको शहरातून निघाल्यावर कित्येक दिवस बोटीने व रेल्वेने प्रवास करावा लागतो. १३००० फूट उंचीवरील या शहराच्या आसपास मैलोंमैल लोकवस्ती नाही. पेरू व शेजारच्या इक्वेडोर या देशातील भूगर्भाखालील रस्त्यांचे जाळे शोधण्यासाठी त्यांना कित्येक दिवस तिथल्या रानटी लोकात राहून त्यांचा विश्वास संपादन करावा लागला, कारण आत जाण्याचा योग्य मार्ग त्यांनाच माहीत होता. त्यांच्या संशोधनामागे अपरिमित श्रम आणि कष्ट आहेत यात शंकाच नाही...

या सिद्धांतावर पुरावे मांडण्यासाठी त्यांनी आजपर्यंत डझनभर तरी पुस्तके लिहिली आहेत. हे पुस्तक मुख्यत: त्यांच्या पहिल्या आणि अत्यंत गाजलेल्या Chariots of the Gods या पुस्तकावर आधारित आहे.

लेखकाप्रमाणेच कित्येक वर्षांपूर्वी डॉ. मॉरीस जेसप (मृत्यू १९५९) यांनीही अशाच तऱ्हेची मते व्यक्त केली होती. ते एक नाणावलेले खगोलशास्त्रज्ञ व त्या काळातील 'चन्द्र' या विषयावरचे तज्ज्ञ म्हणून ओळखले जात. दक्षिण अमेरिकेतील पेरू, बोलिव्हिया आणि इतर देशातील माया, इंका व त्यांच्या आधींच्याही अज्ञात संस्कृतीची भव्य बांधकामे आणि वीस काय, दोनशेच काय पण दोन हजार टन वजनांचे दगड खाणींपासून शेकडो मैलांवर आणून, लीलया डोंगराच्या कड्यांवर सुद्धा चढवून त्यावर केलेली कोरीव कामे पाहिल्यावर त्यांनी म्हटले होते की ही बांधकामे, 'वजनरहित' अवस्थेत या प्रचंड शिळा आकाशातून अंतराळयानांच्या सहाय्याने उचलून आणून व एकमेकांवर चढवून केली असावीत.

मग हेच तंत्र पिरॅमिड बांधताना वापरले असेल काय?

या शतकात आपल्याला आलेला या गोष्टींचा अनुभव काय आहे?

इजिप्तच्या दुसरा रामेसिस या राजाने नाईलच्या किनाऱ्यावर अबू सिम्बेल येथे दोन देवळे बांधली. या देवळांच्या प्रवेशद्वाराशीच त्याचे स्वत:चेच ६० फूट उंचीचे चार प्रचंड पुतळे होते. अस्वान धरण बांधल्यावर ही देवळे धरणाच्या पाण्याखाली बुडून जाणार होती. ऐतिहासिक महत्त्वाच्या या कलाकृती वाचवण्यासाठी ही देवळे त्यांच्या सध्याच्या जागेपासून १८० फूट उंच हलवण्यासाठी जगातील प्रगत औद्योगिक राष्ट्रांनी कंबर कसली. अद्ययावत यंत्रसामुग्री आणली गेली पण पुतळे मात्र शेवटी उभे-आडवे कापूनच वर न्यावे लागले आणि पुन्हा जोडावे लागले. कारण या पुतळ्यांचे वजन पेलू शकतील अशा क्रेन्स अस्तित्वात नाहीत. ते पुतळे 'हलवण्यासाठी' आणलेली यंत्रसामुग्री पाहिल्यावर प्रथम विचार मनात येतो तो इजिप्शियन लोकांनी आजचे आधुनिक तंत्रज्ञान नसताना हे पुतळे

कोरले तरी कसे? हे पुतळे निदान तिथल्या जागेवरच्या खडकांतून कोरलेले आहेत पण थेबेसजवळील मेमनॉन येथील ६०० टन वजनाच्या पुतळ्यांचे काय? किंवा बालबेक येथील २००० टन वजनाच्या ६०-६० फूट लांबीच्या शिलांचे काय? त्या कशा वाहून नेल्या? कापल्या कशा? लाकडी रोलर्सचे मूर्खपणाचे स्पष्टीकरण किती दिवस पुरणार? मग डॉ. जेसप म्हणतात तसाच प्रकार असेल आणि हे ज्ञान असणारी प्रगत संस्कृती पृथ्वीवर अस्तित्वात नसेल तर परग्रहांवरील अंतराळवीरांचेच हे काम असेल काय?

भूपृष्ठावर सापडणारी बांधकामे सोडून भूगर्भात ७५० फूट खोल, हजारो मैल लांबीच्या रस्त्यांचे जाळेच दक्षिण अमेरिकेतील पेरू आणि इक्वेडोर या देशांखाली आढळून आले आहे. भूगर्भातील हे रस्ते कुठपर्यंत पोहोचतात हे आजही माहीत नाही. रस्त्याचे प्रत्येक वळण अगदी काटकोनात आहे. भिंती व छते अगदी गुळगुळीत आहेत. इतकी गुळगुळीत की कित्येक ठिकाणी पॉलीश केल्याप्रमाणे ती चकाकतात.

वृक्षारोपणासाठी दोन फूट लांबी, रूंदी, उंचीचे खड्डे खणावे लागले तरी किती माती वर निघते याची कल्पना प्रत्येकाला कधी ना कधी आली असेल पण बोगद्यांचे एवढे प्रचंड जाळे जमिनीखाली असून त्याची कल्पना येणारे जमिनीवर काहीच कसे नाही? या ठिकाणी एका प्रचंड हॉलमध्ये फक्त एक मिलीमीटर जाड, ३ फूट २ इंच लांब आणि १ फूट ७ इंच रूंद असे शेकडो पत्रे सापडले आहेत. त्यावरील चिन्हांचा आणि लिखाणाचा अर्थ आपण अजून लावू शकलेलो नाही.

तुर्कस्थानमधील डेरिन्कुय या ठिकाणी अशी तेरा मजली बांधकामे जमिनीखाली आढळली आहेत. म्हणजे आजपर्यंत तरी आपण तेराच मजले खालपर्यंत खणत गेलो आहोत. विहिरी, खेळती हवा त्याचप्रमाणे पळून जाण्यासाठी वेगवेगळे मार्गही इथे आढळतात. तुर्कस्तानमध्ये अशी चौदा शहरे माहिती आहेत. एके काळी १०-१२ लाख लोक तरी वर्षांनुवर्षे त्यात राहत होते असा अंदाज आहे. यांना लागणारा अन्नपुरवठा कसा होत होता? कुठून होत होता? कोण करीत होते?

आपण कॉमिक्स पुस्तकात 'मोल' नावाच्या जमिनीखालून प्रवास करणाऱ्या यंत्राबद्दल कित्येक वर्षे वाचत आहोत. रॉकेटसारखे दिसणारे असे यंत्र आता अमेरिकेने खरोखरच बनवले आहे. उष्णता निर्माण करून, खडकसुद्धा वितळवून ते बोगदे खणत पुढे जाते. दगड, माती वगैरे काही वर काढायचा प्रश्नच येत नाही.

या अशाच पण आणखीही अद्ययावत यंत्रांच्या सहाय्याने पेरू, इक्वेडोर,

तुर्कस्तान येथील ही भूगर्भातील कामे केली गेली होती का? ज्या जमातींना अंतराळ प्रवासाचे ज्ञान हजारो वर्षांपूर्वी होते त्यांना तरी ही गोष्ट अशक्य नसावी.

उडत्या तबकड्या हा डॉ. मॉरिस जेसप यांचा त्यांच्या मृत्यूपर्यंत संशोधनाचा विषय होता. या विषयावर त्यांनी एक पुस्तकही लिहिले होते. उडत्या तबकड्या कोणत्या शक्तींवर चालतात याचे त्यांना गूढ होते. या उडत्या तबकड्या जे इंधन वापरतात, त्याची माहिती आपल्या हजारो वर्षांपूर्वीच्या काळात कुणाला तरी होती व हीच परग्रहांवरील जमात देव म्हणून गणली जाऊ लागली, हाच धक्कादायक विचार त्यांनीही मांडला होता.

हे इंधन शोधून काढीपर्यंत आपण अंतराळ प्रवासाचा विचार प्रत्यक्षात आणूच शकत नाही. आजपर्यंत आपण बांधलेली सर्व अंतराळयाने आणि तयार होत असलेल्या नवीन आराखड्यांप्रमाणे नजिकच्या भविष्यकाळात बांधली जाणारी अंतराळयाने अग्निबाणांच्या आकाराचीच आहेत. दोन गोष्टींमुळे याच आकाराची अंतराळयाने बांधणे आपल्याला भाग पडत आहे. एक म्हणजे शक्तीमान प्रॉपल्शन युनिटस् आपल्याकडे नाहीत आणि दुसरी म्हणजे पृथ्वीच्या वातावरणाबाहेर पडण्यासाठी हवेच्या घर्षणाचा कमीत कमी त्रास होईल असाच आकार असणे आवश्यक आहे. दुसऱ्या सूर्यमालांवर प्रवास करायचा झाला तर अशी वाहने निरुपयोगी आहेत कारण त्यातून वर्षानुवर्षे प्रवास करावा लागणार आहे. एकदा अंतराळात शिरलो की कोणत्याही आकाराचे अंतराळयान खरे म्हणजे चालू शकेल कारण तिथे हवेच्या घर्षणाचा प्रश्नच नाही. हवाच नाही तर घर्षण कुठून? आपले 'ईगल' हे चन्द्रयान खोक्याच्या आकाराचे होतेच की! थोडक्यात, पृथ्वीवरील वातावरणासारख्या वातावरणाला तोंड देण्याचा प्रश्न येत नसेल तर तिथे कमीत कमी घर्षण होईल अशाच तऱ्हेची अंतराळयाने बांधण्याचा विचार करण्याचे कारणच नाही. छोट्या अंतराळयानात अंग चोरून बसावे लागते. हलावे लागते. सगळी यंत्रे एकावर एक रचावी लागतात. एखाद्या कोपऱ्यात रॉकेटस् सोडण्याची साधनसामुग्री ठेवावी लागते.

अंतराळावर स्वारी करण्यासाठी आत्ताची द्रवरूप इंधनेसुद्धा उपयोगी नाहीत. ती वापरून जादा इंधनाचा साठा, अंतराळयात्रिकांच्या खोल्या, इतर यंत्रसामुग्री अंतराळात वाहून नेताच येणे शक्य नाही. त्यासाठी अणुशक्ती किंवा फोटॉन रॉकेटस् असल्या गोष्टींचा वापर करावा लागेल. अशी अंतराळयाने प्रकाशवेगानेच उडू शकतील आणि इंधनाचा अमर्याद काळापर्यंत पुरवठा होत राहील.

अशा तऱ्हेची प्रचंड अंतराळयाने बांधण्यासाठी पृथ्वीभोवती फिरणारे एक प्रचंड स्थानक बांधावे लागेल. एकेक भाग पृथ्वीवरून अंतराळात उडवायचा आणि एकामागोमाग एक भाग जोडत जायचे. पेन्सिलच्या आकारांची अंतराळयाने

बांधण्याचे मग कारणच नाही.

अंतराळवीरांना आणखी एक प्रश्न सोडवावा लागेल. गुरुत्वाकर्षण! अंतराळात गुरुत्वाकर्षण नसतेच आणि वर्षानुवर्षे चालणाऱ्या प्रवासासाठी अंतराळवीरांना गुरुत्वाकर्षणाची आवश्यकता आहेच. मग गुरुत्वाकर्षण निर्माण करावे लागेल. पाण्याने भारलेली बादली जर जोरजोरात फिरवली तर त्यातून पाण्याचा एक थेंबसुद्धा सांडत नाही. पाणी तळाशी किंवा डोक्यावर असेल तेव्हा, छताशी म्हणू या, अगदी चिकटून राहते. केन्द्रप्रसारी बलामुळे (Centifugal Force) एक प्रकारचे गुरुत्वाकर्षणच निर्माण होते. अंतराळयानांच्या बाबतीतही हे करावे लागेल आणि त्यासाठी त्यांचा आकार गोलाकार आणि तबकड्यांसारखा वगैरेच असावा लागेल. मग अंतराळवीरांना मॅग्नेटिक बूट घालण्याची, पक्ष्यांप्रमाणे हवेतले अन्न पकडण्याची वगैरे आवश्यकताच राहणार नाही. ते नेहमीसारखेच या अंतराळयानात वावरतील.

आज हे जे आपण सर्व विचार करतो आहोत तेच प्राचीन काळातील देवांनी केले आहेत. चमकणाऱ्या अंडाकृती वाहनातून, गोलाकार यानातून प्रवास करणारे देव सर्व ठिकाणी सापडले आहेत. सुमेरियन सील्सवर गोलाकार यानांवर बसलेले, चेंडूवर बसून उडणारे देव नेहमीच दिसतात. अ‍ॅझटेक लोकांचा सूर्यदेव गोलाकार अंतराळयानात बसून त्यातल्या यंत्रांशी खटखट करताना दिसतो. मग या सर्व देवांनी जर अगदी आपल्यासारखाच विचार करून त्या काळात अंतराळयाने बांधली असतील आणि अंतराळप्रवास केला असेल तर ते देव नसून परग्रहांवरील अंतराळवीरच होते याबद्दल शंका का यावी?

आपल्या सिद्धान्ताला कडक विरोध होणार हे लेखक गृहित धरून आहे. तो म्हणतो, त्याचे एक सोडा पण जागतिक कीर्ती मिळालेल्या संशोधकांनासुद्धा इतर लोकांकडून विरोध झालाच नाही किंवा इतर शास्त्रज्ञांकडूनही टवाळकी झालीच नव्हती असा भाग थोडाच आहे?

थॉमस अल्वा एडिसनच्या नावावर जगात अडीच हजार पेटंटस् तरी आहेत. त्याला त्याच्या फोनोग्राफच्या शोधाबद्दल इतर शास्त्रज्ञांकडून आलेला अनुभव सांगण्यासारखा आहे.

एडिसनच्या विनंतीनुसार मौसेल या शास्त्रज्ञाने एडिसनच्या फोनोग्राफचे प्रात्यक्षिक ११ मार्च १८७८ रोजी पॅरीसमध्ये सायन्स अकॅडमीसमोर करावयाचे ठरविले. ते प्रात्यक्षिक पाहिल्यावर एक शास्त्रज्ञ रागावून उठला आणि म्हणाला, 'आमची काय फसवणूक चालवली आहे? हा तर शुद्ध शब्दभ्रमाचा प्रकार आहे.' या प्रकाराची चौकशीच केली गेली आणि हा सर्व बनवाबनवीचा प्रकार आहे असे ठरले. ३०सप्टेंबर, १८७८ रोजी निर्णय झाला की आवाजाची दिशा

न ओळखता येईल अशा तऱ्हेने बोलण्याचा हा फारच सुंदर प्रयोग होता म्हणून. माणसाचा आवाज कोणत्याही धातूतून काढणे ही केवळ अशक्य गोष्ट आहे. या विद्वानांना फक्त एकच गोष्ट माहिती नव्हती. अमेरिकेत या शोधाचे पेटंट १९ फेब्रुवारी १८७८ रोजीच एडिसनला देण्यात आले होते.

२६ फेब्रुवारी, १८६१ रोजी लाइपझिग येथे योहान फिलीप रीस याने टेलिफोनचे पहिले प्रात्यक्षिक दाखवले. १८६४ मध्ये फ्रँकफुर्ट येथे शास्त्रज्ञांच्या परिषदेत त्याने त्याचा उपयोग दाखवला. त्यावेळी त्याला वाक्येच्या वाक्ये मात्र प्रक्षेपित करता आली नाहीत. तरीही हा शोध किती क्रांतीकारक ठरेल हे लक्षात यावे इतका तो निश्चितच यशस्वी झाला होता. पण त्याच्याकडे संपूर्ण दुर्लक्ष करण्यात आले.

१८७२ मध्ये सर्व संशोधनांचा इतिहास म्युनिखमध्ये लिहिला गेला त्यात रीसचा उल्लेखही नव्हता. 'टेलिफोन' या त्यानेच तयार केलेल्या शब्दाचाही त्यात उल्लेख नव्हता. सर्व जण त्याचे संशोधन कायमचे विसरूनही गेले असते पण त्याच वर्षी अलेक्झांडर ग्रॅहॅम बेल याने टेलिफोनचे सुधारलेले उपकरण शोधले आणि 'टेलिफोनचा जनक' म्हणून जगात त्याची कायमची नोंद झाली.

रीस हा कंगाल अवस्थेत दोन वर्षांनी मरण पावला. त्याच्या शोधाचा उपयोग त्याला कधीच झाला नाही. प्रत्येक टेलिफोनमागे फक्त एक पेन्स एवढी रॉयल्टी त्याला मिळाली असती तरी तो जगातला एक श्रीमंत माणूस बनला असता.

गिलोटीनवर मरण पावलेला लव्हायझ्ये सायन्स अकॅडमीचा एक संचालक, खजिनदार व बँक मॅनेजरही होता. याशिवाय आधुनिक रसायनशास्त्राचा तो जनक समजला जातो. त्याने शेकडो वर्षे खऱ्या वाटत असलेल्या समजुती खोट्या पाडल्या. हवेचे वेगवेगळे घटक कोणते ते सांगून, पाणीसुद्धा आणखी ज्याचे घटक पाडता येत नाही असा पदार्थ (Element) नसून दोन घटकांच्या सहाय्याने बनलेला पदार्थ (Compoun) आहे असे त्याने जाहीर करून टाकले. या त्याच्या 'उद्धटपणामुळे' एका सदस्याने खवळूनच सायन्स अकॅडमीच्या सभेत सांगितले की, मूलद्रव्ये २००० वर्षांपूर्वीच शोधली गेली आहेत. प्रत्येक शतकात शास्त्रज्ञांनी त्यांची फेरतपासणी केली आहे. लव्हायझ्ये आता पाणी आणि वायू हे निरनिराळे घटक बनून झालेले पदार्थ आहेत असे सांगायला लागला तर आजपर्यंतचे सर्व संशोधन मातीमोल ठरेल. लोकांचा संधोधनावरचा विश्वासच ढळेल.

वाफेवर चालणारे पहिले इंजिन जॉर्ज स्टीफन्सन याने १८१४ मध्ये बांधले; पण या शोधाचे दूरगामी परिणाम लक्षात यायला राजकीय नेत्यांनासुद्धा ७ वर्षे

लागली. पार्लमेंटमध्ये नवीन रेल्वे बांधण्याच्या प्रस्तावावर त्याला कुणी बोलूच देईना. वाफेचे इंजिन रेल्वेमार्गावरील घरांना आगी लावील, त्या आवाजाने लोक वेडे होतील, रेल्वे मार्गावरील जमिनींची किंमत कमी होईल असे अनेक मुद्दे निर्माण करण्यात आले. पण काही वेळा अनेक शास्त्रज्ञ आपल्या सहकाऱ्याचा एखादा शोध मातीमोल ठरवत असताना राजकीय नेते मात्र अशा शोधांनी होणारी क्रांती, होणारे परिवर्तन लक्षात घेऊ शकतात. १८२१ मध्ये पार्लमेंटने ३६ विरुद्ध ३५ मतांनी लिव्हरपूल ते मॅन्चेस्टर हा मार्ग बांधायला परवानगी दिली; तरीही आता अनर्थ माजायची वेळ आली आहे असे इतर शास्त्रज्ञ म्हणतच राहिले.

अगदी विद्वान असे सायन्स अकॅडमीचे सदस्य सुद्धा काही वेळा अगदी आश्चर्यकारक चुका करतात. ज्या रूढींचा वर्षानुवर्षे पगडा बसलेला असतो, त्यांचा त्याग तेसुद्धा करू शकत नाहीत. क्रांतिकारक शोधांच्या जनकांना फार मोठे अपमान सहन करावे लागतात. त्यांच्या मृत्यूनंतरच त्यांच्या शोधाचे महत्त्व जगाला समजते अशी अनंत उदाहरणे आहेत.

पण मांडलेल्या सिद्धान्तांची दृष्य फळे पाहू शकलेला व ते सिद्धांत प्रत्यक्षात उतरलेले पाहिलेला एक शास्त्रज्ञ म्हणजे 'अंतराळ युगाचा जनक' म्हणून मानला गेलेला हर्मन ओबेर्थ!

१९१७ मध्येच हर्मन ओबेर्थ याने १० टन वजन अंतराळात नेऊ शकेल अशा २५ मीटर लांबीच्या आणि ५ मीटर व्यासाच्या अग्निबाणाचा आराखडा बनवला. ऑक्सिजन आणि अल्कोहोल यांचे मिश्रण इंधन म्हणून वापरले जाईल असेही तो म्हणाला आणि तात्काळ इतर शास्त्रज्ञांच्या कुचेष्टेचा विषय ठरला. असा अग्निबाण कधीच आकाशात उडणे शक्य नाही असे टीकाकार सर्वांच्या कानीकपाळी ओरडत राहिले.

१९२३ मध्ये Rockets to Planetary Space आणि १९२९ मध्ये Ways to Spaceships' Travel's अशी अगदी भविष्यसूचक पुस्तके त्याने लिहिली. आता त्याच्यावरची टीका अगदी जहरी बनली होती. माणसाचे अस्तित्वच नष्ट होण्याची जेव्हा पाळी येईल तेव्हाच अंतराळप्रवास बहुतेक शक्य होईल असे अनेकांनी प्रतिपादन केले. ओबेर्थने मात्र कधीच कुणाची पर्वा केली नाही.

आज आता अग्निबाण या विषयावर जास्त काही सांगण्याची आवश्यकताच दिसत नाही. त्याच्या सिद्धांतावर आधारलेली त्याची सर्व भविष्ये खरी ठरत आहेत. मानव जातही काही नष्ट झालेली नाही. आता त्याच्यावर अफाट टीका करणाऱ्यांचा शब्दही ऐकू येत नाही.

त्याच्या सिद्धांताचे यश बघण्याचे भाग्य ओबेर्थला लाभले ही आनंददायक

घटना आहे. असे नशीब फार थोड्यांच्या वाट्याला आले आहे.

हा सर्व इतिहास लक्षात घेऊन आपल्या सिद्धांतालाही कडाक्याचा विरोध होणार याची डॅनिकेन यांना पूर्ण कल्पना आहे. प्रचलित समजुतींच्या संपूर्णत: विरोधी विचार कोणी मांडला तर जगाची उपजत प्रवृत्ती अशा विचाराला थारा न देण्याचीच असते हे त्यांनाही माहीत आहे. पण ते म्हणतात, काही काही गोष्टींबद्दलची मते मानवाला बदलायला लागली नाहीत का? पृथ्वी गोल आहे किंवा ती सूर्याभोवती फिरते असे ६०० वर्षांपूर्वी जे म्हणत होते त्यांची गणना वेडगळ लोकांतच व्हायची. वाफेच्या इंजिनाचा शोध लागल्यावरसुद्धा लिव्हरपूल ते मॅन्चेस्टर हा पहिला रेल्वेमार्ग बांधायला ७ वर्षे विरोध होत होता. टेलिफोनवरून जगातील एका भागातून दुसऱ्या भागाशी संपर्क साधता येईल या गोष्टीवर तरी किती जणांचा विश्वास होता? आणि या सर्व गोष्टींबद्दल आज काय परिस्थिती आहे?

म्हणूनच ते म्हणतात की माझा सिद्धांत चुकीचा वाटत असेल तर मी मांडलेल्या सर्व गोष्टींना पर्यायी स्पष्टीकरण द्या. दुर्लक्ष करून मी सांगितलेल्या गोष्टींचे अस्तित्व नाहीसे होणार नाही. हल्लीचे युग विज्ञानयुग आहे. तेव्हा तंत्रज्ञ लोकच मी सांगितलेल्या अनेक मुद्द्यांच्या शक्याशक्यतेची शहानिशा समर्थपणे करू शकतील. तेव्हा इतिहासकार, उत्खनन शास्त्रज्ञ या सर्वांनी सर्व शास्त्रातील तंत्रज्ञांचा सल्ला घेऊन मानवी इतिहासाकडे पुन्हा नजर टाकायला हवी आणि आवश्यक असेल तर तो इतिहास संपूर्ण बदलायला हवा.

इजिप्तच्या अगदी पुराणकालीन चित्रलिपीतील तीन कोरीव शब्दांचा अर्थ आता लागला आहे. 'मला उडायचे आहे.' या भाषांतराबद्दल इजिप्तचे तज्ज्ञ जास्त काही बोलायला तयार नाहीत. ते भाषांतर त्यांनीच केलेले असूनही!

१८९८ मध्ये सक्करजवळील एका थडग्यात एक प्रतिकृती सापडली. त्याच्यावर पक्षी अशी चिठ्ठी डकवून कैरो येथील म्युझियममध्ये ती ठेवली गेली. पुरी सत्तर वर्षे! पुराणकालीन इतर शेकडो वस्तुंमधला हा एक पक्षी. १९६९ मध्ये डॉ.खलील मेसिया यानी हा पक्षी पाहिला. त्यांची नजर खिळली ती त्याच्या सरळ पंखांवर, उंच आणि सरळ शेपटीवर. त्यानी त्या पक्षाचे नीट निरीक्षण केले. त्याच्यावर काहीतरी कोरलेले होते. त्या अक्षरांचा अर्थ होता 'अमॉनची भेट!'

अमॉन कोण होता? इजिप्तचा वायुदेव! डॉ. खलील यांचे कुतूहल चाळवले गेले. परिणाम?

आज तो 'पक्षी नाही तर विमानाची प्रतिकृती आहे' हे सर्वमान्य आहे.

तज्ञांनी तपासणी करून अशा तऱ्हेने बांधलेले विमान उडू शकेल याची खात्री करून घेतली आहे.

या घटनेनंतर इजिप्शियन सरकारने एक तज्ञ समिती नेमून म्युझियममधील सर्वच 'पक्ष्यांच्या' प्रतिकृतींचा नव्याने अभ्यास केला. १२ जानेवारी, १९७२ रोजी प्राचीन इजिप्तच्या विमानांच्या प्रतिकृतींचे पहिले प्रदर्शन भरविण्यात आले. त्यात १४ पक्षी आता मांडून ठेवण्यात आले आहेत. विमानांच्या प्रतिकृती म्हणून!

जोसेफ ब्लुमरिच हा हंटस्व्हिले, अलाबामा येथील अमेरिकेतील राष्ट्रीय अंतराळ संशोधन संस्थेचा (नासा) एक तंत्रज्ञ. अग्निबाण तंत्राबद्दलची अनेक पेटंटस् त्याच्या नावावर आहेत. सॅटर्न आणि अपोलो रॉकेटस्वरील त्याच्या असाधारण कामगिरीबद्दल खास पदक देऊन अमेरिकन सरकारने त्याचा गौरवही केला आहे. लेखकाचे पहिले पुस्तक वाचल्यावर तो खवळला पण हाडाचा तंत्रज्ञ असल्याने त्याने पुराव्यानिशी लेखकाचे म्हणणे खोडून काढायचे ठरविले. बायबल विकत घेऊनत्याने इझिकेलची प्रवास वर्णने वाचायला सुरुवात केली. ती वाचता वाचता त्यात तो इतका रंगला की त्याने त्या वर्णनांप्रमाणे आराखडे बनवले, आलेख काढले, गणिते केली आणि तो अशा निर्णयाला पोहोचला की इझिकेलची अंतराळयाने अगदी शक्य कोटीतील आहेत. फक्त विज्ञानातील तेवढा टप्पा गाठायला आपल्याला अजूनही ५०-६० वर्षे आहेत. इझिकेलने वर्णन केलेल्या अंतराळयानाचा संबंध पृथ्वीभोवती भ्रमण करणाऱ्या अंतराळयानाशी होता; असाही निष्कर्ष त्याने काढला आहे. अपोलो- ११ हे मुख्य यान चंद्राभोवती फिरत होते आणि चंद्रयानातून नील आर्मस्ट्राँग आणि एडविन आल्ड्रीन चंद्रावर उतरले तसाच हा प्रकार. थक्क करणारी गोष्ट ही की २५०० वर्षांपूर्वी हे सर्व घडले होते.

यानंतर ब्लुमरिच याने स्वतःच एक 'इझिकेलची अंतराळयाने' (The Spaceships of Ezekiel) नावाचे एक पुस्तक लिहिले व त्यात त्याच्या संशोधनाचे निष्कर्ष मांडले. डॅनिकेनचे म्हणणे खोडून टाकायला निघालेल्या ब्लुमरिच याने त्याच्या म्हणण्यात खरोखरच तथ्य आहे असाच निर्वाळा द्यावा ही आश्चर्याची गोष्ट नाही? आणि हल्लीच्या युगात प्राचीन काळातील न समजणाऱ्या गोष्टींचा अर्थ लावण्यासाठी तंत्रज्ञांची मदत घ्यावी, असे जे डॅनिकेन म्हणतात त्यालाच पुष्टी देणारी ही गोष्ट नाही का? अमेरिकन विमानतंत्रज्ञ जॉन अॅन्डरसन याच्या बाबतीत हेच घडले आहे. पालेन्क येथील शिलाचित्राचा अभ्यास करून त्याने त्याच्या प्रत्येक रेषेचा अर्थ लावून सिद्ध केले आहे की, ते अंतराळयान खरोखर उडू शकेल म्हणून.

डॉ. मेसन यांची मते, ब्लुमरिच, अॅन्डरसन यांचा पाठिंबा, इजिप्तमधील प्राचीन विमाने या सर्व गोष्टी डॅनिकेन यांचा सिद्धांत बरोबर आहे असेच दर्शवितात.

डॅनिकेन यांचा सिद्धान्त हा असा आहे :

अज्ञात अशा पौराणिक काळात कोणत्या तरी बुद्धिमान जमातीत अंतराळात युद्धसंग्राम झाला.

पराभूत जमातीतल्या काही जणांनी अंतराळयानात बसून पळ काढला.

जिंकलेली जमात कशा तऱ्हेने विचार करील याची पूर्ण कल्पना त्यांना होती. म्हणून पळून गेल्यावर ज्या ग्रहांवर वस्ती करणे त्यांना सहज शक्य होते अशा ग्रहांवर ते उतरलेच नाही.

त्यांनी पृथ्वी हा ग्रह शोधला. त्यावरची परिस्थिती त्यांच्या पूर्वीच्या ग्रहाशी मिळतीजुळती होती. या नवीन वातावरणाचा सराव होण्यासाठी ते अनेक वर्षे पृथ्वीवर गॅसचे मुखवटे घालूनच वावरले. म्हणूनच जगातल्या गुहांत मुखवटे, शिरस्त्राणे आणि इतर उपकरणे असलेले 'देव' आज आपल्याला दिसतात.

त्यांचा शोध करून संपूर्ण विनाश करण्याचा प्रयत्न जेते करणारच. या भीतीने त्यांनी प्रथम जमिनीखाली शेकडो फूट खोल राहण्यासाठी प्रचंड विवरे खणली. हजारो मैल लांबीचे रस्ते बांधले.

पाठलागावर असणाऱ्या जेत्यांना फसविण्यासाठी त्यांनी आपल्या सूर्यमालेतील पाचव्या ग्रहावर अंतराळस्थानके बांधली, ट्रान्स्मिटर्स उभारले.

या त्यांच्या सापळ्यात जेते लोक बरोबर अडकले आणि कसलाही विचार न करता तो ग्रह त्यांनी उद्ध्वस्त करून टाकला. आज आपल्या सूर्यमालेकडे नजर टाकली तर आजच्या चौथ्या आणि पाचव्या ग्रहातील, म्हणजेच मंगळ आणि गुरू यांच्यातील ३० कोटी मैलांचे अंतर अगदी अनैसर्गिक वाटते. पण ती जागा रिकामी नाही. लाखो दगड या ठिकाणी सूर्याभोवती फिरतात आणि याला आपण म्हणतो लघुग्रहांचा पट्टा! (Planetoid Belt) अगदी प्रथमपासून आपल्या खगोलशास्त्रज्ञांना वाटत आहे की मंगळ आणि गुरू यांच्यात एक ग्रह निश्चित असायला हवा होता पण तो उद्ध्वस्त झाला कसा? तो उध्वस्त झाला नाही, केला गेला!

तो ग्रह उध्वस्त झाल्यावर पराभूत जमातीची आता नावनिशाणी शिल्लक नाही अशी जेत्यांची खात्री पटली आणि ते आपली अंतराळयाने घेऊन स्वतःच्या ग्रहावर परत गेले.

आपल्या ग्रहमालेतील या पाचव्या ग्रहाच्या नाशामुळे सूर्यमालेतील सर्वच ग्रहांचा समतोल काही काळ ढळला. पृथ्वीचा आस थोडा तिरपा झाला.

सर्वत्र महापूर आले.

त्यांच्या लपण्याच्या ठिकाणाहून पराभूत बुद्धिमान जमात बाहेर आली. त्यावेळच्या पृथ्वीवरील आदिमानवांवर त्यांनी प्रयोग केले; त्यांच्यासारखीच बुद्धिमान जमात निर्माण करण्याच्या हेतूने!

मानवाच्या लाखो वर्षांच्या उत्क्रांतीचा विचार केला तर मानवाच्या बुद्धीची वाढ अगदी अचानक झाली आहे. या अफाट काळाचा विचार करता तो एका रात्रीत घडलेला चमत्कार वाटतो. डार्विनच्या सिद्धांताप्रमाणे गोरीला आणि चिम्पांझीसारख्या माकडांपासून मानवाची उत्पत्ती झाली हे मान्य केले तरी एकाएकी बुद्धी प्रगल्भ होऊन माकडाचा मानव बनण्यात या परग्रहवासियांचा हात आहे.

आता याच परग्रहवासियांना पृथ्वीवरील जमाती 'देव' मानायला लागल्या. पण पृथ्वीवरील बुद्धिमान जमातींची प्रगती तशी फार हळुहळू होत होती आणि काही वेळा संतापून या देवांनी, ज्यांनी ज्यांनी घालून दिलेले नियम पाळले नाहीत त्यांचा संहार घडवून आणला. याच्यात आपण काही अनैतिक गोष्ट करीत आहोत असे 'देवांना' मुळीच वाटत नव्हते. त्यांच्याप्रमाणे बुद्धिमान जमात निर्माण करणे एवढेच ते त्यांचे कर्तव्य मानीत होते. त्याच्या आड येणारी प्रत्येक गोष्ट ते निष्ठुरपणाने बाजूला सारीत होते.

पण यावेळेपर्यंत प्रथम उतरलेले अंतराळवीर शिल्लक नव्हते, तर त्यांची पुढची पिढी होती. देवपुत्रांची! आणि ते नाश करायला निघाले की पृथ्वीवरील जमाती घाबरून जात होत्या.

या देवांच्या भीतीनेच पृथ्वीवरील जमातींनीही आता लपण्यासाठी जमिनीखाली जागा शोधायला सुरुवात केली. इक्वेडोर आणि पेरू या देशातल्या सारखीच पण तितक्या उत्कृष्ट आयुधांनी न केलेली बांधकामे सॅन ऑगस्टीन (कोलंबिया) चोलुला (मेक्सिको) अशा ठिकाणी सापडली आहेत ती याचमुळे.

निदान पहिले 'देव' जे उतरले त्यांची डॅनिकेनची कथा ही अशी आहे. खुलासा हा असा आहे.

पण शेवटी डॅनिकेन यांचा सिद्धांत बरोबर आहे हे सिद्ध करण्यासाठी दुसऱ्या ग्रहांवर आपल्याहून प्रगत संस्कृतीचे अस्तित्व सिद्ध करायला पाहिजे, त्यांच्याशी संपर्क साधला पाहिजे आणि त्यासाठी अंतराळात पाऊल ठेवायला पाहिजे. त्या दृष्टीने पावले टाकायला आपण खरी म्हणजे कधीच सुरुवात केली आहे.

पृथ्वीचा अज्ञात विश्वाबाबतचा अनुभव

अंतराळ प्रवासाच्या योजना हातात घ्यायच्याच कशासाठी हा प्रश्न अनेक चर्चा करून सुटलेला नाही. आपल्या पृथ्वीवरच इतके प्रश्न निर्माण होत असताना अज्ञात विश्वात आपल्याला नाक खुपसायचे काही कारण नाही असे म्हणून अंतराळप्रवास अगदी निरर्थक आहे असे सिद्ध झालेले नाही.

अगदी सुरुवातीपासून दोन प्रश्न मानवाचे डोके खात आले आहेत. कोणतीही गोष्ट का होते? कशी होते? सर्व संशोधनाचे जनक कोण असतील तर हे दोन प्रश्न आहेत. मानवाच्या प्रगतीला कायम चालना मिळाली आहे ती या दोन प्रश्नांनी. आज आपले राहाणीमान वाढले आहे, प्रवास सोपा झाला आहे, शारीरिक कष्ट कमी करायला लागत आहे, नवनवीन यंत्रे शोधली जात आहेत, ऊर्जेची नवीन नवीन साधने हुडकली जात आहेत, घरात टेलिफोन, फ्रीज, मिक्सर वगैरेंसारख्या गोष्टींनी किती तरी कामे हलकी होत आहेत. या सर्वांचे कारण वरचे दोन प्रश्नच. कोणत्याही गोष्टीबद्दल मानवाच्या मनात एकदा का हे प्रश्न निर्माण झाले की त्यांची उत्तरे

मिळेपर्यंत तो थांबलेलाच नाही. विज्ञानामुळे निर्माण झालेल्या वस्तू शाप नसून वरदान ठरत आहेत. अगदी अणुबॉम्बसारख्या भयानक अस्त्राचा उपयोगसुद्धा मानवाच्या कल्याणासाठी होऊ पाहत आहे.

स्वच्छ चित्र निघण्यासाठी फोटोग्राफी या कलेत ११२ वर्षांचा काळ जावा लागला. टेलिफोन तयार व्हायला ५६ वर्षे लागली. अप्रतिम रेडिओ बनवायला ३५ वर्षे संशोधन करायला लागले. या उलट रडारचा शोध आणि त्याचा वापर यात १५ वर्षे गेली. १२ वर्षांच्या संशोधनात टेलिव्हिजन तयार झाला आणि अणुबॉम्बची निर्मिती फक्त ६ वर्षांत झाली. गेल्या ६० वर्षांचा अनुभव असा आहे की माणूस एखाद्या गोष्टीच्या मागेच लागला तर ती मिळविण्यासाठी त्याला आता कमी कमी वेळ लागायला लागला आहे. सध्याच्या तंत्रज्ञानाची झेप भव्य-दिव्य आहेच पण थोडी घाबरवून सोडणारी सुद्धा.

पाणी हे क्षेत्र जलचर प्राण्यांसाठी, आकाशात उडणाऱ्या पक्ष्यांसाठी आणि जमीन हे क्षेत्र मानवांसाठी असे 'देवाने' ठरवून सुद्धा सर्व नैसर्गिक नियम झुगारून देऊन आपल्या प्रगल्भ बुद्धिमत्तेच्या बळावर मानव सर्वत्र संचार करीत आहे. विमानातून तो तासन्तास आकाशात फिरायला लागला आहे आणि अणुशक्तीवर चालणाऱ्या पाणबुड्यातून महिनोंमहिने पाण्यात रहायला लागला आहे. केवळ बुद्धीच्या बळावर त्याने पक्ष्यांचे पंख आणि माशांचे कल्ले प्राप्त करून घेतले आहेत.

चार्लस् लिंडबर्ग अमेरिकेतील न्यूयॉर्क येथून निघून फ्रान्समधल्या पॅरिसकडे जायला निघाला तेव्हा पॅरिस गाठणे एवढेच त्याचे ध्येय होते का? मुळीच नाही. अटलांटिक महासागर माणूस एकट्याने आणि निर्विघ्नपणे पार करू शकतो हे त्याला सिद्ध करायचे होते. पॅरिस काय किंवा फ्रान्समधील आणखी दुसरे शहर काय तो कुठेही उतरला असता तरी हेच सिद्ध होणार होते. तीच गोष्ट अंतराळस्वारीची! चंद्रावर पाऊल ठेवण्याची एवढी धडपड कशासाठी होती? अंतराळस्वारीचा पहिला टप्पा म्हणून! मानवाची महत्त्वाकांक्षा काही फक्त चन्द्र गाठणे ही नाहीच; त्याचे ध्येय आहे अज्ञात विश्व पादाक्रांत करण्याचे!

पण अंतराळप्रवास कशासाठी?

'आणखी एखाद्या शतकातच आपल्या पृथ्वीवरील लोकसंख्या अफाट वाढणार आहे. लोकांना अन्नाचा पुरवठा करण्यासाठी सागरातून अन्न मिळवू, सागर तळावरून अन्न मिळवू या केवळ वल्गना ठरणार आहेत. या ना त्या कारणाने आजच जगातले लक्षावधी लोक दुर्भिक्ष्याने मृत्युमुखी पडायला सुरुवात झाली आहे.

जगातले अन्नधान्याचे उत्पादन आणि लोकसंख्या यांचा मेळ कधीच जमणार

नाही. धान्याच्या उत्पादन वाढीसाठी वापरलेली आधुनिक तंत्रे, खते व जंतुनाशके यांचा वापर करूनही जगातील धान्याचे उत्पादन अपुरेच पडते आहे; कारण लोकसंख्या अमाप वाढते आहे आणि त्या प्रमाणात धान्योत्पादन वाढवणे शक्य होत नाही. त्याचे कारण लोकसंख्या नियोजनाचा हेतूच बहुतांशी देशांना आणि जनतेला कळत नाही. धार्मिक भावना, परंपरागत रूढी, अज्ञान यांच्यासारख्या गोष्टींमुळे लोकसंख्या आटोक्यात ठेवण्याची साधने हातात असूनसुद्धा त्यांचा दृश्य प्रभाव दिसू शकत नाही. भविष्यकाळात लाखो लोक दरवर्षी अन्न अन्न करीत उपासमारीने मरताना पाहण्यापेक्षा नवीन संतती जन्माला येऊ न देणे ही गोष्ट खरी म्हणजे अधिक शहाणपणाची नाही का?

क्षणभर समजा की सुवर्णाक्षरात लिहिण्यासारखा दिवस उजाडला; जगातल्या सर्व देशांनी भविष्यकालाचे भीषण चित्र पाहून शेवटी लोकसंख्या अगदी आटोक्यात आणली, धान्याचे उत्पादन नवनवीन साधनांनी किती तरी वाढले, समुद्रातले मासे आणि इतर गोष्टी यांनीही अन्न पुरवठ्याला प्रचंड हातभार लावला. पण या गोष्टींना काही स्पष्ट मर्यादा आहेत, सीमा आहेत आणि त्यांचे कारणही स्वच्छ आहे. शेवटी पृथ्वी या ग्रहालाच मर्यादा आहे. आणून आणून किती जमीन लागवडीखाली आणणार? आणि सागरातून होऊन होऊन किती अन्नाचा पुरवठा होणार? लोकसंख्या आटोक्यात ठेवून, जास्तीत जास्त धान्य उत्पादन करून आपण एकच गोष्ट साधत आहोत. आजचे मरण उद्यावर ढकलीत आहोत. पण एक ना एक दिवस अशी पाळी येणारच की पृथ्वीवर रहायला माणसांना जागा उरणार नाही; जेवायला अन्न मिळणार नाही. ही गोष्ट अगदी अटळ आहे. अनिवार्य आहे. या संकटातून सुटका नाही आणि ज्या दिवशी खरोखरच ही परिस्थिती निर्माण होईल त्या दिवशी मानवाला त्याला हवे तसे राहण्याचा, जीवन जगण्याचा हक्कच नष्ट होईल.

जीवन जगण्याच्या याच हक्कासाठी माणसाने अमेरिका, ऑस्ट्रेलिया ही खंडे शोधली, तिथे वस्ती केली. हा तर अलिकडचा इतिहास आहे. सर्वांना ज्ञात असलेला. हीच संधी आपल्या पुढच्या पिढ्यांना मिळायला नको? या भीषण संकटाला तोंड देण्याचा एकच मार्ग, एकच पर्याय आहे. अंतराळात असे ग्रह शोधून काढणे की ज्यांच्याशी आपण 'जमवून' घेऊ शकू, तिथे वसाहती निर्माण करू शकू आणि यासाठी हवा अंतराळप्रवास! अंतराळ प्रवासासाठी जय्यत तयारी करणे हे आजच्या मानवाचे कर्तव्य आहे. आजची जी पिढी तिच्या या कर्तव्यात कसूर करील तिला इतिहास क्षमा करणार नाही. अशा पिढीच्या नादानपणामुळे आपले वंशज दुष्काळाच्या खाईत लोटले जाण्याचा धोका आहे. हा धोका काल्पनिक नाही. ही परिस्थिती सत्य आहे.

एस्किमो लोकांना इजिप्तमध्ये आणून सोडले तर ते काय जगू शकणार नाहीत? निश्चित जगतील. हवामानाशी जुळते घेऊन एस्किमो लोक अगदी इजिप्तमध्येसुद्धा रूळतील. आपले नातू, पणतू अफाट अंतराळावर आपली प्रचंड अंतराळयाने घेऊन स्वारी करतील, काही ग्रह ताब्यात घेतील आणि तिथे वसाहतीही निर्माण करतील यात संशय नाही; पण त्यांना तशी संधी आपण प्राप्त करून द्यायला पाहिजेत आणि त्यासाठी हातात घ्यायला पाहिजेत अंतराळ प्रवासाच्या योजना!

या संशोधनांचा दृष्य परिणाम म्हणूनच तिसरे महायुद्ध भडकत नाही. पहिले आंतरखंडीय क्षेपणास्त्र (I. C. B. M - Inter Continental Ballistic Missile) शोधल्यावरच जगात खरी शांततेची आशा निर्माण झाली. अमेरिकेचे उजाड वाळवंट बनवायला आज एकाही रशियन सैनिकाला अमेरिकन भूमीवर पाय ठेवण्याची आवश्यकता नाही. आणि एकाही अमेरिकन सैनिकाला आज रशियन भूमीवर मरण पत्करायची गरज राहिलेली नाही. अणुबॉम्बचा वापर करणारे युद्ध झाले तर सर्व प्रगत जगाचीच राखरांगोळी होईल. किरणोत्सर्गाने हजारो वर्षे त्या भूमीवर कोणी राहूच शकणार नाही. मानव जातीच्या संपूर्ण विनाशाच्या भीतीनेच तिसरे महायुद्ध आजपर्यंत भडकलेले नाही, टळले आहे, ही गोष्ट वादातीत आहे.

अब्जावधी रुपये अंतराळ संशोधनात घालवण्यापेक्षा त्यांचा उपयोग मागासलेल्या देशांची प्रगती व्हावी, त्यांचे राहाणीमान वाढावे यासाठी का खर्च करू नयेत असाही एक विचारप्रवाह आहे. ही विचारसरणीच चुकीची आहे. केवळ दयेपोटी कुठलाही श्रीमंत देश दुसऱ्या गरीब देशाला आर्थिक मदत करीत नसतो. त्याच्या मागे नेहमीच राजकीय, लष्करी कारणे असतात. याशिवाय श्रीमंत देशात उत्पादन होत असलेल्या सर्व गोष्टींना बाजारपेठा उपलब्ध व्हाव्यात हा एक अंत:स्थ हेतू असतोच. भविष्यकाळाचा विचार केला तर मदत घेणाऱ्या देशांना शेवटी ती मदत विशेष लाभकारक ठरत नाही हा अनेक देशांचा दुर्दैवी अनुभव आहे.

पण या मागासलेल्या देशात असे प्रश्न निर्माण व्हायला सुद्धा जुन्या चालीरिती, धार्मिक भावनांचा पगडा अशा गोष्टी कारणीभूत आहेत. शक्य आहे की आजच्या अंतराळ युगातील वर्तमानपत्रे, रेडिओ, टेलिव्हिजन यासारखी दळणवळणाची साधने अशा देशात कालांतराने का होईना पण परिवर्तन घडवून आणतील म्हणून! या सर्व साधनांनी जग आताच छोटे झाल्यासारखे वाटायला लागले आहे. आपल्याला एकमेकांबद्दल जास्ती माहिती मिळत आहे. त्याचबरोबर अनेक विचारांबद्दलही. अंतराळ संशोधनाचे अत्याधुनिक तंत्रज्ञान आणि अंतराळ प्रवास या गोष्टी मानवाला अचानक एक दिवस अनंत विश्वातील त्याच्या जागेची

जाणीव करून देतील आणि त्या क्षणाला हल्लीच्या राजकीय सीमा तुच्छ ठरतील. वेगवेगळ्या जमाती, वेगवेगळे देश त्यावेळी एकोप्याने, सहकार्याने अंतराळ संशोधनात सहभागी होतील. मानवाचा इतिहास सांगतो की प्रत्येक युगात मानवावर एक वेळ अशी आली आहे की, गाठता येईल की नाही ही खात्री नसणाऱ्या अशा ध्येयावर त्याची नजर खिळलेली आहे आणि नेहमीच्या असंख्य अडचणींकडे दुर्लक्ष करून हर प्रयत्नाने सर्व संकटांवर मात करून त्याने त्याचे ध्येय गाठलेले आहे!

आजच्या विज्ञान आणि औद्योगिक युगात अंतराळ संशोधनाला चालना देणारी आणखी एक गोष्ट म्हणजे या संशोधनाच्या अनुषंगाने होणारे इतर लाभ. अंतराळ संशोधनाने उद्योगांच्या नवीनच शाखा निर्माण झालेल्या आहेत आणि त्या इतक्या झपाट्याने पुढे गेल्या आहेत की मोटार उद्योग, पोलाद कारखाने हे आजपर्यंत अग्रेसर असलेले उद्योगधंदेही त्यानी मागे टाकले आहेत. नवनवीन शोधांमुळे, यंत्रांमुळे बेकार झालेल्या अनेक तंत्रज्ञांना अंतराळ संशोधन योजना आणि उद्योग सामावून घेत आहेत. आज जगात पावलोपावली आढळणाऱ्या किमान ४००० गोष्टींचा उगम या योजनांशीच निगडित आहे. इलेक्ट्रॉनिक कॅलक्युलेटर, छोटे रेडिओ, टेलिव्हिजन, रेडिओ यामध्ये वापरण्यात येणारे ट्रान्सिस्टर्स हे सर्व उद्योग अंतराळ संशोधनाचे जोडधंदे म्हणून निर्माण झाले आहेत याची कल्पना किती जणांना आहे? विमान उद्योगातील नवनवीन अचूक यंत्रे, ऑटोमॅटिक ग्राऊंड कंट्रोल सिस्टिम, ऑटो पायलट यांचे शोध लागले आहेत ते अंतराळ संशोधनाचा भाग म्हणूनच! कॉम्प्युटरचे तंत्र झपाट्याने पुढे जात आहे ते या संशोधनानेच. या सर्व गोष्टींचा परिणाम आपल्या दररोजच्या आयुष्यावर होत आहे पण यांचा संबंध अंतराळ संशोधनाशी आहे याची जाणीव फारच थोड्या लोकांना आहे. अंतराळाच्या पोकळीत उपयोगी पडणाऱ्या वेल्डिंगच्या नवीन पद्धती, यंत्रांना लावण्यासाठी उपयोगात आणण्याची नवीन तऱ्हेची वंगणे, फोटो इलेक्ट्रिक सेल्स अशा हजारो गोष्टींचा उगम देखील शेवटी अंतराळ संशोधन-योजनेतच आहे याची सामान्य माणसांना अजिबात कल्पना नाही.

अंतराळ संशोधन-योजनेत अब्जावधी रुपये ओतले जातात ते शेवटी आपण देत असलेल्या नवनवीन करातूनच पण त्याची परतफेड म्हणून वेळ, पैसा आणि श्रम वाचवणाऱ्या नवनवीन गोष्टींचा ओघ सतत आपल्यापर्यंत पोहोचत आहे. जी राष्ट्रे शक्य असूनही अंतराळ संशोधनाकडे आज दुर्लक्ष करतील, ती उद्या या अफाट तंत्रज्ञानाला वंचित होतील. टेलिस्टार, एको, मरीनर, रेन्जर, सिनकॉम ही नावे आणि कल्पना यांची अंतराळ संशोधन-योजनांचा एकेक टप्पा म्हणून इतिहासात नोंद झालेली आहे.

पृथ्वीवरील ऊर्जेची साधने कायम पुरणारी नाहीत, त्यांचा साठा आज ना उद्या संपुष्टात येणार आहे, याची जाणीव आज आपल्याला होऊ लागलेलीच आहे. अंतराळप्रवास योजना या दृष्टीनेसुद्धा अत्यंत महत्त्वाच्या ठरणार आहेत. आपली शहरे आहेत तशी विजेच्या झगमगाटात उजळलेली राहावीत, आपली घरगुती यंत्रे विजेवर चालूच राहून आपले राहाणीमान आहे तसे सुखदायक रहावे, आपली घरे थंडीत उबदार राहावीत असे वाटत असेल तर ऊर्जा मिळवण्यासाठी आता आपल्याला दुसरे ग्रहच पादाक्रांत करायला हवेत. आज सर्वांत स्वस्त वीज मिळते ती अणुशक्तीचा वापर करूनच. ज्यावेळी पृथ्वीवरचा या वस्तुंचा साठाही संपेल, त्यावेळी परग्रहांवरील अंतराळस्थानकातूनच त्या आपल्याला आणाव्या लागतील. जन्मभर कमावलेले ज्ञान बापाने हळुहळू मुलाला देत राहण्याचा काळ कधीच मागे पडला आहे. संशोधनाच्या प्रगतीच्या जबरदस्त झपाट्याखाली आजचे अद्ययावत ज्ञान उद्या निरुपयोगी म्हणून लुप्त होत आहे. रेडिओ दुरूस्त करणाऱ्याला आज ट्रान्झिस्टर्सचे तंत्रज्ञान आणि प्लॅस्टिकच्या छोट्या चकत्यांवर छापलेली गुंतागुंतीची वीजप्रवाह दर्शवणारी सर्किटस् माहिती असणे आवश्यक आहे. शिकाऊ उमेदवाराला आज काही शिकवलं, तर उद्या ते सर्व ज्ञान जुने ठरते. त्याला प्रत्यही नवीन ज्ञानाची जोड द्यावी लागत आहे. एकदा शिकवलेली कला पूर्वी कारागिराला जन्मभर पुरत असे. पुन्हा नवनवीन काही शिकण्याची आवश्यकता भासत नसे. आजच्या कसबी यंत्रज्ञांना, तंत्रज्ञांना असे बेसावध राहून चालणार नाही. सर्व गोष्टीत दररोज इतक्या नवनवीन सुधारणा होत आहेत की आपले कौशल्य कायम राखण्यासाठी, जगाबरोबर राहण्यासाठी त्यांना रात्रंदिवस झटावे लागत आहे, झगडावे लागत आहे.

औषध तंत्रात जीव वाचविण्यासाठी नवनवीन यंत्रे तयार करण्यात पुढाकार आहे तो अमेरिकेचा. अशा तऱ्हेची बहुतेक सर्व यंत्रे अमेरिकेत तयार होतात. आजच्या युगात ही यंत्रे तयार होत आहेत ती अणुसंशोधन, अंतराळसंशोधन, लष्करी तंत्रविज्ञान यांच्यातील संशोधनातून! ही एक आश्चर्याची गोष्ट मानावी लागेल. याशिवाय ती एका अपूर्व, अकल्पित अशा सहकारातूनही निर्माण होत आहेत. प्रचंड उद्योगसमूह आणि अमेरिकेतील हॉस्पिटल्स यांच्या सहकार्यातून औषध तंत्रात दर दिवशी अत्यंत मोलाची भर पडत आहे.

स्टार फायटर्स बनवणारी लॉकहीड कंपनी आणि सुप्रसिद्ध मेयो क्लिनिक या दोघांनी मिळून कॉम्प्युटर तंत्रावर आधारित शुश्रुषेच्या नवीन पद्धती शोधून काढल्या आहेत. डॉक्टरी पेशातील लोकांकडून आलेल्या सूचनांवरून नॉर्थ अमेरिकन एव्हिएशनचे तंत्रज्ञ फुप्फुसाच्या व्याधींनी जर्जर झालेल्या रोग्यांना श्वासोश्वास करणे सोपे जावे म्हणून एका तऱ्हेच्या पङ्ख्याच्या शोधात आहेत.

नासाने एका नवीन अशा रोग परीक्षा करणाऱ्या उपकरणाची कल्पना दिली. आपल्या अंतराळयानांवर आदळणाऱ्या अगदी छोट्या उल्कांचा काय परिणाम होतो, हे शोधून काढणारे उपकरण आज काही रोगांतील स्नायूंचे अनियंत्रित झटके नोंदण्याचे कामही व्यवस्थित करीत आहे.

अमेरिकन कॉम्प्युटर विशारदांची आणखी एक यशस्वी निर्मिती म्हणजे 'पेसमेकर'! आज जगातलो हजारो लोक हे उपकरण छातीत घालून मजेत आयुष्य घालवत आहेत. पेसमेकर म्हणजे बॅटरीवर चालणारा छोटा जनरेटरच की जो माणसाच्या कातडीखाली सरकवतात. ठराविक प्रमाणातील या वीजप्रवाहाने हृदयाचे स्पंदन एकाच वेगाने, नियमित आणि व्यवस्थित होते.

तीन एक वर्षात बॅटरी खलास झाली की एक साधे ऑपरेशन करून पुन्हा दुसरी नवीन बॅटरी घालता येते. वैद्यकीय क्षेत्रातील या अप्रतिम शोधात 'जनरल इलेक्ट्रिक कंपनी'ने आणखी सुधारणा केली आणि दोन वेगाने चालणारे उपकरण बनवले.पेसमेकर घातलेल्या माणसाला गाडी पकडण्यासाठी धावायची इच्छा असली किंवा टेनिस खेळायची लहर आली तर त्या जागेवर त्याने एक बार मॅग्नेट वर-खाली फिरवायचा. त्याचे हृदय तात्काळ जास्त जोमाने काम करायला लागते!

अंतराळ संशोधनातून स्फूर्ती घेऊन निर्माण झालेली ही उपकरणे बघूनसुद्धा अंतराळ संशोधन निरुपयोगी आहे असे म्हणण्याची अजून कुणाची प्राज्ञा आहे?

चन्द्रावर सावकाशपणे, हळूच उतरवण्यासाठी ज्यांनी वेगवेगळी छोटी अंतराळयाने बनवली, त्यांचा मोटार कारखानदारांना फार उपयोग आहे. कोणत्या परिस्थितीत त्या यानांचा नाश होतो, ही माहिती त्यांना जास्तीत जास्त सुरक्षित मोटारगाड्या बनवायला उपयोगी पडेल. अर्थात सर्वच तऱ्हेच्या टकरीत मोटारीतील प्रवासी सुरक्षित राहूच शकत नसले तरी ज्या आराखड्यांचा उपयोग करून जास्तीत जास्त सुरक्षित अंतराळयाने बनवली गेली होती, त्याच आराखड्यांचा उपयोग कमीतकमी जीवितहानी होणाऱ्या मोटारी बनवायला नक्कीच होत आहे.

अंतराळ संशोधनाचा आजचा टप्पा आणि एकूणच प्रगतीचा विलक्षण झपाटा लक्षात घेता एका ग्रहावरून दुसऱ्या ग्रहावर जाणे अशक्य आहे असे कोणी म्हणणार असेल तर ते अगदी निरर्थक विधान ठरेल. त्यांच्या दृष्टीने अगदी अशक्य अशी ही घटना, आजची वयाने अगदी छोटी असलेली पिढी निश्चित प्रत्यक्षात उतरलेली पाहणार आहे. जबरदस्त ताकदवान आणि प्रचंड अंतराळयाने झपाट्याने बांधली जातील. स्ट्रॅटोस्फिअरमध्ये दोन मानवरहित अंतराळयाने पृथ्वीवरून सूचना देऊन जोडण्याचे प्रयत्न यशस्वी ठरले आहेत. अंतराळ संशोधनाची एक शाखा, मानव असणारे यान अंतराळात सुरक्षित

प्रवास करू शकेल यासाठी एखादे संरक्षक कवच शोधण्यात गुंतली आहे. अंतराळातून प्रवास करणाऱ्या छोट्या गोष्टी यानावर आदळूच नयेत व आदळल्याच तर यानाला धोका पोहोचू नये यासाठी सर्व प्रयत्न चालू आहेत. या सर्व गोष्टी शेवटी प्रत्यक्षात येतील हे नक्कीच. अंतराळ प्रवासाच्या कट्टर विरोधकांना शेवटी एकच प्रश्न विचारावासा वाटतो; या युगातील हजारो हुषार माणसे एकाच ध्येयाने प्रेरित होऊन, आपले आयुष्यच अंतराळ संशोधनाच्या कार्याला वेचत असतील तर ते ध्येय अगदी निरर्थक असेल का?

काही वेळा तर वाटते की अंतराळ संशोधन हे काही मानवाने मुद्दाम निवडलेले क्षेत्रच नाही. त्यामागे काही तरी आंतरिक प्रेरणा आहे. अखिल विश्वातील त्याच्या भवितव्याचाच तो कायम नकळत विचार करीत आहे. आपल्या प्राचीन भूतकाळात परग्रहांवरील अंतराळवीरांनी पृथ्वीला भेटी दिल्या होत्या, याचा अर्थच आपल्याहून प्रगत आणि बुद्धिमान जमाती या अफाट अंतराळात हजारो वर्षे अस्तित्वात आहेत आणि लांब पल्ल्याच्या अंतराळ योजना त्या तितकी वर्षे आखत आल्या आहेत. हा विचार करता 'अज्ञात उडत्या वस्तूं'चा उल्लेख आता करायला हरकत नसावी. प्रथम 'उडत्या तबकड्या' (Flying Saucers) म्हणून प्रसिद्धी पावलेल्या विलक्षण आणि अभूतपूर्व अशा अनुभवांचे 'अज्ञात उडत्या वस्तू' (Unidentified Flying Objects किंवा UFO's)हे आजचे प्रचलित नाव.

अज्ञात उडत्या वस्तू पाहिल्याचा दावा अमेरिका, जर्मनी, इंग्लंड, ऑस्ट्रेलिया, मेक्सिको, फिलिपाईन्स वगैरे देशातल्या हजारो लोकांनी केला आहे. धरून चाला की ९८ टक्के लोकांनी विजेचे लोळ, हवामानाचा अंदाज घेण्यासाठी सोडलेले बलून्स, वेगळ्याच आकारांचे ढग, अज्ञात, गुप्त अशा चाचण्या करण्यात येणाऱ्या विमानांचे नमुने किंवा संध्या प्रकाशातील छाया प्रकाशाच्या खेळाने होणारे विचित्र परिणाम बघितले म्हणून! अनेक लोक 'मास हिस्टेरिया'चे बळीही ठरले असण्याची शक्यता आहे. केवळ पेपरात नाव छापून आलेले पाहण्याच्या इच्छेने उगीच कंड्या पिकवणारेही अनेक लोक असतील. अशा सर्व लोकांनी सांगितलेल्या कथांकडे दुर्लक्ष केले, तरी उडत्या वस्तू पाहिल्या असे सांगणारे व ज्यांच्यावर विश्वास ठेवता न येणेसुद्धा अशक्य आहे असे अनेक लोक राहतातच. त्यात डॉक्टर, वकील, न्यायाधीश, पोलीस अधिकारी, मॅजिस्ट्रेट, लष्करी अधिकारी, वैमानिक या सर्व थरातल्या लोकांचा समावेश आहे. एखादा वैमानिक जर पुन:पुन्हा सांगत राहिला की, त्याने अज्ञात उडती वस्तू पाहिलीच तर त्याच्याकडे कसे दुर्लक्ष करणार? मृगजळ, विजेचे लोळ, बलून्स या सर्व गोष्टींशी त्याचा हरघडी संबंध येत असतो. त्या ओळखण्यात त्याची तरी चूक

होण्याची शक्यता नाही. कोणत्याही गोष्टीबद्दल त्याची ताबडतोब होणारी नैसर्गिक प्रतिक्रिया, त्याची नजर यांची चाचणी तर दरवर्षी होत असते. उड्डाणाच्या काही तास आधी आणि उड्डाणाच्या वेळेत वैमानिक कधीही दारू पीत नसतो आणि मुख्य म्हणजे तो मूर्खासारखा बरळला तर त्याच्या नोकरीवरच गदा येणार असते. आजच्या काळात अशी चांगली पैसे कमावून देणारी नोकरी गमावण्याचा धोका गृहित धरूनसुद्धा एखादा वैमानिक जेव्हा त्याने उडती वस्तू पाहिलीच असे पुन:पुन्हा सांगत राहतो तेव्हा त्यात तथ्य नसेल असे कसे म्हणणार?

२९ जानेवारी, १९६५ रोजी मेरिलॅन्ड येथील दोन रडार ऑपरेटर्सनी रडारच्या पडद्यावर दोन अज्ञान उडत्या वस्तू पाहिल्या. विमानतळाच्या दिशेने ४३५० मैल या अविश्वसनीय वेगाने त्या आल्या आणि विमानतळावर ३० मैल उंचीवरून अचानक वळून नाहीशा झाल्या.

३ मे, १९६४ रोजी ऑस्ट्रेलियातील कॅनबेरा शहरात सकाळच्या वेळी अनेक लोकांनी एक चमकदार उडती वस्तू पाहिली. नासामधल्या प्रतिनिधींनी घेतलेल्या मुलाखतीतून ही वस्तू आकाशात कशी सहज गोलांट्या खात होती, एक छोटी लाल चमकदार वस्तू त्या मोठ्या वस्तुकडे जात कशी नाहीशी झाली व नंतर ती मोठी चमकदार वस्तुही कशी अदृश्य झाली वगैरे गोष्टी बाहेर आल्या. मुख्य म्हणजे या गोष्टी बघणाऱ्या लोकात तीन हवामान तज्ञही होते. त्यापैकी एक जण नंतर म्हणाला, 'मी अशा गोष्टींची नेहमीच टर उडवत आलो आहे पण आज मात्र काय बोलावे हे मला खरंच कळत नाही.'

२३ नोव्हेंबर, १९६३ रोजी अमेरिकेतील मिशिगन येथील किनरॉस लष्करी तळावरील रडारवर अशीच एक अज्ञात उडती वस्तू दिसली. फ्लाईट लेफ्टनंट विल्सन हा एफ् - ८६ लढाऊ विमानात त्यावेळी उड्डाण करीत होता. त्याने विमानतळावरून ती वस्तू पाहिली आणि तिचा पाठलाग करण्याची अनुज्ञा मागितली. विमानतळावरून तशी परवानगी दिल्यावर रडारवर १६० मैलपर्यंत विल्सन त्या वस्तुचा पाठलाग करताना आढळला. मग अचानक रडारवर विल्सनचे विमान आणि ती वस्तू एकत्र झाल्याचे आढळले आणि त्याच्याशी सर्व संबंध तुटला. ती अज्ञात उडती वस्तुही नाहीशी झाली. विल्सनला संदेश पाठवण्याचे सर्व प्रयत्न व्यर्थ ठरले. पुढील कित्येक दिवस तो सर्व भाग लष्कराने इंच इंच धुंडाळला, पण विल्सन आणि त्याचे विमान यांचा पत्ता लागला नाही. जवळच्या 'लेक सुपीरिअर'च्या पाण्यावर काही तेलाचे अवशेष आढळतात का ह्याचाही शोध घेण्यात आला पण विल्सन त्याच्या लढाऊ विमानासह आकाशातच अदृश्य होताना पाहिला तो कायमचाच अदृश्य झाला होता.

अमेरिकेतील न्यू हॅम्पशायरमधील एक्झिटर या गावी रात्री आपल्या पोलीस

व्हॅनमधून गस्त घालताना १३ सप्टेंबर, १९६५ रोजी पोलीस सार्जंट युजिन बरट्रांड याला रस्त्यात एका उभ्या असलेल्या मोटारीत भेदरलेल्या मन:स्थितीत नुसती बसून राहिलेली एक स्त्री आढळली. बरट्रांड याने थांबून चौकशी केल्यावर ती म्हणाली की, '१० मैलापर्यंत एका प्रचंड उडत्या, लाल व प्रखर प्रकाश पाडणाऱ्या वस्तुने तिचा पाठलाग केला होता म्हणून!' ती मुळी तिथून हलायलाच तयार नव्हती. पोलीस सार्जंट मध्यमवयीन होता, अनुभवी होता. आता कुठल्या चक्रम बाईशी आपली गाठ पडली आहे असा विचार त्याच्या मनात येत होता, तोपर्यंत दुसरा एक असाच रिपोर्ट त्याच्या रेडिओवरून येताना त्याने ऐकला आणि मुख्य पोलीस ठाण्यावरून त्याला त्या ठिकाणी चौकशीला जाण्याचा आदेश मिळाला. काहीशा अनिच्छेनेच बरट्रांड व त्याच्याबरोबरचे इतर पोलीस तिकडे जायला निघाले. हा सर्व मूर्खपणाचा प्रकार असणार, त्याच्यात त्यांचा वेळ जाणार आणि शेवटी त्यातून काही निष्पन्न होणार नाही याची त्यांना निघताना पूर्ण खात्री होती. त्या स्त्रीने जशी हकिगत सांगितली तशीच तिथल्या तरूण माणसाने सांगितली. ती वस्तू पाहून त्याने तर घाबरून रस्त्याजवळच्या खड्ड्यातच उडी मारली होती. पोलिसांनी दोन तास तो भाग धुंडाळला. त्यांना काहीही आढळले नाही. ते परत यायला निघाले मात्र तेवढ्यात जवळच्या शेतात शांतपणे उभे असलेले सहा घोडे एकाएकी सैरावैरा उधळले आणि दुसऱ्या क्षणाला तो सर्व भाग लाल प्रकाशात न्हाऊन निघाला. तेवढ्यात एका पोलिसाला आवाज न करता झाडांच्या शेंड्यांना टेकत त्यांच्या गाडीच्या दिशेने येणारी ती अज्ञात उडती वस्तू दिसली. तो ती इतरांना दाखवतो तर प्रखर लाल प्रकाश सोडीत ती आवाज न करता तिथेच तरंगत उभी राहिली. आता तर शेजारचे शेत आणि पलीकडे असलेली टेकडी यावरसुद्धा तो लाल प्रकाश पडला. मुख्य पोलीस ठाण्यावरील पोलीस अधिकारी टोलँड याला बरट्रांड फोन करतो तर आणखी एक पोलीस गाडी तिथे येऊन थडकली. यांचे सर्व बोलणे त्या गाडीतल्या पोलिसांनी त्यांच्या रेडिओवरून ऐकले होते आणि आपले साथीदारच आता काय मूर्खपणा करायला निघाले आहेत हे पाहण्यासाठी ते तिथे आले होते. पण आता कुणाच्याच तोंडातून शब्द फुटत नव्हता. काही वेळा सत्य खरोखरच कल्पनेपेक्षाही विलक्षण असते याचा प्रत्यक्ष अनुभव त्यांना येत होता.

नंतरच्या चौकशीत स्वत: ही अज्ञात उडती वस्तू बघणारे एकूण ५८ लोक पुढे आले. त्यामध्ये हवामान तज्ज्ञ, सागरी सीमा संरक्षक दलाचे जवान यांचाही समावेश होता. हे लोक तरी हवामानाचे बलून्स, हेलिकॉप्टर किंवा विमानांचे दिवे आणि इतर काही प्रकाशमान वस्तू यांच्यात कधीही घोटाळा करणारे नव्हते. नंतरच्या अहवालात फक्त सर्व मुलाखतींची नोंद होती पण कोणत्याही तऱ्हेच्या

स्पष्टीकरणाबद्दल एक अक्षर असेल तर शपथ!

५ मे, १९६७ रोजी कोटे डी ओर मधील मार्लिन्स गावचे मेअर मॅलीओट यांना रस्त्यापासून अर्धा मैल लांब असलेल्या एका शेतात साडेपंधरा फूट व्यासाचा आणि एक फूट खोलीचा खड्डा आढळला. या वर्तुळाकृती खड्ड्यापासून बाहेरच्या बाजूला प्रकाशकिरण फाकल्यासारखे ४ इंच खोलीचे चर सर्व बाजूंनी दिसत होते. या चरांच्या शेवटी १ फूट २ इंच खोलीची भोके होती. एखादी वजनदार वस्तू त्या शेतात उतरली होती व तिला धातूचे पायही होते, की ज्यांनी बाहेरच्या बाजूला भोके पडली होती; हा एकच निष्कर्ष या प्रकारातून निघत होता. या चरांमध्ये आणि खड्ड्यात जांभळट-पांढरी अशी कसली तर पावडरही मिळाली. अशा तऱ्हेची चिन्हे काय भूतेखेते सोडणार आहेत ?

६ नोव्हेंबर, १९६७ रोजी जर्मन टेलिव्हिजनवर 'अंतराळातून पृथ्वीवर होणारे आक्रमण' (Invasion from the Cosmos) या विषयाची एक फिल्म दाखवली होती. लुफ्थान्सा कंपनीच्या एका वैमानिकाने व त्याच्या चार सहकाऱ्यांनी त्यांना आलेला एक अनुभव त्यावेळी सांगितला.

१५ फेब्रुवारी, १९५७ रोजी सानफ्रान्सिस्कोपासून पंधरा एक मिनिटांच्या अंतरावर असताना त्याने व त्याच्या सहकाऱ्यांनी अगदी विमानाजवळूनच उडणारी, निदान ३३ फूट व्यासाची झगमगणारी उडती वस्तू पाहिली. ती विमानाबरोबरच काही वेळ उडाली आणि नाहीशी झाली. त्यांनी कोलोरॅडो युनिव्हर्सिटीला अनुभवलेली हकिगत कळवली. त्या युनिव्हर्सिटीला एक तर काय घडले असावे याचे स्पष्टीकरण देताच आले नसावे किंवा द्यायची इच्छाच नसावी. त्यांनी कळविले की बहुतेक पूर्वी सोडलेल्या रॉकेटचा पडणारा तुकडा त्यांनी पाहिला असावा. या वैमानिकाचा विमान चालवण्याचा अनुभव दांडगा होता. तो काय किंवा त्याचे सहकारी काय किंवा इतर कुणाचाही, आकाशातून पडणारी ३३ फूट व्यासाची कोणतीही वस्तू पंधरा मिनिटे आकाशात तरंगेल यावर विश्वास बसणार नाही अणि शिवाय पडता पडता ती थोडा वेळ विमानाबरोबर प्रवासही कशी करील? मुख्य म्हणजे जमिनीवरूनसुद्धा ती उडती वस्तू जवळ जवळ ४५ मिनिटे दिसत होती.

गंभीर संशोधनाचे रस्ते अशाच मूर्खपणामुळे बंद होतात. परग्रहांवरील व्यक्तींशी संबंध ठेवून असल्याचा दावा करणारे, अशा चमत्कारिक अनुभवांवर आधारलेले धार्मिक पंथ आणि आचरट तत्त्वज्ञान निर्माण करणारे लोक या संशोधनाला नेहमी अडथळाच आणत असतात आणि ज्या गोष्टींची टर उडवली जाऊ नये तर व्यवस्थित शहानिशा व्हावी अशा गोष्टी नाहक दृष्टिआड होतात. मानवाला मोक्ष मिळवून देण्याच्या आज्ञासुद्धा काही जणांना या परग्रहांवरील

लोकांकडून मिळालेल्या असतात. अशा प्रेषितांना ते इजिप्शियन असतील तर 'मोहंमदा'कडून, आशियातले असतील तर 'बुद्धा'कडून आणि ख्रिश्चन असतील तर थेट 'जीझस'कडूनच या आज्ञा मिळालेल्या असतात हे ओघानेच येते. अशा प्रकरणांनी सत्याकडे डोळेझाक होते आणि खरा अभ्यास करायची ज्यांना इच्छा असते ते टर उडवली जाण्याच्या भीतीने त्यांचा विचार सोडून देतात.

पण अज्ञात उडत्या वस्तुंचे संशोधन करणारे लोक सरकारी विरोध किंवा दडपादडपी यांना न जुमानता, कोणाचीही भीती न बाळगता अजूनही वर्षानुवर्षे संशोधन करीत आहेत ही खरी आश्चर्याची गोष्ट आहे. १९६७ मध्ये अशा वैज्ञानिकांची सातवी जागतिक परिषद भरली होती. त्यावेळी अंतराळ प्रवासाचे जनक समजले जाणारे प्रोफेसर हर्मन ओबेर्थ म्हणाले की, 'अज्ञात उडत्या वस्तुंचा संबंध पृथ्वीवरील कुणाशी नसावा, परग्रहांशीच असला पहिजे पण बहुधा ही अज्ञात विश्वातून आलेली अंतराळयानेच असावीत. जे कोणी या अंतराळयानातून येतात, ती चालवतात, त्यांच्या संस्कृती आपल्याहून खूप पुढारलेल्या आहेत ही गोष्ट वादातीत आहे. खरे म्हणजे त्यांच्याकडून आपल्याला खूप शिकण्यासारखे आहे.' पृथ्वीवरील अग्निबाण-तंत्राची प्रगती ओबेर्थ यांनी अगदी बिनचूक वर्तवली होती. प्रख्यात अग्निबाणतज्ज्ञ वेर्नर फॉन ब्राऊन यांचे ओबेर्थ हे गुरुच! ओबेर्थ पुढे म्हणाले की, 'अगदी अद्‌भुत वाटणारी कोडीसुद्धा सोडविण्याचे व्यवस्थित प्रयत्न शास्त्रज्ञांनी केले पाहिजेत.' पण अशा वेळी अनेक शास्त्रज्ञ पेंढा भरलेल्या प्राण्यांसारखे वागतात. कोणतीही नवीन कल्पना, नवीन सिद्धान्त त्यांच्या पचनी पडत नाहीत.

ज्या उडत्या तबकड्यांनी पश्चिमेकडील सर्व देशात विलक्षण खळबळ माजवली होती, त्या सर्व घटनांची रशियन सरकारने वर्षानुवर्षे खूपच टर उडवली होती. अशा तऱ्हेची अंतराळयाने अस्तित्वात असणेच शक्य नाही असे 'प्रावदा'ने प्रसिद्धही केले होते. अचानक १९६७ मध्ये बातमी आली की विमानदलाचे जनरल अनातोली स्तोलीकोव्ह यांच्या अध्यक्षतेखाली अज्ञात उडत्या वस्तुंचे संशोधन करण्यासाठी एक समिती रशियाने नेमली आहे. यावर भाष्य करताना 'लंडन टाईम्स'ने म्हटले की, 'आपण उडत्या वस्तू म्हणतो तो भ्रमाचा प्रकार असेल, नजरबंदीचा खेळ असेल, त्या शुक्रावरून येत असतील किंवा ईश्वरी चमत्कारही असतील पण या प्रकारांचे काही तरी स्पष्ट उत्तर असलेच पाहिजे, नाहीतर निदान रशियन लोक तरी अशा प्रकारची कोणतीही समिती या संशोधनासाठी नेमतील ही अगदी अशक्य कोटीतील गोष्ट आहे.'

अगदी खात्रीपूर्वक अज्ञात विश्वाशी संबंधित अशी एक अभूतपूर्व घटना ३० जून, १९०८ रोजी सकाळी ७ वाजून १७ मिनिटांनी रशियात सैबेरियातील

तुंगुस्का भागात घडली. तुंगुस्का नदी येनेसी या दुसऱ्या मोठ्या नदीला जिथे मिळते तोच हा भाग. एक भयंकर अग्निगोल सैबेरियाच्या आकाशातून जाताना अनेकांनी पाहिला. मागे चित्रविचित्र रंगांचा धूरही दिसत होता. ट्रान्स सैबेरियन रेल्वेतील अनेक प्रवाशांनी हा प्रखर अग्निगोल सैबेरियाच्या माळरानावर अदृश्य होताना पाहिला. काही क्षणांनीच विजांचा एवढा प्रचंड कडकडाट झाला की आगगाडीसुद्धा गदगदा हलत राहिली. लागोपाठ प्रचंड स्फोट झाले. भटक्या जमातींच्या वसाहतीच्या वसाहती त्यांच्या तंबूंसकट आकाशात भिरकावल्या गेल्या. रेनडिअर्सच्या असंख्य कळपांचा नाश झाला. भूकंपाचा प्रचंड धक्का बसावा तशी जमीन थरथरली. सर्व जगातील भूकंपलेखन यंत्रांवर याची नोंद झाली. उष्णतेची एक प्रचंड लाट निर्माण झाली. शेकडो मैलांवरील बोटींतील माणसेसुद्धा पाण्यात भिरकावली गेली. स्फोट झालेल्या ठिकाणापासून ५५० मैलांवरील इरकुन्स्क या ठिकाणच्या भूकंपलेखन यंत्राचा काटा तासभर थरथरत होता. स्फोटांचे दणके ६०० मैलांपर्यंत ऐकू गेले. क्षणापूर्वी झाडे, गवत, प्राणिमात्र यांनी गजबजलेला भाग मिनिटभरातच जळून राखेच्या आवरणाखाली झाकून गेला. धुराचा एक स्तंभ आकाशात जात जात कावळ्याच्या छत्रीसारखा पसरला.

या घटनेकडे त्या काळी तसे दुर्लक्ष झाले. त्या काळातील रशियातील राजकीय परिस्थितीचा विचार करता त्यात काही नवल नाही. तरीही १९२१ साली प्रोफेसर कुलीक यांनी या घटनेतून बचावलेल्या लोकांकडून चक्षुर्वैसत्यं हकिगत गोळा करण्याच्या प्रयत्नाला सुरुवात केली. शेवटी थोडे पैसे गोळा करून संशोधनासाठी मोहीम काढण्यातही ते यशस्वी ठरले.

या स्फोटानंतर अज्ञात कारणांनी शेकडो रेनडिअर्सचा नाश झाला. गुराढोरांच्या अंगावर चिघळणाऱ्या जखमा होऊन ती मरण पावली.

प्रोफेसर कुलीक यांचे पथक १९२७ मध्ये तुंगुस्का येथे पोहोचले. त्या सर्वांची खात्री होती की प्रचंड अशा उल्कापाताने झालेला खड्डा त्यांना बघायला मिळणार म्हणून. स्फोटाच्या केंद्रबिंदूपासून ३७ मैलांवरच त्यांना शेंडे नसलेली झाडे दिसायला लागली. ते पुढे पुढे जायला लागले तसा तसा तो भाग जास्तच उजाड दिसायला लागला. केंद्रबिंदूच्या जवळपासच्या सर्व परिसरातील प्रचंड वृक्ष उन्मळून बाहेरच्या बाजूला फेकले गेले होते. केंद्रबिंदूजवळ पोहोचल्यावर तिथे प्रचंड अग्निप्रलयाने थैमान घातले होते याबद्दल शंकाच उरत नव्हती. काही तरी भयंकर उत्पात तिथे घडला होता. वेगवेगळ्या आकाराचे प्रचंड खड्डेही पडलेले आढळत होते; पण लोखंड, निकेल या धातूंचा त्यांना काही ठावठिकाणा लागला नाही. दोन वर्षांनी आधुनिक यंत्रांनी ११८ फूट खोल खणले तरी या

धातूंचा लवलेशही आढळला नाही. उल्कापाताचा प्रकार असता तर या धातूंचा काही तरी शोध लागणे आवश्यक होते.

त्या वेळी झालेल्या स्फोटाचा चकचकाट तर इतका भयंकर होता की त्या जबरदस्त चकचकाटाने सूर्याच्या उन्हाने पडणाऱ्या छायेबरोबर दुसरीही छाया पडत होती. १२४ मैल अंतरापर्यंत हा प्रकार घडत होता. केंद्रबिंदूपासून

११ मैलांवरील झाडांचा सुद्धा जळून कोळसा झाला होता. वाढत असलेले वृक्ष अशा तऱ्हेने जळण्यासाठी महाभयंकर प्रमाणात उष्णता निर्माण व्हावी लागते. जंगलात लागलेल्या आगीमुळे असा प्रकार घडूच शकत नाही.

रशियन वैज्ञानिकांनी पुन्हा १९६१ आणि १९६३ मध्ये दोन सफरी या भागात संशोधनासाठी पाठवल्या. पण तोपर्यंत परिस्थितीत फार फरक झाला होता. जपानमध्ये हिरोशिमा आणि नागासाकी या शहरांवर अणुबॉम्ब पडले होते आणि अणुस्फोटाचे भीषण परिणाम जगाला माहीत झाले होते. सर्व तऱ्हेच्या संशोधनांनंतर तुंगुस्का येथे घडलेला स्फोट हा अणुस्फोटाचाच प्रकार आहे असाच निष्कर्ष शेवटी निघत होता. तेथील किरणोत्सर्ग आजसुद्धा जगातल्या कुठल्याही भागापेक्षा दुपटीहून जास्त आहे.

हिरोशिमा आणि नागासाकी यांच्यावर टाकलेल्या अणुबॉम्बपेक्षा शेकडो पटीने ताकदवान असा तुंगुस्का येथील अणुस्फोट होता. अणुशक्तीवर चालणाऱ्या प्रचंड अंतराळयानातील अणुइंजिनाचा आकाशात तीन मैल उंचीवर स्फोट होऊन हा प्रकार घडला असावा याबाबत आज तरी सर्व शास्त्रज्ञांचे एकमत आहे.

प्रश्न एकच! हा स्फोट झाला १९०८ मध्ये. त्यावेळी अणुशक्तीची माहिती कुणाला होती? हे अणुशक्तीवर चालणारे प्रचंड अंतराळयान आले होते कुठून?

१९६४ मध्ये लेनिनग्राड येथील 'स्वेसडा' या वजनदार वृत्तपत्रात जेनरीच अलटाव्ह आणि व्हॅलेंटिना शुरालेव्हा या दोन लेखकांनी या स्फोटाबद्दल एक लेख लिहिला होता. १८५३ मध्ये हिंदी महासागरामधील क्राकाटोआ बेट ज्वालामुखीच्या प्रचंड उद्रेकाने जेव्हा नाहीसेच झाले त्यावेळी अज्ञात विश्वात फेकल्या गेलेल्या रेडिओ लहरी या अंतराळातून मिळालेले संदेशच आहेत अशी हंस तारका संघावर राहणाऱ्या बुद्धिमान जमातीची कल्पना झाली आणि उत्तर म्हणून त्यांनी पृथ्वीच्या दिशेने लेसर किरणांचा मारा केला असे त्यांचे म्हणणे आहे. पण लेसर किरणांचा हा मारा फार शक्तीमान ठरला आणि सैबेरियावरील पृथ्वीच्या वातावरणावर आदळल्यावर त्यांचा स्फोट झाला असावा असा दावा त्यांनी केला होता. हे स्पष्टीकरण तसे फार ओढून ताणून बनवलेले वाटते आणि म्हणून कोणी त्याचा विचार करीत नाही.

काही जणांच्या मते ॲन्टिमॅटर आदळल्याने हा स्फोट घडला असावा.

अंतराळाच्या पोकळीत ॲन्टिमॅटर आहे हे मान्य केले तरी तुंगुस्कात असणार नाही कारण मॅटर आणि ॲन्टिमॅटर यांच्या संयोगात दोन्ही नष्ट पावतात. शिवाय अंतराळातून प्रवास करताना ॲन्टिमॅटर आणि मॅटर यांचा कुठेच संबंध आला नसेल ही गोष्ट अशक्य वाटते.

तुंगुस्का येथील स्फोटाबद्दल प्रचंड ग्रंथभांडार लिहिले गेले आहे. जोपर्यंत पुराव्यासहित सिद्ध होणारे या स्फोटाचे स्पष्टीकरण मिळत नाही तोपर्यंत कोणत्याही स्पष्टीकरणाचा गंभीर विचार करायला पाहिजे. कारण न देता ते उडवून लावता येणार नाही.

आपल्या ग्रहमालेतील ग्रहांबद्दल तशी खूप माहिती आपण गोळा केली आहे. आपल्या जीवनाच्या व्याख्येप्रमाणे मंगळ या ग्रहावर थोड्या फार प्रमाणात का होईना आपण म्हणतो तसे जीवन असू शकेल असे आपल्याला वाटते. आपल्या ज्ञानानुसार इकोस्फिअर ही मर्यादा जीवनाच्या शक्यतेची म्हणून आपण ठरवली आहे. या सीमेत फक्त तीन ग्रह येतात. मंगळ, शुक्र आणि पृथ्वी; पण एक गोष्ट शेवटी ध्यानात ठेवलीच पाहिजे की ही मर्यादा 'आपल्या' जीवनाच्या व्याख्येवर आधारलेली आहे. त्याहून अज्ञात आणि वेगळे जीवन कुठे असू शकेलही. त्यावेळी इकोस्फिअर या मर्यादेला अर्थ राहणार नाही. १९६२ मध्ये मरीनर-२ हे मानवरहित यान शुक्रापासून २२००० मैलांवर पोचले आणि त्याने जी माहिती पाठवली, त्यानुसार शुक्र हा ग्रह जिथे जीवन शक्य आहे अशा ग्रहांच्या यादीतून गाळला गेला.

मरीनर-२ ने पाठविलेल्या माहितीनुसार शुक्रावरचे भूपृष्ठालगतचे तापमान ४२०° सेंटिग्रेड आहे. त्यामुळे तिथे पाण्याचा अंशही असणार नाही. असतील ती वितळलेल्या धातूंची सरोवरेच. पृथ्वी आणि शुक्र ही दोन जुळी भावंडे आहेत ही कल्पना आता कायमची सोडून द्यावी लागणार आहे. अनेक तऱ्हेचे सूक्ष्म जीवजंतू मात्र तिथे असण्याची शक्यता आहे.

त्याच मरीनर - २ ने मंगळावरून जी माहिती पाठवली ती मात्र जरा कोड्यात टाकणारी आहे. पण त्यावरूनच तिथे जीवन असण्याची शक्यताही निर्माण झाली आहे. निदान लाखो वर्षांपूर्वी मंगळावर स्वत:ची अशी संस्कृती असणारी जमात नांदत होती ही शक्यता दृष्टिआड करता येत नाही.

मंगळाला दोन चंद्र आहेत. फीबस आणि डिमोस. अमेरिकन खगोलशास्त्रज्ञ हॉल याने १८७७ मध्ये ते शोधून काढले असले तरी त्यांच्या अस्तित्वाची जाणीव खूप आधीपासूनच होती. १६१० मध्ये जोहान्नी केप्लर याने मंगळाला दोन उपग्रह असावेत असे मत व्यक्त केले होते. जोनाथन स्विफ्ट या लेखकाने त्याच्या सुप्रसिद्ध 'गलिव्हर्स ट्रॅव्हेल्स' या कथांमध्ये या दोन चंद्रांचा नुसता

उल्लेखच केलेला नाही तर त्यांचे आकार, त्यांचे भ्रमण याबद्दलसुद्धा तपशिलवार लिहिले आहे.

'लिलिपुटमधले खगोलशास्त्रज्ञ त्यांचा बराचसा काळ विश्वाचे संशोधन करण्यातच घालवतात. त्यांच्याकडे आपल्यापेक्षाही उत्कृष्ट दुर्बिणी आहेत. त्यांची सर्वांत मोठी दुर्बिण जरी फक्त तीन फूट लांबीची असली तरी ती इतकी शक्तीमान आहे की त्यांनी १०००० स्थिर ताऱ्यांची यादी बनवली आहे. युरोपमधल्या आपल्या खगोलशास्त्रज्ञांनी याच्या फक्त एक तृतीयांश तारे शोधून काढले आहेत. मंगळाभोवती फिरणाऱ्या दोन छोट्या ताऱ्यांचा किंवा उपग्रहांचा सुद्धा त्यांनी शोध लावला आहे. मंगळाजवळचा उपग्रह मंगळापासून मंगळाच्या व्यासाच्या तिप्पट अंतरावर आहे. तर दुसरा व्यासाच्या पाच पट अंतरावर आहे. पहिला उपग्रह मंगळाला दहा तासात फेरी घालतो तर दुसरा २१ $^{१}/_{२}$ तासात.'

मंगळाचे हे दोन उपग्रह जोनाथन स्विफ्ट याने पुस्तक लिहिलेल्या काळानंतर १५० वर्षांनी जर शोधून काढले गेले आहेत तर त्याने त्यांचे वर्णन कसे केले? स्विफ्टच्या आधीपासूनच्या काळापासून या उपग्रहांच्या अस्तित्वाबद्दल संशय असला तरी कोणत्याही तऱ्हेची आकडेवारी देण्याइतके ज्ञान त्यावेळी नव्हतेच. नुसती शंकाच असणे वेगळे आणि आकडेवारीने माहिती देणे वेगळे. मग जोनाथन स्विफ्ट या लेखकाने या उपग्रहांची माहिती कुठून आणि कशी मिळवली?

आपल्या सूर्यमालेत सर्वांत लहान आणि सर्वांत विलक्षण असे दोन कुठले चन्द्र असतील तर ते मंगळाचेच! विषुववृत्तावर अगदी गोलाकार अशा कक्षेत ते फिरतात. आपल्या चन्द्राएवढा प्रकाश जर ते परावर्तित करीत असतील तर फीबसचा व्यास १० मैल असला पाहिजे आणि डिमोसचा ५ मैल. पण ते कृत्रिम असतील तर जास्तच प्रकाश परावर्तित करतील. आपल्या सूर्यमालेत फक्त हेच दोन चन्द्र असे आहेत की ज्या ग्रहाभोवती ते फिरतात त्या ग्रहाच्या स्वत:भोवतीच्या फिरण्याच्या काळाहून कमी वेळात ते त्या ग्रहाभोवती फेरी घालतात. फीबस मंगळावरील एका दिवसात अशा दोन फेऱ्या पूर्ण करतो. डिमोसला मंगळाला स्वत:भोवती एक फेरी घालायला जितका वेळ लागतो त्याच्याहून थोडासाच कमी वेळ मंगळाभोवती फेरी घालायला लागतो.

१८६२ मध्ये पृथ्वीपासून मंगळ अशा जागी होता की त्याचे जास्तीत जास्त संशोधन करता येईल. पण खूप प्रयत्न करूनसुद्धा त्यावेळी या चन्द्रांचा शोध लागला नाही. त्यासाठी आणखी १५ वर्षे लागली. बऱ्याच खगोलशास्त्रज्ञांना वाटायचे की मंगळाचे चन्द्र म्हणजे त्याने खेचून घेतलेले अंतराळातले तुकडे आहेत म्हणून! पण हे दोन्ही विषुववृत्ताभोवती एकाच पातळीत फिरतात. एक तुकडा फार तर असा फिरेल. दोन्हीही फिरतील ही अशक्य गोष्ट वाटते.

अमेरिकन खगोलशास्त्रज्ञ कार्ल सेगन आणि रशियन शास्त्रज्ञ श्लोवस्की यानी १९६६ मध्ये 'विश्वातील बुद्धिमान जीवन' (Intelligent Life in the Universe) म्हणून पुस्तक लिहिले. फीबस हा एक कृत्रिम उपग्रह आहे असा त्यांनी निष्कर्ष काढला होता. वेगवेगळी गणिते करून तो पोकळ असला पाहिजे असे त्यांचे मत झाले होते आणि पोकळ चन्द्र नैसर्गिक असूच शकत नाही.

त्याचा आकार आणि त्याची भ्रमणकक्षासुद्धा तो पोकळ असला पाहिजे या गोष्टीला दुजोरा देतात. कारण मध्येच त्याचा फिरण्याचा वेग वाढतो. आपण सोडलेल्या कृत्रिम उपग्रहांच्या बाबतीत आज हीच गोष्ट घडते.

सेगन आणि श्लोवस्की यांनी मांडलेल्या सिद्धान्ताचा आज शास्त्रज्ञ अत्यंत गंभीरपणे विचार करीत आहेत. फीबस जर कृत्रिम उपग्रह असेल तर तो कोणी तरी मुद्दाम अंतराळात उडवला असला पाहिजे पण उपग्रह सोडण्याइतकी पुढारलेली संस्कृती एके काळी मंगळावर असेल तर ती आज अस्तित्वात का नाही? आपला ग्रहच सोडून जाण्याची पाळी मंगळावरील बुद्धिमान जमातीवर आली होती का? आली असली तर कशामुळे? मंगळावरील ऑक्सिजनचा पुरवठाच कमी कमी होत गेला का? का अंतराळातच काही प्रचंड उलथापालथ झाली की, ज्यामुळे मंगळावरील प्रगत संस्कृती नष्ट झाली? आणि या परिस्थितीत जी काही प्रचंड पळापळ झाली असेल, त्या पळापळीत काही मंगळवासी पळून जाऊन जवळच्या ग्रहांवर आसरा घेऊ शकले होते का?

१९५० मध्ये डॉ. इमॅन्युएल व्हेलिकोवस्की यांनी 'Worlds in Collision' म्हणून एक पुस्तक लिहिले. आजसुद्धा शास्त्रीय जगतात या पुस्तकाचा बोलबाला आहे व यावर चर्चा होतात. त्याच्या मते एक प्रचंड धूमकेतू मंगळावर आदळला होता आणि याच टकरीतून शुक्राचा जन्म झाला होता. शुक्रावरचे तापमान खूप जास्त असेल, तिथल्या ढगात कार्बनमिश्रित हायड्रोजन असेल आणि शुक्राच्या भ्रमणात काही वेगळेपण असेल तरच हा सिद्धांत खरा ठरणार होता. मरीनर-२ याने पाठविलेल्या माहितीनुसार या सर्व गोष्टी खऱ्या आहेत असे ठरले आहे आणि व्हेलिकोवस्कीचा सिद्धांत बरोबर असण्याचा संभव निर्माण झाला आहे. आपल्या सूर्यमालेत शुक्र हा एकच ग्रह असा आहे की तो इतर ग्रहांसारखा फिरत नाही; उलटा फिरतो.

पण अंतराळात झालेल्या उलथापालथीतून निर्माण झालेल्या भीषण आपत्तीत मंगळावरील संस्कृती नष्ट झाली असेल तर ती गोष्ट आपल्या प्राचीन भूतकाळात परग्रहांवरील अंतराळवीरांनी पृथ्वीला भेटी दिल्या होत्या या सिद्धांताला पूरक ठरणारीच आहे. शक्य आहे की मंगळावरील काही लोकच गडबडीत तिथून पळून जाऊ शकले आणि ते पृथ्वीवरच उतरले. मंगळावरील गुरुत्वाकर्षण

पृथ्वीपेक्षा कमी असल्याने साहजिकच ते पृथ्वीवरील जमातीपेक्षा धिप्पाड आणि उंच होते. त्यांनीच पृथ्वीवर कृत्रिम गर्भधारणा घडवून आणून पृथ्वीवर मानवसदृश प्राणी अस्तित्वात आणायला हातभार लावला. हाही तर्कच असला तरी कधी काळी त्यात थोडे फार तथ्य आहे असे ठरले तर परग्रहांवरून पृथ्वीवर आलेल्या, हजारो टन वजनाचे दगड सहज इकडून तिकडे नेणाऱ्या, पृथ्वीवरील मागासलेल्या जमातींना संस्कृती, कला, कायदा, सुव्यवस्था, नागरिकशास्त्र यांचे पहिले धडे घालून देणाऱ्या काही देवांचा शोध लागतो. कालांतराने ते मृत्युमुखीच पडले असणार.

परग्रहांशी संपर्क साधण्याचे प्रयत्न

दिनांक ४ एप्रिल, १९६०. अमेरिकेतील वेस्ट व्हर्जिनियातील एकाकी अशा दरीत एका आगळ्या प्रयोगाची सुरुवात झाली. टाझु सेटी या आपल्यापासून ११.८ प्रकाशवर्षे दूर असलेल्या ताऱ्याच्या दिशेने ग्रीनबँक येथील प्रचंड ८५फुटी टेलिस्कोप वळवला गेला. अमेरिकन खगोलशास्त्रज्ञ आणि वैज्ञानिक डॉ. फ्रॅन्क ड्रेक यांच्या नेतृत्वाखाली परग्रहांवरील रेडिओ लहरी पकडून, अनंत विश्वातील अज्ञात अशा बुद्धिमान संस्कृती जर कुठले संदेश पाठवत असतील तर ते ओळखण्याचा प्रयत्न सुरू झाला. पहिले सर्व प्रयोग १५० तास चालू होते. प्रयोग अयशस्वी ठरला पण 'प्रोजेक्ट ओझमा' अशी जगाच्या इतिहासात नोंद ठेवून गेला. अनुसरलेला मार्ग बरोबर होता अशी सर्वच शास्त्रज्ञांना खात्री होती पण अशा प्रयोगाला आवश्यक अशी अत्यंत संवेदनाक्षम यंत्रे आपल्याकडे नाहीत; याची प्रकर्षाने जाणीव झाल्यामुळे हा प्रयोग थांबवण्यात आला. दुसऱ्या कुठल्या कारणांमुळे नव्हे. अशा तऱ्हेचा हा एकच प्रयोग होईल असे वाटायचे कारण नाही. चन्द्रावर जर

असा टेलिस्कोप उभारता आला तर तो जास्त कार्यक्षम ठरेल. कारण पृथ्वीवर येणारे अनंत अडथळे तिथे अजिबात येणार नाहीत.

पण दुसऱ्यांनी पाठविलेले संदेश पकडण्याचा प्रयत्न करण्यापेक्षा आपणच असे रेडिओ संदेश अंतराळात पाठवले तर ते जास्त व्यवहार्य ठरणार नाही काय? अर्थात विश्वातील बुद्धिमान जमातींना आपण काही स्पॅनिश किंवा रशियन किंवा इंग्रजी भाषेत संदेश पाठवू शकत नाही. त्यांना आपल्या भाषा समजतील अशी अपेक्षा कशी करणार? पण मग कसे संदेश पाठवायचे? या संदर्भात तीन मार्ग डोळ्यांसमोर उभे राहतात. गणितातली चिन्हे, लेसर किरण आणि चित्रे. गणितातल्या चिन्हांना यशाची आशा जास्ती आहे पण यासाठी कुठल्या रेडिओ लहरी वापरायच्या? कुठली रेडिओ लहर विश्वात कुठेही पकडली जाण्याचा संभव आहे? पृथ्वीवरील वेगवेगळ्या रेडिओ लहरींच्या जंगलात न दडणारी अशी १४२० मेगाहर्टझ् ही रेडिओ लहर उपयोगात आणता येईल. हायड्रोजन अणुंच्या टकरीतून उत्सर्जित होणाऱ्या किरणांची लहर हीच आहे. हायड्रोजन हे एक मूलद्रव्य आहे आणि त्याच्या किरणोत्सर्गाची माहिती आपल्याला अज्ञात अशा विश्वातील कुठल्याही बुद्धिमान जमातीला खात्रीपूर्वक असणारच. या रेडिओ लहरींद्वारा संपर्क साधण्याचा प्रयत्न केला तर चुका, घोटाळे होण्याचा संभव खूपच कमी; कारण पृथ्वीवर तिचा वापरच नाही. त्यामुळे अडथळेही कमी होतील. या विश्वात कुठेही असणाऱ्या बुद्धिमान जमातींना या रेडिओ लहरींद्वारा पाठवलेले संदेश मिळाले तर ते मुद्दामच कुणी तरी पाठवले आहेत याची त्यांनाही खात्री पटेल.

पण ही कल्पना मनात येणारे आपणच काही पहिले नसणार. एखादे वेळी उलटाही प्रकार घडेल. शक्य आहे की अशीच कल्पना कुठल्या तरी परग्रहावरील बुद्धिमान जमातीला आधीच सुचली असेल आणि त्यांनी पाठविलेल्या रेडिओ-लहरी कित्येक वर्षांनी आज आपण पकडू शकू म्हणून!

रेडिओ तारा सीटीओ - १०२ याच्याकडून निर्माण होणारा किरणोत्सर्ग १९६४ मध्ये जाणवण्याइतका वाढला. अचानकपणे! अगदी थोड्या वेळापुरताच. मग कमी झाला. रशियन खगोलशास्त्रज्ञांच्या लक्षात हा प्रकार आला आणि त्यांनी जाहीर केले की अज्ञात विश्वातल्या कोणत्या तरी अति प्रगत संस्कृतींकडून त्यांना बहुधा संदेश मिळत असावेत. पुन्हा असा प्रकार घडण्याची ते वाट पाहत राहिले आणि बरोबर १०० दिवसांनी पुन्हा हेच घडले. रशियन शास्त्रज्ञांच्या मते अशा तऱ्हेने किरणोत्सर्ग कमी-जास्त होणे ही गोष्ट अगदी वेगळी आहे. असे कधी घडत नाही. 'कॅलिफोर्निया इन्स्टिट्यूट ऑफ टेक्नॉलॉजी'च्या रेडिओ ॲस्ट्रॉनॉमर्सनी कॅटलॉग नं. १०२ मध्ये या ताऱ्याचे नाव लिहिले होते. म्हणून

असे नाव त्या ताऱ्याला मिळालेले होते. या ताऱ्याबद्दलचे कुतूहल जागृत झाल्याने डच शास्त्रज्ञ मार्टिन श्मिडट् याने हा तारा पृथ्वीपासून १० अब्ज प्रकाशवर्षे तरी दूर आहे असे तोपर्यंत शोधून काढले होते. याचाच दुसरा अर्थ या रेडिओ-लहरी बुद्धिमान जमातींनी पाठवल्या असतील तर त्यांचा उगम इतकी वर्षे आधीचा आहे. पण त्यावेळी पृथ्वीसुद्धा अस्तित्वात नव्हती असे निदान आजचे संशोधन सांगते.

तरी आता म्हणणार की पृथ्वीवरील मानवाशिवाय बुद्धिमान जीवन कुठे, कधी अस्तित्वातच नव्हते म्हणून? ते अस्तित्वात होते एवढेच नाही तर फारच पुरातन कालापासून या अनंत विश्वात बुद्धिमान जमाती अस्तित्वात होत्या याचाच हा पुरावा आहे.

परग्रहांशी संबंध कसा जोडावा यासाठी अनेक लोक विचार करतात आणि त्यातून काही अफलातून कल्पना जन्माला येतात. इतर ग्रहांवरील लोक आपल्याला कसे 'बघू' शकतील याबद्दलही अनेकांनी वेगवेगळ्या योजना मांडल्या आहेत.

मंगळच काय पण गुरुच्या दिशेने लेसर किरण सोडले आणि तिथे बुद्धिमान आणि प्रगत संस्कृतींचे अस्तित्व खरोखर असेल तर त्यांच्याही लक्षात हे लेसर किरण आल्याशिवाय राहणार नाहीत.

सहज लक्षात येणाऱ्या भूमितींच्या आकृत्यांचा वापर करून प्रचंड भू-भागात वेगवेगळ्या रंगातील पिके लावली तर ही नैसर्गिक घटना नाही हे कुणाच्याही तात्काळ लक्षात येईल. ६०० मैल लांबीची एकेक बाजू असलेल्या समभुज त्रिकोणात बटाटे पेरायचे आणि आत एक वर्तुळ काढून त्यात गहू पेरायचे ही अशीच एक अद्भुत योजना. त्यातून तयार होईल ते पिवळे वर्तुळ आणि हिरवा त्रिकोण! दर उन्हाळ्यात हा प्रयोग केला तर आज ना उद्या अंतराळातून कुणाच्या तरी ध्यानात येणार नाही? पुन्हा प्रयोगात तोटा काहीच नाही. तसा किफायतशीर प्रयोग!

दुसऱ्या एकाने सुचविले की, जगभर दीपगृहे बांधायची; पण कशी? तर त्या सर्वांचा सर्व प्रकाश बाहेरच्या दिशेने अंतराळात् फेकला जाईल. या दीपगृहांची रचना अशी करायची की ती अणुची प्रतिकृती म्हणून लक्षात येईल.

या सर्व सूचना एक गोष्ट गृहित धरून चालतात. कुठून तरी, कोणी तरी आपल्यावर नजर ठेवून आहेत; पण अशा तऱ्हेने विचार करून आपण मुख्य मुद्द्याकडे चुकीच्या दृष्टिकोनातून तर पाहत नाही ना?

नजरेआड असणाऱ्या गोष्टी पाहण्याची दिव्य दृष्टी (Clairvoyance), अंतर्ज्ञानाने दिसणाऱ्या गोष्टी (Visions), न बघता, न बोलता दुसऱ्यांना आपले विचार कळवणे (Thought Transference-Telepathy) अशा अनेक गोष्टींचे

संशोधन आज शास्त्रीय पातळीवर चालू आहे. दोन माणसे जगाच्या दोन कोपऱ्यात एकाग्र चित्ताने बसून विचारांची देवाणघेवाण करू शकतात ही गोष्ट सिद्ध झालेली आहे. पण हे घडते कसे याचा उलगडा होत नाही.

१९५९ मध्ये नॉटिलस पाणबुडी वापरून केलेल्या प्रयोगाने सिद्ध केले आहे की, रेडिओ-लहरींद्वारा संपर्क साधता येत नसला तरी कोणत्याही साधनांशिवाय एकाच्या मनातील विचार दुसऱ्याच्या मनात उमटवता येतात. हजारो मैलांवर 'क्ष' व्यक्ती होती तर नॉटिलसमध्ये 'य.' ठरलेल्या वेळी शेकडो फूट खोल पाण्यात नॉटिलसने दडी मारली. रेडिओ लहरी पाण्याखाली फार थोड्या अंतरावर पोहोचत असल्याने नॉटिलसचा जगाशीसुद्धा संपर्क तुटला. तरीही ठरलेल्या वेळी 'क्ष'च्या मनात आलेले विचार 'य'ला कळले. प्रयोग संपूर्ण यशस्वी झाला होता.

माणसाचे मन आणि माणसाची बुद्धी यांची झेप किती आहे असा विचार यामुळे साहजिकच करावासा वाटतो. शक्य आहे की प्रकाशवेगापेक्षा जास्त वेगाने दोन मने एकमेकांशी जोडली जातील. एडगर केसी १९४५ मध्ये मरण पावला पण त्याच्या आयुष्यात त्याने केलेल्या चमत्कारांमुळे शास्त्रीय जगतात त्याचे नाव अजरामर झाले आहे.

एडगर केसी हा एका साध्या शेतकऱ्याचा मुलगा. आपला मेंदू किती तल्लख आहे याची त्याला कधीच कल्पना नव्हती. तरुणपणातच तो फार आजारी झाला आणि एक दिवस तर तापाने जर्जर होऊन त्याची शुद्धच हरपली. हर प्रयत्नांनी त्याला शुद्धीत आणण्याची डॉक्टर शिकस्त करीत असतानाच, अचानक आणि स्वच्छ शब्दात केसीने बोलायला सुरुवात केली. त्याच्या स्वत:च्या आजाराचे निदान करून, त्याने वेगवेगळ्या गोष्टी वापरून एक औषध बनवायला आणि त्याच्या पाठीच्या कण्याला चोळायला सांगितले. बेशुद्धावस्थेत बडबडणाऱ्या एडगरचे बोलणे ऐकून डॉक्टरच काय पण इतर नातेवाईकसुद्धा थक्क झाले. असे ज्ञान असणारा आणि इतक्या अधिकारवाणीने बोलणारा केसी नव्हताच. आश्चर्याची गोष्ट म्हणजे त्याने सुचविल्याप्रमाणे औषध बनवून वापरल्यावर तो खडखडीत बरा झाला. ही घटना सर्वत्र पसरली. कित्येक जणांनी सूचना केली की त्याच्यावर मोहनिद्रेचा प्रयोग करून त्यांच्या असाध्य रोगांवर औषधयोजना विचारावी म्हणून. एडगर केसीने त्याला अजिबात तयारी दर्शवली नाही. कालांतराने ही खळबळजनक घटना लोक विसरूनही गेले.

पण काही दिवसांनी त्याचा एक मित्रच आजारी पडला आणि मग मात्र त्याने मोहनिद्रेत व्यवस्थितपणे कोणत्या औषधांचा वापर करावा हे सुचविले. या वेळी तर त्याने त्याच्या बोलण्यात चक्क लॅटिन शब्दच वापरले होते. ते त्याला कळत

तर नव्हतेच पण त्याच्या कधी नजरेससुद्धा पडले नव्हते. पण सुचविलेल्या औषध योजनेमुळे त्याचा मित्र बरा झाला खरा!

आता मात्र मेडिकल असोसिएशनलासुद्धा जाग आली. अशा तऱ्हेच्या गोष्टीकडे एक वेळ दुर्लक्ष करता येईल, दुसऱ्यांदा नाही. त्यांनी पुन्हा असा प्रकार घडला तर प्रत्येक शब्द व्यवस्थित लिहून, ती घटना अक्षरश: त्यांना कळावी याची व्यवस्था केली. जे ज्ञान आणि कर्तृत्व मिळवण्यासाठी अफाट परिश्रम करावे लागतात, ते ज्ञान एडगर केसी गाढ निद्रेत असताना त्याच्याकडे चालत येत होते.

एकदा एका श्रीमंत गृहस्थाला व्याधिमुक्त होण्यासाठी त्याने जे औषध सुचवले ते कुठेच उपलब्ध नव्हते. या गृहस्थाने अनेक वृत्तपत्रांत जाहिराती दिल्या. शेवटी परदेशी वृत्तपत्रांतसुद्धा जाहिराती दिल्या. तेव्हा एका डॉक्टरने लिहिले की केसी म्हणतो तसे औषध पूर्वी त्याचे वडील बनवत असत पण त्या औषधाचे उत्पादन त्यानी मागेच बंद केले आहे. नंतर केसीने दुसरे औषध सुचविले. तेही कुठे मिळेना. मग त्याने एका प्रयोगशाळेचा पत्ता दिला आणि सांगितले की ते औषध निश्चित तिथे मिळेल. चौकशी केल्यावर कळले की, तशा प्रकारचे औषध त्या प्रयोगशाळेत नुकतेच तयार केले होते आणि त्याला कुठले नाव द्यायचे याचा विचार चालू होता. बाजारात अर्थात ते विक्रीलाही आले नव्हते. पण एडगर केसीला निद्रावस्थेत सर्व गोष्टी कळतच होत्या.

तज्ज्ञ डॉक्टरांच्या एका पथकाने कुठल्याही चमत्कारांवर, भाकड कथांवर विश्वास न ठेवता या सर्व प्रकारांची चौकशी केली. त्यांच्या चौकशीत एकच निष्पन्न झाले. केसीने बिचाऱ्याने आयुष्यात कधी वैद्यक शास्त्रावरचे पुस्तकसुद्धा हातात धरले नव्हते.

सर्व बाजूंनी खूप आग्रह झाल्यावर शेवटी केसीने दिवसातून दोन वेळा रोगपरीक्षा आणि औषधे सुचविण्याचे मान्य केले. विनामूल्य आणि दोन डॉक्टरांच्या उपस्थितीतच! मेडिकल असोसिएशनचे नियम अगदी कठोर आणि काटेकोर असतात. त्यातून कधी, कुणाला, कुठल्याही बाबतीत सूट मिळत नाही. पण या असोसिएशनने केसीच्या बाबतीत मात्र अपवाद केलाच. त्याचे रोगनिदान नेहमीच अचूक असे व सुचविलेली औषधेही अगदी बिनतोड असत पण त्याच्या गाढ झोपेतून तो जागा झाला की त्याला काही आठवत नसे. एकदा डॉक्टरांनी त्याला विचारले, तू रोगाचे निदान करतोसच कसा? त्याने दिलेले उत्तर मात्र अगदी आश्चर्यकारक होते. केसी उत्तरला होता, 'बहुधा रोगनिदान करण्यासाठी ज्या तल्लख मेंदूच्या माणसाची आवश्यकता असेल, त्याच्याशी तो संपर्क साधत असावा. रोग्याच्या मेंदूला, रोग्याला काय झाले आहे याची पूर्ण कल्पना असते.

त्याला माहिती विचारली की त्या माहितीवरून रोगनिदान करून औषध योजना सुचवील अशा बुद्धिमान माणसाच्या तल्लख मेंदूशी तो संबंध जोडत असावा. अगदीच सोपे !'

पण या अगदी सोप्या उत्तराने आपल्यासमोर जे दृश्य उभे राहते ते अगदी भव्य, अलौकिक आणि आश्चर्यकारक आहे. हेच उत्तर आधुनिक तंत्रज्ञानात बसवले तर कसे असेल? न्यूयॉर्कमध्ये एक प्रचंड कॉम्प्युटर बसवायचा की ज्याच्यात पदार्थविज्ञान शास्त्राचे सर्व ज्ञान असेल. या विषयावरचा कुठलाही प्रश्न विचारला की एका क्षणात तो उत्तर देईल. झुरिचमध्ये दुसरा कॉम्प्युटर बसवायचा की त्यात वैद्यकशास्त्राचे सर्व ज्ञान असेल. मॉस्कोतला कॉम्प्युटर वनस्पतीशास्त्र, जीवशास्त्र, प्राणीशास्त्र यातला तज्ञ असेल तर कैरो येथील कॉम्प्युटरला खगोलशास्त्राचे संपूर्ण अद्ययावत ज्ञान असेल. थोडक्यात म्हणजे जगातल्या विज्ञानाच्या प्रत्येक शाखेचे परिपूर्ण ज्ञान एकेक कॉम्प्युटरमध्ये भरून ठेवायचे. समजा, रेडिओद्वारे कोणी वैद्यकशास्त्रावरचा प्रश्न जवळच्या कैरो कॉम्प्युटरला विचारला तर क्षणार्धात तो प्रश्न झुरिचच्या कॉम्प्युटरला विचारला जाईल. दुसऱ्या क्षणाला प्रश्नाचे उत्तर हजर. एडगर केसीचा मेंदू अशाच काही तत्त्वांवर काम करीत होता का?

यावरून आणखी एक धाडसी कल्पना मनात येते. जगातल्या सर्व किंवा मुद्दाम कष्ट घेऊन शिकवलेल्या थोड्या मेंदूंकडे जगातल्या इतर कोणत्याही माणसाच्या मेंदूशी संपर्क साधण्याची अद्‌भुत शक्ती असेल तर? माणसाच्या मेंदूचे खरे कार्य त्याचे कर्तृत्व, त्याची ताकद याची फारच कमी माहिती आपल्याला आहे. आजपर्यंत एकच गोष्ट जर आपल्याला कळली असेल तर ती म्हणजे, सर्वसाधारण धडधाकट माणूस त्याच्या मेंदूच्या १/१० भागाचाच जन्मभर वापर करीत असतो. करीत असतो म्हणण्यापेक्षा आयुष्यभर त्याच्या मेंदूचा १/१० भागच कार्यप्रवण असतो म्हणू या. मग उरलेल्या ९/१० भागाचा उपयोग कधी केला जात नाही का? असाध्य रोगाने पछाडलेले रोगी केवळ इच्छाशक्तीच्या बळावर संपूर्ण बरे झाल्याच्या सत्यकथा आपल्याला माहिती आहेत. त्यावेळी खरोखर काय घडत असावे? मेंदूचा आणखी १/१० किंवा २/१० भाग कार्यप्रवण करण्यात ते यशस्वी होतात का? असल्यास कसे? आपल्याला अजून काही नीट कळत नाही हेच खरे.

आता गुप्तता राहिली नसली तरी नोव्हेंबर १९६१ मध्ये ग्रीन बँक, वेस्ट व्हर्जिनिया येथील 'नॅशनल रेडिओ अॅस्ट्रॉनॉमी ऑब्झरवेटरी' मध्ये जगविख्यात ११ शास्त्रज्ञांची एक गुप्त परिषद भरली होती. विषय होता 'परग्रहांवरील बुद्धिमान जमातींचे अस्तित्व!' परिषदेच्या शेवटी बाहेर आला तो सुप्रसिद्ध ग्रीन बँक फॉर्म्युला. या सिद्धांतानुसार आपल्याच आकाशगंगेत निदान ५ कोटी तरी

प्रगत अशा संस्कृती आहेत, की ज्या आपल्याशी संपर्क साधण्याच्या प्रयत्नात तरी आहेत किंवा दुसऱ्या ग्रहावरून अशा प्रगत संस्कृतींच्या अस्तित्वाचे पुरावे मिळण्याची वाट पाहत आहेत. हा सिद्धांत मांडण्यापूर्वी या संबंधित प्रत्येक बाब विचारात घेतली आहे. अगदी सर्वस्वी प्रतिकूल अशा परिस्थितीचा विचार केला तरी अशा ४० संस्कृती कोणत्याही एका क्षणाला अस्तित्वात असणारच असेही हा सिद्धांत सांगतो. मात्र गणिते करताना आकाशगंगेतील आजच्या ताऱ्यांची संख्या विचारात घेतली नसून आपली आकाशगंगा अगदी अस्तित्वात आल्यापासूनच्या ताऱ्यांची संख्या लक्षात घेतली आहे.

या सर्व बुद्धिमान शास्त्रज्ञांचे मत ग्राह्य धरले तर आपल्यापेक्षा सुसंस्कृत आणि प्रगत अशा संस्कृती हजारो वर्षांपूर्वी अस्तित्वात असल्याच पाहिजेत. आपण मांडत असलेल्या सिद्धांताला एक प्रकारे हे शास्त्रज्ञ दुजोराच देत आहेत, कारण आपल्या प्राचीन भूतकाळात अशा प्रगत अंतराळवीरांनी पृथ्वीला भेटी दिल्याची आणि त्यांनाच आपण 'देव' मानले असण्याची शक्यता त्यामुळे खूपच वाढली आहे.

पण सर्व बोलून झाल्यावर सिद्धांताचा बिनतोड पुरावा द्यायचा झाला तर शेवटी कुणाला तरी अंतराळातच जायला पाहिजे. सर्व प्रकारचे गणिती सिद्धांत अंतराळात बुद्धिमान जमातींचे अस्तित्व दर्शवतात पण मोजमाप करता येईल, सप्रमाण दाखवता येईल, सर्वांना पटेल असा पुरावा अजून हाती लागलेला नाही. हाच पुरावा मिळवण्यासाठी मानवाची पावले पडायला सुरुवात झाली आहे. या दृष्टीने 'नासा'ने एकापेक्षा एक गुंतागुंतीच्या अशा अनेक संशोधन योजना हाती घेतल्या आहेत. त्यावर लाखो डॉलर्स खर्च होणार आहेत. अर्थात शेवटी पैशाची उपलब्धता या एकाच गोष्टीवर सर्व योजना किती लवकर कार्यान्वित होतील हे ठरणार आहे.

'नासा'च्या योजनांचे पहिले लक्ष्य असेल मंगळ. मंगळावरील स्वारीचा पक्का आराखडा तयार आहे. त्यासाठी तयार कराव्या लागणाऱ्या अंतराळयानाचे डिझाईन तयार आहे. फक्त ते बांधायचे राहिले आहे, 'जॉर्ज मार्शल स्पेस फ्लाइट सेंटर,' हंटस्व्हिले, अलाबामा या संस्थेचे संचालक डॉ. स्टुलिंजर यांच्या टेबलावर या अंतराळयानाची प्रतिकृती ठेवली आहे. त्यांनीच या अंतराळयानाचे डिझाईन तयार केले आहे.

अंतराळ योजनांच्या तयारीसाठी डॉ. वेर्नर फॉन ब्राऊन आणि डॉ. स्टुलिंजर प्रथम जेव्हा हंटस्व्हिले या गावी आले, तेव्हा ते एक छोटेसे गाव होते. या योजनांतर्गत कारखाने, प्रयोगशाळा, विमानतळ यांनी हे गाव आज अगदी गजबजून गेले आहे. पहिल्या छोट्या रेडस्टोन या अग्निबाणाची चाचणी झाली

तेव्हा गावात काय पळापळ झाली होती नुसती! सर्वांनी काय होत आहे न उमजल्याने तळघराकडेच धाव घेतली होती! पण काही वर्षांनी जगाचा अंत जवळ आला आहे की काय असे भासवणारा, प्रचंड मेघगर्जनेसारखा आवाज करीत सॅटर्न रॉकेटस्‌ची चाचणी होत होती, तेव्हा ते कुणाच्या खिजगणतीत येत नव्हते. लंडनमधले लोक छत्र्या बाळगतात तसे इथले लोक खिशात, कानात दडे कमी करण्याची साधने बाळगतात. इथले रहिवासी आपल्या शहराला रॉकेट सिटीच म्हणतात. अंतराळ योजनांसाठी आवश्यक तो पैसा अमेरिकन सरकारने पुरवला नाही तर इथले लोक चळवळ करायला मागे-पुढे पाहत नाहीत. हंटस्‌व्हिले हे आज 'नासा'चे सर्वांत मोठे अंतराळ केंद्र आहे. छोट्या रेडस्टोन रॉकेटपासून जगभर गाजत आलेल्या जगङ्व्याळ सॅटर्न - ५ रॉकेटपर्यंतच्या सर्व रॉकेटस्‌चा विचार, त्यांचे आराखडे, त्यांच्या चाचण्या इथेच झाल्या. नुसत्या १५ सॅटर्न रॉकेटस्‌चा खर्च झाला ५॥ कोटी डॉलर्स! इथल्या एकूण कार्यासाठी अमेरिकेने अब्जावधी डॉलर्स खर्च केले आहेत. रॉकेटच्या उड्डाणाच्या वेळी जवळ जवळ

९ लाख गॅलन स्फोटक इंधन इथल्या टाक्यात भरलेले असते. त्यातून १५ कोटी अश्वशक्ती एव्हढी प्रचंड ताकद निर्माण होते. प्रत्येक सॅटर्न रॉकेटचे वजन निदान ३००० टन तरी भरते. अंतराळावर कबजा करणे हे एकच ध्येय नजरेसमोर ठेवून विज्ञानाच्या निरनिराळ्या शाखातील निदान ७००० वैज्ञानिक, शास्त्रज्ञ, तंत्रज्ञ डॉ. वर्नर ब्राऊन यांच्या हाताखाली काम करीत आहेत. १९६७ मध्येच अंतराळ योजनांच्या निरनिराळ्या कामात निदान ३ लाख तंत्रज्ञ अमेरिकेत गुंतलेले होते. दहा हजार कारखाने या ऐतिहासिक आणि प्रचंड संशोधनाला हातभार लावीत आहेत. पृथ्वीवर वंगण म्हणून आपण ज्यांचा वापर करतो ती अंतराळाच्या अथांग पोकळीत निरुपयोगी ठरतात. इलेक्ट्रिक मोटारी अर्धा तास झाला की तिथे बंद पडतात. अस्तित्वात असलेल्या मिश्रधातूंचे पत्रे अंतराळात टिकतच नाहीत. अंतराळात वापरण्यासाठी प्रत्येक गोष्टीचा नव्याने शोध घ्यावा लागतो आहे. नवीन तऱ्हेची वंगणे, नवीन तऱ्हेचे मिश्रधातू, नवीन वेल्डिंगची तंत्रे आज शोधावी लागत आहेत. अशा छोट्या छोट्या लक्षावधी गोष्टींचा विचार करावा लागतो. 'चाचणीचा प्लॅटफॉर्म' असे फक्त दोन शब्द लिहिलेले सिमेंट क्रॉंक्रिटचे अजस्त्र धूड कित्येक मजले उंच आणि हजारो टन वजनाचे असते. वरपर्यंत पोहोचणाऱ्या किती तरी लिफ्टस्, क्रेन्स असतात. शेकडो मैलांचे गुंतागुंतीचे केबल्सचे जाळे असते ते वेगळेच पण अजस्त्र अग्निबाण उडतात तेव्हा सिमेंट काँक्रिट आणि खडक यात घट्ट रोवलेला हा अगडबंब प्लॅटफॉर्मसुद्धा तीन इंच वर उचलला जातो. तो थंड करण्यासाठी त्या वेळेला सेकंदाला ३३३००० गॅलन पाणी सोडावे लागते. एका साध्या चाचणीचा खर्चसुद्धा सहज

५००००० डॉलर्सच्या घरात पोहोचतो. अंतराळप्रवास आणि संशोधन स्वस्त नाहीच.

'नासा'च्या अनेक अंतराळ स्थानकांपैकी हंटस्व्हिले हे एक केंद्र आहे. उद्या इथूनच अंतराळावर स्वारी चढवणारी अंतराळयाने सुटण्याची शक्यता असल्याने अशा काही केंद्रांची माहिती असायला हरकत नाही.

१. आर्मी रिसर्च सेन्टर, मॉफेट फिल्ड, कॅलिफोर्निया
२. इलेक्ट्रॉनिक रिसर्च स्टेशन, केंब्रिज, मेसॅच्युसेटस्.
३. फ्लाईट रिसर्च स्टेशन, एडवर्डस्, कॅलिफोर्निया.
४. गोडार्ड स्पेस फ्लाईट सेंटर, ग्रीन बेल्ट, एम्. डी.
५. प्रॉपल्शन लॅबोरेटरी, पासेडाना, कॅलिफोर्निया.
६. जॉन एफ. केनेडी स्पेस सेन्टर, फ्लॉरिडा.
७. लँग्ले रिसर्च स्टेशन, हॅम्पटन, व्ही. ए.
८. ल्युईस रिसर्च स्टेशन, क्लिव्हलँन्ड, ओहिओ.
९. मॅनड् स्पेसक्राफ्ट सेन्टर, ह्यूस्टन, टेक्सास.
१०. न्युक्लिअर रॉकेट डेव्हलपमेंट सेन्टर, जॅकॉस फ्लॅटस्.
११. नासा हेडक्वार्टर्स, वॉशिंग्टन.

१ जुलै, १९६७ रोजी केप केनेडी येथे २२८२८ लोक कामाला होते आणि १९६७ चे फक्त या केंद्राचे वार्षिक अंदाजपत्रक ४७५,७८४,००० डॉलर्सचे होते. १९६७ मध्ये! हे सर्व कशासाठी? काही चक्रम लोकांना चन्द्रावर पाऊल ठेवायची इच्छा होती म्हणून तरी नक्की नव्हते !

आणि उद्या...

आज आपण प्रगतीच्या कुठल्या टप्प्यावर उभे आहोत?

अनंत विश्वातले बुद्धिमान परग्रहवासी आपल्याशी संपर्क ठेवण्याच्या प्रयत्नात आहेत का?

खळबळ माजवणाऱ्या अनेक संशोधनांचे आजचे युग शेवटी खरेच भयंकर ठरणार आहे का?

जगात उलथापालथ घडवून आणू शकतील अशी संशोधने गुप्तच ठेवली जावीत का?

वैद्यकशास्त्र आणि जीवनशास्त्र मानवाला प्रदीर्घ निद्रेत पाठवून पुन्हा त्यांना जिवंत करण्याचे मार्ग शोधून काढतील का?

मानव परग्रहांवर वसाहत करील का?

तेथील स्त्रियांशी पुन:पुन्हा संबंध ठेवून आपल्याचसारख्या एक, दोन, तीन नवीन पृथ्व्या निर्माण करू शकेल का?

कृत्रिम हृदये, किडनी, फुप्फुसे वापरून माणसाचे आयुष्य अमर्याद वाढवता येईल काय?

एका मागोमाग एक अशा या प्रश्नांनी तयार होणारा ग्रंथ

लंडनच्या टेलिफोन डिरेक्टरीएवढा मोठा होऊ शकेल. आज जगात एक दिवस जात नाही की काही तरी नवीन शोध लागत नाही; एका तरी कोड्याचे उत्तर मिळत नाही.

बुद्धिमान कॉम्प्युटर बनवण्यासाठी एडिन्बर्ग युनिव्हर्सिटीला १७०००० डॉलर्सची मदत मिळाली. कॉम्प्युटरचा एक नमुना बनवला गेला आणि हॉस्पिटलमधल्या एका रोग्याने त्याच्याशी गप्पाही मारल्या. नंतर आपण एका यंत्राशी बोलत होतो यावर त्या रोग्याचा विश्वासही बसेना. कॉम्प्युटर बनवणारे डॉ. मिशी म्हणतात की त्यांचा कॉम्प्युटर आता स्वतःचे आयुष्य जगण्याचा प्रयत्न करतो आहे म्हणून!

अत्याधुनिक तंत्रज्ञान आणि प्रगल्भ बुद्धिमत्ता वापरून योजनाबद्ध संशोधनाने आपल्या भविष्यकाळाचा मागोवा घेणारे नवीन शास्त्र आज जन्माला येत आहे. फ्युचरॉलॉजी! उद्याचा विचार करणारे बुद्धिवंतांचे गट आज जगात वेगवेगळ्या ठिकाणी काम करीत आहेत. असा एक सुप्रसिद्ध गट म्हणजे कॅलिफोर्नियामधील सान्ता मोनिका येथील रॅन्ड कॉर्पोरेशन. १९४५ मध्ये अमेरिकन विमान दलाने याची स्थापना केली. एकाच कारणासाठी. खंडांतर्गत युद्धतंत्रांत अमूलाग्र बदल करून संशोधन करणारी स्वतःची अशी संशोधन योजना वरिष्ठ लष्करी अधिकाऱ्यांना हवी होती. अंतराळयानांचे महत्त्व या संशोधन केंद्राने वर्षाभरातच हेरले होते. उपग्रहांच्या योजना रॅन्ड कॉर्पोरेशनने १९५१ मध्ये आखल्या तेव्हा ती स्वप्ने वाटत होती. त्यांच्या संशोधकांनी प्रसिद्ध केलेल्या ११० पुस्तकांनी आपल्या संस्कृतीच्या सुधारणेला निश्चित चालना मिळाली आहे. या अशा संशोधनाला आज काही शेवट दिसत नाही. असणारही नाही.

भविष्यकाळावर नजर ठेवून खालील संस्थाही काम करीत आहेत.

१. हडसन इन्स्टिट्यूट, न्यूयॉर्क.

२. जनरल इलेक्ट्रिक कंपनीचे टेम्पो सेन्टर फॉर ॲडव्हान्स्ड स्टडीज्,
सॅन्टा बार्बारा, कॅलिफोर्निया.

३. ऑर्थर लिटल् इन्स्टिट्यूट, केंब्रिज, मेसॅच्युसेटस्.

४. बटिल इन्स्टिट्यूट, कोलंबस, ओहिओ.

भविष्यकाळाचा विचार करणाऱ्या या बुद्धिमान तंत्रज्ञांशिवाय आज कोणत्याही उद्योग समूहांचे किंवा सरकारांचे चालणार नाही. आपल्या लष्करी योजना, लष्करी तयारी प्रत्येक देशाला दूरचा भविष्यकाळ आणि जागतिक परिस्थिती लक्षात घेऊन आखाव्या लागतात. धंद्यात पैसा ओतताना पुढील ३०-४० वर्षांचा विचार करावा लागतो. मेक्सिकोची परिस्थिती ५० वर्षांनी कशी असेल

याचा विचार आज आपल्याला करता येतो. त्यासाठी विचारात घेता येईल अशा प्रत्येक बाबीचा सखोल अभ्यास करावा लागतो. मेक्सिकोमधील आजचे तंत्रज्ञान, दळणवळण, वाहतुकीची साधने, राजकीय प्रवाह, मेक्सिकोचे आजचे शत्रू, उद्या निर्माण होऊ शकतील असे शत्रू या सर्वांचा विचार करूनच मेक्सिकोचे ५० वर्षांनंतरचे चित्र काय असेल याचा विचार करता येतो. आज आपण जर हे करू शकतो तर आज पृथ्वी किती प्रगत होईल याचा विचार १०,००० वर्षांपूर्वीच आपल्याला भेटी दिलेल्या अज्ञात, प्रगत, बुद्धिमान अंतराळवीरांनी केला असेल यात काही अशक्य नाही.

हाताशी असलेल्या सर्व साधनांचा विचार करून भविष्यकाळाचा आगाऊ विचार करणे ही उत्कट इच्छा मानवात नेहमीच दिसलेली आहे. आपणही आज हा विचार केला नाही तर आपल्या भूतकाळाचा शोध व्यवस्थित लागू शकत नाही.

जुन्या अवशेषांच्या ठिकाणी भूतकाळाबद्दल अपार माहिती देणाऱ्या कित्येक गोष्टी आज आपण केवळ अज्ञानाने पायी तुडवत असू किंवा कायमच्या नष्ट करीत असू. कोणत्या गोष्टींवर लक्ष केंद्रित करायचे हेच न कळल्याने. म्हणूनच एका पुराणवस्तू संशोधन वर्षाची आवश्यकता आहे की ज्यावेळी सर्व शास्त्रातले तज्ज्ञ अशा जागांना अत्याधुनिक उपकरणे घेऊन पुन्हा भेट देतील; या अवशेषांतून नवीन अर्थ काढू शकतील. आपल्याला जुन्या चाकोरीबद्ध विचारांवर 'विश्वास' ठेवता येत नाही. दुसऱ्यांनी, परग्रहांवरील अंतराळवीरांनी, पृथ्वीला भेटी दिल्या होत्या या सिद्धांतावर 'विश्वास' ठेवू नये. पण –

अंतराळात इतर हजारो ग्रह अस्तित्वात आहेत हा काही आपला दोष नाही.

पालेन्क येथील शिलाखंडावर अंतराळवीराचे चित्र कोरले आहे हा आपला दोष नाही.

ॲडमिरल पिरीरीस याने त्याचे नकाशे जाळून टाकले नाहीत हा आपला दोष नाही.

मानवी इतिहासाच्या पौराणिक ग्रंथांत अनेक विसंगती आढळतात हा आपला दोष नाही.

पण हे सर्व लक्षात घेऊनही त्यांच्याकडे दुर्लक्ष केले, त्यांचा गंभीरपणे विचारच केला नाही आणि त्यावर संशोधन केले नाही तर तो दोष मात्र फक्त आपलाच आहे.

माणसाचा भविष्यकाल उज्ज्वल आहे पण त्यासाठी अंतराळ संशोधन आणि अशक्य वाटणाऱ्या गोष्टी शक्यतेत उतरवण्याचे धैर्य पाहिजे. उदाहरणार्थ

आपल्या भूतकाळाचे संशोधन, की जे आपल्या भविष्यकाळाच्या आठवणी मनात जागृत करील आणि भूतकाळातील अंधार दूर करून आपल्या पुढील पिढ्यांना अगदी स्वच्छ मार्ग दाखवील!